യുക്തിയുടെ മരണം
വിശ്വാസത്തിന്റെ പ്രഖ്യാപനം

yukthiyude maranam viswasathinte prakhyapanam

•

k babu joseph

•

first edition
november 2015

•

typesetting
info needs, kariyam

•

published
chintha publishers, thiruvananthapuram

•

•

cover
prasoon

•

വിതരണം

ദേശാഭിമാനി ബുക്ക് ഹൗസ്

H O തിരുവനന്തപുരം-695 035
Ph: 0471-2303026, 6063020
www.chinthapublishers.com
chinthapublishers@gmail.com

ബ്രാഞ്ചുകൾ

ഹെഡ്ഡാഫീസ് ബ്രാഞ്ച് കുന്നുകുഴി • സ്റ്റാച്യു തിരുവനന്തപുരം • കെ എസ് ആർ ടി സി ബസ് സ്റ്റേഷൻ ആലപ്പുഴ • കെ എസ് ആർ ടി സി ബസ് സ്റ്റേഷൻ എറണാകുളം • മച്ചിങ്ങൽ ലെയ്ൻ തൃശൂർ • ഐ ജി റോഡ് കോഴിക്കോട് • കെ എസ് ആർ ടി സി ബസ് സ്റ്റേഷൻ കോഴിക്കോട് • എൻ ജി ഒ യൂണിയൻ ബിൽഡിങ് കണ്ണൂർ • സെൻട്രൽ ബസ് ടെർമിനൽ കോംപ്ലക്സ് താവക്കര കണ്ണൂർ

CO - 2269 / 3755

യുക്തിയുടെ മരണം
വിശ്വാസത്തിന്റെ പ്രഖ്യാപനം

കെ ബാബു ജോസഫ്

ചിന്ത പബ്ലിഷേഴ്സ്
തിരുവനന്തപുരം-695 035

കെ ബാബു ജോസഫ്

ഫിസിക്സിൽ പി എച്ച് ഡി ബിരുദം. സെന്റ് ബെർക്ക്മാൻസ് കോളേജ്, യു സി കോളേജ്, കൊച്ചി ശാസ്ത്ര സാങ്കേതിക സർവ്വകലാശാല തുടങ്ങിയ സ്ഥാപനങ്ങളിൽ അദ്ധ്യാപകൻ, 1997–2001 കാലയളവിൽ പ്രസ്തുത സർവ്വകലാശാലയുടെ വൈസ് ചാൻസലർ, വിദേശസർവ്വകലാശാലകളിൽ വിസിറ്റിങ് പ്രൊഫസർ എന്നീ നിലകളിൽ പ്രവർത്തിച്ചു. കേരള സാഹിത്യഅക്കാദമി, കേരള ശാസ്ത്ര സാങ്കേതിക പരിസ്ഥിതി കൗൺസിൽ, കെ സി ബി സി, സി പി മേനോൻ മെമ്മോറിയൽ ട്രസ്റ്റ് തുടങ്ങിയവയുടെ പുരസ്കാരങ്ങൾ ലഭിച്ചിട്ടുണ്ട്. ഇംഗ്ലീഷിൽ നൂറിൽപ്പരം ഗവേഷണ കൃതികൾ, മലയാളത്തിൽ നിരവധി ലേഖനങ്ങൾ, പത്ത് ശാസ്ത്രസാഹിത്യ ഗ്രന്ഥങ്ങൾ എന്നിവയുടെ കർത്താവ്. *ബുദ്ധി വിപ്ലവം* എന്ന കൃതി മുൻപ് ചിന്ത പ്രസിദ്ധീകരിച്ചിട്ടുണ്ട്.

വിലാസം : കുഴിക്കാട്ടുകുന്നേൽ
യൂണിവേഴ്സിറ്റി റോഡ്
കൊച്ചി – 682 022

ഉള്ളടക്കം

പ്രസാധകക്കുറിപ്പ് 7
മുൻവാക്ക് 8
യുക്തിയുടെ മരണം വിശ്വാസത്തിന്റെ പ്രഖ്യാപനം 9
ശാസ്ത്രവീഥിയിൽ മനുഷ്യൻ 19
സ്റ്റീഫൻ ഹോക്കിങ് ഉണ്മയെ വരയ്ക്കുന്നു 26
ആൽബർട്ട് ഐൻസ്റ്റൈനും ആധുനിക ഭൗതികശാസ്ത്രവും 34
ഐൻസ്റ്റൈന്റെ പ്രവചനവും പ്രപഞ്ചത്തിന്റെ ഉല്പത്തിയും 41
മഹാരഹസ്യങ്ങളുടെ മറനീക്കാൻ 53
പ്രപഞ്ചവായനയിൽ പുത്തനദ്ധ്യായം 63
ഹാ, കൃത്രിമ ജീവൻ തുടിക്കുന്നു! 70
സമാന്തര ലോകങ്ങളിൽ സമാന്തര ജീവൻ 77
രണ്ടായിരത്തി അമ്പത് 85
കണക്കിനെ പേടി ആർക്ക്? 91
ജാതിയുടെ ജാതകം 98
പുസ്തകമല്ലാതാകുന്ന പുസ്തകം 105
തങ്കക്കിനാക്കൾ തകരുന്നത്:
സാമ്പത്തികത്തകർച്ചകൾ ആവർത്തിക്കുന്നു 113

പ്രസാധകക്കുറിപ്പ്

ശാസ്ത്രവിഷയങ്ങളും മാനവിക വിഷയങ്ങളും പരസ്പരം ബന്ധപ്പെടുത്തി നല്ല രചനകൾ സംഭാവന ചെയ്യുന്ന ഡോ. ബാബു ജോസഫിന്റേതാണ് ഈ പുസ്തകം. ഭൗതികശാസ്ത്രത്തെ പ്രത്യേകിച്ചും ശാസ്ത്രത്തെ സംബന്ധിച്ചു പൊതുവായും പരാമർശിക്കുന്ന ലേഖനങ്ങൾ ഇതിലുണ്ട്. ജാതിയുടെ കടന്നുകയറ്റത്തെയും, ശാസ്ത്രകാരന്മാരുടെ ഇടയിൽപ്പോലും യുക്തിക്കുപകരം വിശ്വാസം കടന്നുകയറുന്നതിനെയും വിമർശനാത്മകമായ രീതിയിൽ ഈ പുസ്തകം കൈകാര്യം ചെയ്യുന്നു.

ലോകപുരോഗതിയും മാനവികതയും ഭാവിയെ സംബന്ധിച്ച ഉൽക്കണ്ഠയുള്ള ഒരു ശാസ്ത്രകാരന്റെ ഹൃദയത്തുടിപ്പുകളുടെ പ്രകാശനമെന്ന നിലയിൽ ഈ ഗ്രന്ഥം ശാസ്ത്രസാഹിത്യരംഗത്ത് ഒരു മുതൽക്കൂട്ടാണ്.

അഭിമാനത്തോടെ ഈ പുസ്തകം ഞങ്ങൾ പ്രസിദ്ധീകരിക്കുന്നു.

ചിന്ത പബ്ലിഷേഴ്സ്

മുൻവാക്ക്

'രണ്ട് സംസ്കൃതികൾ' എന്ന പേരിൽ അറിയപ്പെടുന്ന, പ്രശസ്ത ബ്രിട്ടീഷ് നോവലിസ്റ്റും ചിന്തകനുമായിരുന്ന സ്പിനോസയുടെ കാഴ്ചപ്പാടിൽ, ശാസ്ത്രവും മാനവിക വിഷയങ്ങളും വ്യത്യസ്ത അറകളിൽ കഴിയുന്നതുകൊണ്ടാണ് പല ആഗോളപ്രശ്നങ്ങളുടെയും നിർദ്ധാരണം തടസ്സപ്പെടുന്നത്. ശാസ്ത്രം അഭ്യസിച്ചവരുടെയും, മാനവിക വിഷയവിദഗ്ദ്ധരുടെയും പരസ്പരസഹകരണത്തിലൂടെയും ആസ്വാദനത്തിലൂടെയും മാത്രമേ ഇത്തരം തടസ്സങ്ങൾ നീങ്ങുകയുള്ളൂ. വിഷയാന്തരീയത (interdisciplinarity) സമകാലചിന്തയുടെ മുഖമുദ്രയാണല്ലോ. ഈ പ്രവണതയുടെ ചുവടുപിടിച്ച് തയ്യാറാക്കിയ ഏതാനും ലേഖനങ്ങളാണ് ഈ കൃതിയുടെ ഉള്ളടക്കം.

ചിന്ത പ്രസിദ്ധീകരിക്കുന്ന എന്റെ രണ്ടാമത്തെ ലേഖനസമാഹാരമാണിത്. ചിന്തയുടെ പ്രവർത്തകരോടുള്ള എന്റെ നിസ്സീമമായ കൃതജ്ഞത രേഖപ്പെടുത്തുന്നു. എക്കാലവും എനിക്ക് പ്രോത്സാഹനം തന്നിട്ടുള്ള എന്റെ സുഹൃത്തുക്കൾക്കും, പ്രിയപ്പെട്ട വായനക്കാർക്കും നന്ദിപൂർവ്വം ഈ പുസ്തകം സമർപ്പിക്കുന്നു.

കെ ബാബു ജോസഫ്

യുക്തിയുടെ മരണം വിശ്വാസത്തിന്റെ പ്രഖ്യാപനം

കൊട്ടും കുരവയുമില്ലാതെ, വീണ്ടുമൊരു ശാസ്ത്രദിനം കടന്നു പോയി. രണ്ട് പതിറ്റാണ്ടിലേറെയായി ഫെബ്രുവരി 28 ദേശീയ ശാസ്ത്ര ദിനമായി ആചരിക്കപ്പെടുന്നു. മിക്ക രാജ്യങ്ങൾക്കും, സമർപ്പിതമായ, ഇതു പോലൊരുദിനം ഉണ്ട്. ഭൗതികത്തിന് നൊബേൽ പുരസ്കാരം നേടിയ ആദ്യത്തെ ഇന്ത്യാക്കാരനായ സി വി രാമൻ അതിന് വഴിയൊരുക്കിയ 'രാമൻ പ്രഭാവം' കണ്ടുപിടിച്ചത് 1928 ൽ ഇതേ ദിവസമാണ്. ഭൗതികം, രസതന്ത്രം, ജ്യോതിശാസ്ത്രം, ജീവശാസ്ത്രം, വൈദ്യശാസ്ത്രം തുടങ്ങിയ നാനാമേഖലകളിൽ ഉപയോഗിക്കുന്ന ഈ പരീക്ഷണതന്ത്രത്തിന്റെ ആവിഷ്കാരം ശാസ്ത്രഗവേഷണചരിത്രത്തിലെ ഒരു നാഴികക്കല്ലാണ്. കേരള ശാസ്ത്രസാങ്കേതിക പരിസ്ഥിതി കൗൺസിലിന്റെ നിർദ്ദേശപ്രകാരം, ഈ വർഷത്തെ ശാസ്ത്രദിനാചരണത്തോടനുബന്ധിച്ച് ചർച്ചയ്ക്കായി തെരഞ്ഞെടുത്ത വിഷയം ശാസ്ത്രീയ മനോഭാവം (Scientific Temper) എന്നതാണ്. രണ്ട് ഉന്നത വിദ്യാഭ്യാസ സ്ഥാപനങ്ങളിൽ[1] പോയി ഈ വിഷയത്തെ ആധാരമാക്കി നടത്തിയ പ്രഭാഷണങ്ങളിൽ ഉരുത്തിരിഞ്ഞ ചില ആശയങ്ങൾ പൊതുവായനയ്ക്കായി സമർപ്പിക്കുകയാണ്.

ശാസ്ത്രദിന ചിന്തകൾക്ക് ആമുഖമായി, ശാസ്ത്രപുരോഗതിയുടെ കാര്യത്തിൽ ഇന്ത്യ എവിടെ നില്ക്കുന്നുവെന്ന് പരിശോധിക്കുന്നത് പ്രയോജനകരമാവും. ശുദ്ധശാസ്ത്രത്തെയും സാങ്കേതികവിദ്യയെയും ശാസ്ത്രമെന്ന പൊതുസംജ്ഞകൊണ്ട് വ്യവഹരിക്കാം. ശാസ്ത്രഗവേഷണത്തിനും വികസനപ്രവർത്തനങ്ങൾക്കുമായി മൊത്തവരുമാന

---

1. ഡിപ്പാർട്ട്മെന്റ് ഓഫ് കമ്പ്യൂട്ടർ ആപ്ലിക്കേഷൻസ്, കൂസാറ്റ്, സഹൃദയ കോളേജ് ഓഫ് എഞ്ചിനീയറിങ് ആൻഡ് ടെക്നോളജി, കൊടകര

(ജി ഡിപി)ത്തിന്റെ 2 ശതമാനം നീക്കിവെക്കുമെന്ന് 2007 ൽ പ്രധാനമന്ത്രി മൻമോഹൻസിങ് വാഗ്ദാനം ചെയ്തെങ്കിലും, ഇപ്പോഴും അന്നത്തെ 0.9 ശതമാനത്തിൽനിന്ന് അല്പംപോലും മെച്ചപ്പെടുത്തിയിട്ടില്ല. സർക്കാരിനെ സംബന്ധിച്ചിടത്തോളം താണ മുൻഗണനയേ ഈ മേഖല അർഹിക്കുന്നുള്ളൂ എന്നതിന് ഇതിൽപ്പരം തെളിവെന്തിന്? 2009 ൽ ചൈനയുടെ ശാസ്ത്രഗവേഷണച്ചെലവ് മൊത്തം വരുമാനത്തിന്റെ 1.5 ശതമാനമായിരുന്നത് 2013-14 ആയപ്പോൾ 1.84 ശതമാനമായി വർദ്ധിച്ചു. ഏഷ്യൻ രാജ്യങ്ങൾ തന്നെയായ ജപ്പാനും തെക്കൻ കൊറിയയും സിംഗപ്പൂരും ഇതേവർഷം നീക്കിവെച്ചത് യഥാക്രമം 3.26, 3.74, 2.8 ശതമാനമാണെന്നത് ശാസ്ത്രഗവേഷണത്തിന് ഇവർ നല്കുന്ന മുന്തിയ പരിഗണനയെ സൂചിപ്പിക്കുന്നു. ശാസ്ത്രപുരോഗതി സ്വന്തം നാടിന്റെ പുരോഗതിയായി ദർശിക്കുമ്പോഴേ പൗരന്മാരിൽ ശാസ്ത്രാവബോധം വളരൂ. മൗലിക ഗവേഷണരംഗത്ത് ഇന്ത്യയിൽ സ്വകാര്യ പങ്കാളിത്തം തീരെ ഇല്ലെന്ന് പറയാം. വമ്പിച്ച സാദ്ധ്യതകളുള്ള ഔഷധനിർമ്മാണരംഗത്തുപോലും ഇന്ത്യൻ കമ്പനികൾ പുത്തനറിവ് ഉല്പാദിപ്പിക്കുന്നതിന് ശ്രമിക്കാതെ, അത്തരം വിജ്ഞാനം ആവശ്യമില്ലാത്ത, ജെനറിക് മരുന്നുകൾ (Generic Drugs) മാത്രമാണ് നിർമ്മിക്കുന്നത്. ഗവേഷണത്തിന് പണം മുടക്കിയാൽ കൈ പൊള്ളുമോ എന്ന ഭയമാണ് ഇവർക്ക്. ശാസ്ത്രഗവേഷണ മേഖലയിൽ സർക്കാർ-സ്വകാര്യ സംയുക്ത സംരംഭങ്ങൾ ക്ലച്ചുപിടിച്ചില്ലതാനും.

ഉന്നത വിദ്യാഭ്യാസ മേഖലയാണ് ശാസ്ത്രഗവേഷണത്തിന്റെ മുഖ്യ കർമ്മമേഖലയാകേണ്ടത്. എന്നാൽ 30,000 കോളേജുകളും, 600ൽപ്പരം സർവ്വകലാശാലകളുമുള്ള ഇന്ത്യയിൽ, അന്താരാഷ്ട്ര നിലവാരമുള്ള ഉന്നത വിദ്യാഭ്യാസം ലഭ്യമല്ല ഇന്ന്. ഏറ്റവും പുതിയ കണക്കുകളനുസരിച്ച്, മികവിന്റെ ലോകറാങ്കിങ്ങിൽ തലപ്പത്ത് നില്ക്കുന്നത് ഹാർവാർഡ്. ആദ്യത്തെ 200 റാങ്കുകളിൽ ഒന്നുപോലും കരസ്ഥമാക്കാൻ നമ്മുടെ ഐ ഐ ടി കൾക്കോ, സർവ്വകലാശാലകളുൾപ്പെടെയുള്ള ഇതര കലാലയങ്ങൾക്കോ സാധിച്ചില്ലല്ലോ എന്നോർത്ത് പരിതപിക്കുക. ഗവേഷണ പ്രസിദ്ധീകരണങ്ങളുടെ എണ്ണത്തിൽ ഇന്ത്യയിൽ കാര്യമായ വളർച്ച ഉണ്ടായിട്ടുണ്ടെന്ന് യു കെ യിലെ ബിസ് (BIS) എന്ന വകുപ്പ് ഈയിടെ നടത്തിയ പഠനത്തിൽ കാണുന്നു. 2008 ലെ 54,000 ൽ നിന്ന് 2012 ൽ 93,000 ലേക്ക് ഇത് കുതിച്ചു. പ്രതിവർഷം 14.4 ശതമാനം വളർച്ച. എന്നാൽ ഉന്നത നിലവാരമുള്ള പ്രബന്ധങ്ങളുടെ കാര്യത്തിൽ, ഈ കാലയളവിൽ, 2 ശതമാനത്തിൽ നിന്ന് 3.1 ശതമാനത്തിലേക്ക് കയറാനേ നമുക്ക് കഴിഞ്ഞുള്ളൂ. ഗുണനിലവാര സൂചികയായ FWCI (Field - Weighted Citation Index) ന്റെ ലോക ശരാശരി മൂല്യം '1' ആയി എടുത്താൽ നമ്മുടെ മികവുറ്റ ഗവേഷണ പ്രബന്ധങ്ങളുടെ ശരാശരി മൂല്യം 0.76 മാത്രമാണ്. ഈ മൂല്യം പ്രതിവർഷം 1.6 ശതമാനം എന്ന നിരക്കിൽ കുറയുന്നു എന്നത് ആപത്കരമായ പ്രവണതയാണ്. 2012 ൽ ലഭിച്ച

പേറ്റന്റുകളുടെ എണ്ണത്തിൽ ഇന്ത്യ (3588), ബ്രസീലിന് (1027) മുന്നിലാണെങ്കിലും യു കെ (20,194), റഷ്യ (24,551), ചൈന (1,52,102) എന്നീ രാജ്യങ്ങളെ അപേക്ഷിച്ച് ഏറെ പിന്നിലാണ്. ഇന്ത്യയിൽ ഉന്നതവിദ്യാഭ്യാസത്തിനും ഗവേഷണത്തിനുമായി വകയിരുത്തുന്ന തുകയിൽ സിംഹഭാഗവും വിഴുങ്ങുന്നത് ദേശീയ ഇൻസ്റ്റിറ്റ്യൂട്ടുകൾ, ഐ ഐ ടികൾ, കേന്ദ്ര സർവ്വകലാശാലകൾ തുടങ്ങിയവയാണ്. ഇവയുമായി താരതമ്യപ്പെടുത്തിയാൽ 'പിച്ചക്കാശാ'ണ് സാധാരണ സർവ്വകലാശാലകൾക്കും കോളേജുകൾക്കും ലഭിക്കുന്നതെന്ന് കാണാം. പണത്തോട് ആർത്തിമൂത്ത, സ്വാശ്രയ വിദ്യാഭ്യാസ സ്ഥാപനങ്ങളിൽ ഭൂരിപക്ഷവും ഗവേഷണത്തിനായി ഒരു പൈസ പോലും മുടക്കുന്നില്ലെന്ന് തന്നെയല്ല, അതിനുതകുന്ന ഒരന്തരീക്ഷം സൃഷ്ടിക്കുന്നുമില്ല. മുതൽമുടക്കിനെ നീതീകരിക്കുന്ന തോതിലുള്ള മികവ് ദേശീയ സ്ഥാപനങ്ങൾ പ്രദർശിപ്പിക്കുന്നുമില്ല. പോയ ദശകത്തിലെ പ്രസിദ്ധീകരണങ്ങളിൽ 52 ശതമാനവും സാദാ സർവ്വകലാശാലകളിൽ നിന്നായിരുന്നു. രാഷ്ട്രീയാതിപ്രസരവും കെടുകാര്യസ്ഥതയും ഉണ്ടായിട്ടും, ഇത്രയെങ്കിലും ചെയ്യാൻ അവയ്ക്ക് കഴിഞ്ഞല്ലോ!

സി വി രാമനുശേഷം ഇന്ത്യയിൽനിന്ന് ഒരു നൊബേൽ പോലും ഉണ്ടായില്ല. പല കാരണങ്ങളും പറയുന്നുണ്ട്. പ്രതിഭാദാരിദ്ര്യം, ഗവേഷണ ഗൈഡുകളുടെ പ്രതിബദ്ധതക്കുറവ്, സഹകരണമില്ലായ്മ, ഗ്രൂപ്പുകളി തുടങ്ങിയ ഘടകങ്ങൾക്ക് പുറമേ, സാമ്പ്രദായിക പ്രൊഫഷണൽ മേഖലകളുടെ പ്രഭാപൂരവും ഈ അവസ്ഥയ്ക്ക് നിമിത്തമായിട്ടുണ്ട്. ഇവയോടൊപ്പം, അധികാരികളുടെ അജ്ഞതയും അലംഭാവവും കൂടി കണക്കിലെടുത്താൽ ഒരേകദേശ ചിത്രം ലഭിക്കും. ചില മുതിർന്ന ശാസ്ത്രജ്ഞരുടെ ഇടയിലുള്ള ഫണ്ട് വീതം വെപ്പും സംരക്ഷണ മനോഭാവവും രാമന്റെ കാലം തൊട്ടേയുണ്ട്. ശാസ്ത്രരംഗത്ത് ഒരു വരേണ്യവിഭാഗം അന്നു മുതൽ വളർന്നു വന്നു. 'ഗവേഷണ കുത്തകക്കാർക്ക് പ്രോജക്ടുകൾക്കായി എത്ര പണം വേണമെങ്കിലും കിട്ടുന്ന സാഹചര്യമാണുള്ളത്. പ്രൊഫഷണൽ സംഘടനകൾ, ജേർണലുകൾ തുടങ്ങിയവയുടെ നടത്തിപ്പും നിക്ഷിപ്ത താല്പര്യക്കാരുടെ കൈകളിലാണ്. ഒരു പ്രൊഫഷണൽ സംഘടനയിൽ അംഗമാകുന്നതിന് പ്രബലരായ രക്ഷാധികാരികളുടെ ശുപാർശ അനിവാര്യമാണ്. ഏത് സ്ഥാപനത്തിൽ നിന്ന്, ആരുടെ ഗ്രൂപ്പിൽപ്പെട്ടവർ രചിച്ചത് തുടങ്ങിയ വിലകുറഞ്ഞ പരിഗണനകൾ ഗവേഷണപ്രബന്ധങ്ങൾ വിലയിരുത്തുന്നതിലും പ്രസിദ്ധീകരിക്കുന്നതിലും പ്രകടമാകാറുണ്ട്. സർവ്വകലാശാലകളിലെ അദ്ധ്യാപക നിയമനങ്ങളിൽ വിദേശബിരുദധാരികൾക്ക് മുൻഗണനന നല്കുന്ന പതിവ് ഇപ്പോഴും തുടരുന്നു. നമ്മുടെ 'ഉല്പന്ന'ങ്ങൾക്ക് മൂല്യം കുറവാണെന്ന് സമ്മതിക്കുന്നതിന് സമം.

ഇനി നമുക്ക് കാതലായ വിഷയത്തിലേക്ക് കടക്കാം. ആദ്യ

പ്രധാനമന്ത്രി ജവഹർലാൽ നെഹ്റു ഒരു ഭരണാധികാരി എന്നതിനുപരി, ശാസ്ത്രാവബോധമുള്ള ചിന്തകനും ക്രാന്തദർശിയും ആയിരുന്നു. ശാസ്ത്രീയ സമീപനമെന്നാൽ എന്തെന്നും, അതിനെ സ്വാംശീകരിക്കേണ്ടതിന്റെ അനിവാര്യതയെപ്പറ്റിയും *ഇന്ത്യയെ കണ്ടെത്തൽ* (*The Discovery of India*) എന്ന തന്റെ സുപ്രസിദ്ധ ഗ്രന്ഥത്തിൽ, 1946 ൽ, അദ്ദേഹം ചർച്ച ചെയ്തു. 1976 ലെ, ഒന്നാം ഭരണഘടനാഭേദഗതിയിൽ, ശാസ്ത്രീയ മനോഭാവം വികസിപ്പിക്കേണ്ടത് പൗരന്മാരുടെ ഒരു കടമയാണെന്ന് കാണിച്ചിട്ടുണ്ട്. എന്നാൽ, നിയമംമൂലം നടപ്പാക്കേണ്ടതല്ല പൗരധർമ്മമെന്ന് ഭരണഘടനയിൽത്തന്നെ പറഞ്ഞിട്ടുള്ളതിനാൽ, ശാസ്ത്രീയമനോഭാവത്തിന് സമൂഹം 'പുല്ലുവിലയേ' കല്പിച്ചിട്ടുള്ളൂ. ശാസ്ത്രത്തിന്റെ സമീപനശൈലി ഉൾക്കൊള്ളാനാവുന്ന ആർക്കും ശാസ്ത്രീയമനോഭാവം സ്വകീയമാക്കാൻ പ്രയാസമില്ല. സാമ്പ്രദായിക ശാസ്ത്രവിഷയങ്ങൾ നൂറ്റാണ്ടുകളിലൂടെ വികസിപ്പിച്ചെടുത്ത വിശകലന രീതിയാണിതെങ്കിലും, ശാസ്ത്രേതരമെന്ന് കരുതപ്പെട്ടിരുന്ന വിജ്ഞാന ശാഖകൾ (ഉദാ: ചരിത്രം, സാമൂഹികശാസ്ത്രം, രാഷ്ട്രതന്ത്രം, ഭാഷാ ശാസ്ത്രം) പോലും ഇതിനെ സ്വീകരിച്ചു കഴിഞ്ഞു. ശാസ്ത്രീയ മനോഭാവം ശാസ്ത്രജ്ഞർക്ക് മാത്രമല്ല, പൊതുസമൂഹത്തിനും സ്വീകാര്യമാകേണ്ടതാണ്. ചോദ്യം ചെയ്യൽ, നിരീക്ഷണം, പരീക്ഷണം, വിശദീകരണം, സിദ്ധാന്തവല്ക്കരണം, പ്രവചനം എന്നിങ്ങനെ പലവുരു ആവർത്തിക്കപ്പെടുന്ന, നടപടികളിലൂടെ പുരോഗമിക്കുന്ന, യുക്തിക്ക് കീഴ്പ്പെട്ടിട്ടുള്ള ഒരു പ്രക്രിയയാണ് ശാസ്ത്രഗവേഷണം. പരമ്പരാഗത ധാരണകളോ ചട്ടങ്ങളോ അറിവോ ഒന്നും സ്വതന്ത്ര അന്വേഷണത്തെ സ്വാധീനിക്കരുത്. സത്യം കണ്ടെത്തുക എന്ന ലക്ഷ്യം മാത്രമേ ഈ ഉദ്യമത്തെ നയിക്കാവൂ.

ശാസ്ത്രീയ മനോഭാവത്തെ ജീവിതത്തിൽ പകർത്താമോ? തീർച്ചയായും. സാഹസികതയും അന്വേഷണത്വരയും ഇതിന്റെ അവശ്യഘടകങ്ങളാണ്. നിയന്ത്രിത പരീക്ഷണങ്ങളും നിഷ്കൃഷ്ട പരിശോധനയും കൂടാതെ ഒരഭ്യൂഹത്തെ കേവലസത്യമായി അവരോധിക്കരുത്. പുതിയ തെളിവുകൾ ലഭിക്കുമ്പോൾ പഴയ ധാരണകൾ പൊളിച്ചെഴുതേണ്ടി വന്നേക്കും. നിരീക്ഷണാധിഷ്ഠിത സത്യത്തെയല്ലാതെ, മുന്നറിവിനെയോ സിദ്ധാന്തങ്ങളെയോ ആശ്രയിച്ചുകൂടാ. യുക്തിനിബദ്ധമായതു കൊണ്ടു മാത്രം ഒരാശയസംഹിത ശാസ്ത്രീയമാകുന്നില്ല. അതിനെ തത്ത്വചിന്തയോ വിശ്വാസമോ ആയേ കരുതാൻ കഴിയൂ. നൂറു പരീക്ഷണങ്ങളിൽ, അല്ലെങ്കിൽ നിരീക്ഷണങ്ങളിൽ (ഉദാ: ജ്യോതിശ്ശാസ്ത്രം) ഒരഭ്യൂഹം സാധുവാണെന്ന് ബോദ്ധ്യപ്പെട്ടാലും അതിന് ശാസ്ത്രപ്പട്ടം സമ്മാനിക്കാനാവില്ല. പുത്തൻ പ്രതിഭാസങ്ങൾ പ്രവചിക്കാൻ കഴിയുന്ന അഭ്യൂഹങ്ങളേ ശാസ്ത്രീയ സിദ്ധാന്തങ്ങളായി അംഗീകരിക്കപ്പെടൂ. എന്നാൽ ഒരു ശാസ്ത്രീയ സിദ്ധാന്തത്തിനും നൂറു ശതമാനം കൃത്യത അവകാശപ്പെടാനാവില്ലതാനും. സിദ്ധാന്തം ആധാരമാക്കുന്ന പ്രമാണ (Axiom)-

ങ്ങളുടെ പരിമിതിയെയാണ് ഇത് സൂചിപ്പിക്കുക. ചില സിദ്ധാന്തങ്ങളിൽ (ഉദാ: ക്വാണ്ടം ബലതന്ത്രം) സംഭാവ്യത (Probability)യ്ക്ക് ഒരു പ്രധാന സ്ഥാനമുണ്ട്. പൊതുവിൽ പറഞ്ഞാൽ ഓരോ ഭൗതിക പ്രക്രിയ കൾക്കുമുള്ള സംഭാവ്യതയെ മുൻകൂട്ടി നിർണ്ണയിക്കാൻ പ്രാപ്തിയുള്ള സിദ്ധാന്തങ്ങളെ മാത്രമേ ശാസ്ത്രീയമെന്ന് വിശേഷിപ്പിക്കാൻ കഴിയൂ. സംഭാവ്യത ഏക (Unity) മാകുമ്പോൾ സിദ്ധാന്തം നിർണ്ണയപര (deterministic)മാകുന്നു. ഇവിടെ സൂചിപ്പിച്ച മാനദണ്ഡങ്ങളനുസരിച്ച് ജ്യോത്സ്യം[2] ശാസ്ത്രീയമല്ലെന്ന് അനുമാനിക്കാവുന്നതാണ്. ജനനസമയം ആളുകളുടെ ഭാവിയെ നിർണ്ണയിക്കുന്നുവെന്ന അതിന്റെ അടിസ്ഥാന പ്രമേയം സംഭാവ്യതാപരമായി പോലും തെളിയിക്കപ്പെട്ടിട്ടില്ല. 'കുട്ടി ആണാകാനും പെണ്ണാകാനും സാദ്ധ്യതയുണ്ട്' എന്ന മാതിരിയുള്ള പ്രവചനങ്ങൾ ആർക്കാണ് നടത്താൻ കഴിയാത്തത്?

അന്ധവിശ്വാസങ്ങളും അനാചാരങ്ങളും അസഹിഷ്ണുതയും അടി ക്കടി വർദ്ധിച്ചുവരികയാണ് ഇന്ത്യയിൽ. ശാസ്ത്രീയ മനോഭാവത്തിന്റെ അപചയമോ അഭാവമോ ആണ് ഇത് കുറിക്കുന്നത്. 1934 ൽ വമ്പിച്ച നാശം വിതച്ച ഒരു ഭൂകമ്പം ബിഹാറിലുണ്ടായി. ജാതിയും തൊട്ടുകൂടാ യ്മയും കൊടികുത്തി വാണിരുന്ന ബിഹാറിലെ ജനങ്ങൾക്ക് ദൈവമയച്ച ശിക്ഷയായിരുന്നു ഭൂകമ്പമെന്ന് ഗാന്ധിജി അഭിപ്രായപ്പെട്ടതിനെ ടാഗോർ ഖണ്ഡിച്ചു. വർണ്ണവിവേചനം വലിയ തെറ്റുതന്നെയാണെങ്കിലും, ഭൂകമ്പം പോലുള്ള പ്രകൃതിക്ഷോഭങ്ങളെ ഈശ്വരകോപമായി കാണരുതെന്ന് അദ്ദേഹം വാദിച്ചു. അന്നും ഇന്നും, ഇന്ത്യയിലെ ബഹുഭൂരിപക്ഷം ജന ങ്ങളും ബാലിശവും അശാസ്ത്രീയവുമായ ഇത്തരം വീക്ഷണങ്ങളുടെ ഉടമകളാണ്. 'എന്നിൽ വിശ്വസിച്ചാൽ മതി, നിങ്ങൾ രക്ഷ പ്രാപിക്കും' എന്ന് പ്രഖ്യാപിക്കുന്ന ആൾദൈവങ്ങളും അത്ഭുതപ്രവർത്തകരും നിർബാധം ആളുകളെ വഞ്ചിക്കുന്നു. 'വിശ്വാസം, അതല്ലേ എല്ലാം' എന്നത് തട്ടിപ്പിന്റെയും ചൂഷണത്തിന്റെയും പ്രമാണമായി മാറിയോ? മൂഢ വിശ്വാസങ്ങളുടെയും ആൾദൈവങ്ങളുടെയും ധ്വജവാഹകരായി പ്രവർത്തിക്കുന്നവരിൽ ബുദ്ധിജീവികളും കലാകാരന്മാരും രാഷ്ട്രീയക്കാ രുമുണ്ട്. പത്രമാധ്യമങ്ങൾ വിശ്വാസത്തെ വൻ സാദ്ധ്യതകളുള്ള കച്ച വടച്ചരക്കായി മാറ്റി. 'നാളും നേരവും' സൂചിപ്പിക്കാത്ത കലണ്ടറുകളില്ല. കണ്ണീർ സീരിയലുകളിലെ കഥാപാത്രങ്ങളുടെ ഭാഗധേയം നിർണ്ണയിക്കു ന്നത് അദൃശ്യശക്തികളും ജ്യോത്സ്യന്മാരുമാണ്. ടെലിവിഷനിലെ ജ്യോത്സ്യപരിപാടികളിലൂടെ ശാസ്ത്രവിമുഖരായ ഒരു ജനതയെ നാം വളർത്തിയെടുക്കുകയാണ്. അന്ധവിശ്വാസങ്ങളെയും ആൾദൈവങ്ങ ളെയും പ്രോത്സാഹിപ്പിക്കുന്ന പത്രമാധ്യമങ്ങൾ ഉപയോഗിക്കുന്ന ഭാഷ, ദർശനപുണ്യം, സ്പർശനപുണ്യം, ചുംബനപുണ്യം തുടങ്ങിയ പദ ങ്ങളാൽ സമ്പന്നമാണ്.

---

2. ജ്യോതിഷം പുരാതന ജ്യോതിശ്ശാസ്ത്രവും ജോത്സ്യം അതിനെ തെറ്റായി വ്യാഖ്യാനിച്ചുള്ള കപടശാസ്ത്രവുമാണ്.

നമ്മുടെ ശാസ്ത്ര-സാങ്കേതിക മേഖലയിലെ താക്കോൽസ്ഥാനങ്ങളിൽ ഇരിക്കുന്നവരിൽ ചിലർ ഒരേ സമയം ഭക്തിക്കച്ചവടത്തിന്റെ വണിക്കുകളും ഉപഭോക്താക്കളുമാണ്. കോടിക്കണക്കിന് ജനങ്ങൾ വിശ്വസിക്കുന്നത് പരീക്ഷ പാസ്സാകുന്നതും ക്രിക്കറ്റ് മത്സരം ജയിക്കുന്നതും ശൂന്യാകാശവിക്ഷേപണങ്ങൾ സഫലമാകുന്നതുമൊക്കെ ഇഷ്ടദേവതകളുടെ അനുഗ്രഹം കൊണ്ടാണെന്നാണ്. കാര്യസാദ്ധ്യത്തിന് അദ്ധ്വാനത്തെക്കാൾ പ്രധാനം അദൃശ്യശക്തികളുടെ അനുഗ്രഹം തേടുകയാണെന്ന സന്ദേശം സമൂഹത്തിൽ തലങ്ങും വിലങ്ങും പ്രചരിച്ചുകൊണ്ടിരിക്കുന്നു. മിക്ക മെഗാസീരിയലുകളിലും സൽസ്വഭാവിയും സുന്ദരിയുമായ ഒരു യുവതിയുടെ ഭർത്താവിനെ സ്വന്തമാക്കാനായി സകല ദൈവങ്ങളെയും ആശ്രയിക്കുന്ന ദുസ്സ്വഭാവിയും സുന്ദരിയുമായ വേറൊരു യുവതിയും ഉണ്ടാകും. പണ്ടൊക്കെ ദൈവം നന്മയുടെ ഭാഗത്താണെന്ന് വിശ്വസിച്ചിരുന്നെങ്കിൽ, ഇന്ന് 'വേണ്ടവിധത്തിൽ' ബഹുമാനിക്കുകയും ആരാധിക്കുകയും ചെയ്താൽ ഏതു തിന്മയ്ക്കും കൂട്ടുകൂടുന്ന, വാടകഗുണ്ടയായി ദൈവത്തെ സങ്കല്പിക്കുന്നവർ പെരുകുന്നു. അത്യന്തം ഉത്കണ്ഠാജനകമാണ്, വിശ്വാസത്തിൽ വന്നിട്ടുള്ള ഈ ചുവടുമാറ്റം. നന്മയ്ക്കും തിന്മയ്ക്കും ഒരുപോലെ സഹായമേകുന്ന ദൈവം, അഴിമതിവീരനായ ഒരു മൂന്നാംകിട രാഷ്ട്രീയക്കാരനിൽ നിന്ന് എങ്ങനെ വ്യത്യസ്തനാകും? ഒരുപക്ഷേ, നമുക്ക് സുപരിചിതമായ കാഴ്ചപ്പാടിലൂടെയേ ഈശ്വരനെ കാണാൻ കഴിയൂ. ദൈവത്തിന്റെ ഛായയിൽ മനുഷ്യനെ സൃഷ്ടിച്ചുവെന്ന് പറയുന്നതിനേക്കാൾ ശരി, മനുഷ്യന്റെ ഛായയിൽ ദൈവത്തെ സൃഷ്ടിച്ചുവെന്ന് പറയുന്നതാണ്!

ആത്മീയതയുടെ പേരിൽ തട്ടിപ്പ് നടത്തുന്നവരുടെ സുവർണ്ണകാലഘട്ടത്തിലാണ് നാം ജീവിക്കുന്നത്. ശാസ്ത്രത്തിന് എത്തിനോക്കാൻ പോലും വയ്യാത്ത ഭൂമികയാണ് ആദ്ധ്യാത്മികതയുടേതെന്ന പതിവ് കാഴ്ചപ്പാട് പരമാബദ്ധമാണ്. ആധുനിക ന്യൂറോശാസ്ത്രം (Neuro Science), മനസ്സ്, ആത്മാവ് (Self), ആത്മീയത തുടങ്ങിയ അതിലോല സംവർഗ്ഗങ്ങളിന്മേൽ വെളിച്ചം വീശാൻ ആരംഭിച്ചിട്ടുണ്ട്. EEG, PET, FMRI തുടങ്ങിയ ആധുനിക സാങ്കേതികവിദ്യകളുടെ സഹായത്തോടെ തലച്ചോറിന്റെ രഹസ്യങ്ങളുടെ മറനീക്കാനുള്ള ഉദ്യമം മുന്നേറുന്നതിന്റെ ഫലമാണിത്. വി എസ് രാമചന്ദ്രൻ, അന്റോണിയോ ഗമാസിയോ തുടങ്ങിയ അന്താരാഷ്ട്രപ്രശസ്തരായ ന്യൂറോശാസ്ത്രജ്ഞരുടെ സംഭാവനകൾ പ്രസക്തവും അമൂല്യവുമാണ്. ശാസ്ത്രത്തെ സംബന്ധിച്ചിടത്തോളം ആത്മാവ് ഉത്തരമില്ലാത്ത ഒരു കടങ്കഥയാണെന്നത് മേലിൽ വിലപ്പോവില്ല. ഇതു സംബന്ധിയായ ദാർശനിക വീക്ഷണങ്ങളിൽ നിന്ന് ശാസ്ത്രം മുക്തമായെന്നർത്ഥമില്ല. ദർശനമെന്നത് ശാസ്ത്രപൂർവ്വ ജ്ഞാനമാണ്. ശാസ്ത്രീയമായ കണ്ടെത്തലുകളിലേക്ക് നയിച്ചേക്കാവുന്ന, അപൂർണ്ണവും അപക്വവും ആയ അറിവ്. പക്വത പ്രാപിച്ച ദർശനമായി ശാസ്ത്രത്തെ വീക്ഷിക്കാവുന്നതാണ്. ശാസ്ത്രസിദ്ധാന്തങ്ങളുടെ

സ്വാധീനം പല സമകാലീന ദാർശനിക വ്യായാമങ്ങളിലും ദൃശ്യമാണ്.

എല്ലാ സമസ്യകൾക്കും റെഡിമെയ്ഡ് ഉത്തരങ്ങൾ ഇന്നത്തെ ശാസ്ത്രത്തിന് നല്കാനാവില്ലായിരിക്കാം. പുതിയ പരീക്ഷണങ്ങളുടെ രൂപത്തിൽ വാതായനങ്ങൾ തുറക്കുന്നതോടെ, അജ്ഞതയുടെ ചക്രവാളങ്ങൾ ദീപ്തമാകാൻ തുടങ്ങുന്നു. എന്നാൽ, ഒരു ശാസ്ത്രസിദ്ധാവും അന്തിമ വാക്കല്ലതാനും. ഓരോ സിദ്ധാന്തത്തിനും അതിന്റേതായ സ്വാഭാവിക പരിമിതികളുണ്ട്. അതിനാൽ എപ്പോഴാണ് വ്യത്യസ്തമായ പ്രമാണ വ്യവസ്ഥകളോടെ ഒരു നൂതന സിദ്ധാന്തം ആവിർഭവിക്കുന്നതെന്ന് പറയാൻ വയ്യ. ന്യൂട്ടോണിയൻ ഭൗതികത്തെ 'വിഴുങ്ങി', ഐൻസ്റ്റൈന്റെ ആപേക്ഷികതാസിദ്ധാന്തം പ്രത്യക്ഷപ്പെട്ടത് ഒരു ദൃഷ്ടാന്തം. ചുരുക്കിപ്പറഞ്ഞാൽ, എല്ലാ ശാസ്ത്രസിദ്ധാന്തങ്ങളും നിരന്തരമായ അട്ടിമറിഭീഷണിയിലാണ്. ഓരോ സിദ്ധാന്തത്തിനും അനുകൂലമായ ഒരു പ്രയോഗമണ്ഡലമുണ്ടാവും. അതിനു വെളിയിൽ വേറൊരു സിദ്ധാന്തത്തിനാവും പ്രസക്തി. സ്റ്റീഫൻ ഹോക്കിങ്ങും ലിയനാർഡ് മ്ലോഡിനോവും മുന്നോട്ടുവെക്കുന്ന ദർശനമാണിത്. ഈ വീക്ഷണത്തിന് വിരുദ്ധമായി, ദർശനത്തിലും മതത്തിലും ഏകപക്ഷീയയതയും (Arbitrariness) കേവലതയും (Absolutism) അടിച്ചുപൊളിക്കുന്നു. ഇതര ദർശനങ്ങളിലോ മതങ്ങളിലോ സത്യത്തിന്റെ കണികയെങ്കിലും കണ്ടേക്കാമെന്ന് ഇവയുടെ വക്താക്കൾ സമ്മതിക്കില്ല. ഇതാണ് മൗലികവാദം. നേരെമറിച്ച്, ഒരു പ്രമാണവ്യവസ്ഥയും ആത്യന്തികമല്ലെന്ന, സ്ഥായിയായ സന്ദേഹമാണ് ശാസ്ത്രീയതയുടെ മുഖമുദ്ര.

പല രൂപത്തിലും ഭാവത്തിലും ശാസ്ത്രവിരുദ്ധത നമ്മുടെ സമൂഹത്തിൽ തേരോട്ടം നടത്തുന്നു. ഇന്ന് ഭൂമുഖത്തുള്ള മനുഷ്യരെല്ലാം ഒരേ സ്പീഷീസിൽപ്പെട്ടവരാണെന്ന ശാസ്ത്രീയ നിഗമനത്തെ വെല്ലുവിളിക്കുന്നതരത്തിൽ ജാതിയും വർഗ്ഗവും പ്രബല പരിഗണനകളായി തുടരുന്നു. സൗന്ദര്യത്തിന്റെ മാനദണ്ഡമായി വെളുത്തനിറത്തെ അവരോധിച്ചിരിക്കുകയാണ്. സിനിമയിലും ടി വി യിലും ഒക്കെ കറുത്തനിറക്കാർക്ക് കോമഡി റോളുകളാണ് സാധാരണ കൊടുക്കുക. ചില കറുത്തവരെ വെളുത്തവരാക്കി മേയ്ക്കപ്പ് ചെയ്ത് പ്രദർശിപ്പിക്കാറുണ്ടെന്നോർക്കുക. കറുപ്പ് ഉത്കൃഷ്ടമാണെന്ന് അംഗീകരിക്കാനുള്ള വൈമുഖ്യം ഇന്ത്യൻ മനസ്സിൽ രൂഢമൂലമാണ്. അടുത്ത കാലത്തായി, ഡൽഹി ഉൾപ്പെടെയുള്ള ചില നഗരങ്ങളിൽ, വടക്കുകിഴക്കൻ മേഖലയിൽ നിന്നുള്ളവരെയും കശ്മീരികളെയും ഒക്കെ, ഭിന്നമായ ശരീരപ്രകൃതിയുടെ പേരിൽ കളിയാക്കുകയും ആക്രമിക്കുകയും ചെയ്യുന്ന പ്രവണത ശക്തമാണ്. നിഡോ എന്ന അരുണാചൽ പ്രദേശുകാരനായ യുവാവ് വധിക്കപ്പെട്ടിട്ട് ഏതാനും ആഴ്ചകളല്ലേ ആയുള്ളൂ. രാജ്യത്തിന്റെ ഐക്യത്തിലും ദേശീയതയിലും മാത്രമല്ല മാനുഷികതയിലും വിശ്വാസമില്ലെന്നാണ് അക്രമികൾ തെളിയിക്കുന്നത്. വർദ്ധിച്ചുവരുന്ന ലൈംഗികാതിക്രമങ്ങൾ, സാമൂഹിക പരിണാമത്തിൽ നാം ഏറെ പിന്നിലാണെന്നതിന്റെ സൂചനയാണോ?

പരിസ്ഥിതി സംരക്ഷണത്തിന്റെ കാര്യത്തിലും ശാസ്ത്രീയ മനോഭാവത്തിന്റെ നിഴലാട്ടം പോലുമില്ല. ദൈനംദിന ജീവിതത്തിൽ പ്രയോജനപ്പെടുന്ന പല അറിവുകളും ശാസ്ത്രം നല്കുന്നുണ്ടെങ്കിലും, അർഹിക്കുന്ന പ്രാധാന്യം അവയ്ക്ക് ലഭിക്കുന്നില്ല.

നാട്ടുകാരെ നിലയ്ക്കുനിർത്താനായി, 1860 ൽ ബ്രിട്ടീഷുകാർ നടപ്പാക്കിയ ഇന്ത്യൻ പീനൽകോഡിനെ (ഐ പി സി), ഒരു ജനാധിപത്യ രാഷ്ട്രത്തിന് ചേരുന്ന മട്ടിൽ പരിഷ്കരിക്കാൻ കൂട്ടാക്കാതെ, കൂടുതൽ കർക്കശമായ വ്യവസ്ഥകൾ ഉൾപ്പെടുത്തി 67 വർഷമായി നിലനിർത്തിയിരിക്കയാണ്. ഒരു മോഡൽ ഭരണഘടനയെന്ന് തെറ്റായി ചിത്രീകരിക്കപ്പെട്ടിട്ടുള്ള ഇന്ത്യൻ ഭരണഘടനയിൽ പല ചതിക്കുഴികളും ഉണ്ട്. ഇതിലെ ചില നിയമങ്ങളെ ഐ പി സി യുമായി കൂട്ടിവായിക്കുമ്പോൾ ഒട്ടുമിക്ക ആളുകളും കുറ്റക്കാരായി മുദ്രയടിക്കപ്പെടാം. ഒരു ഉദാഹരണം പറയാം. ഭരണഘടനയുടെ 13-ാം വകുപ്പ് മൗലികാവകാശങ്ങളെക്കുറിച്ചുള്ളതാണ്. (1) ഉം (2)ഉം ഉപവകുപ്പുകളിൽ പ്രസ്താവിക്കുന്നതിനെ ഇങ്ങനെ സംഗ്രഹിക്കാം. ഭരണഘടന പ്രാബല്യത്തിൽ വരുന്നതിന് മുൻപ് അതിലെ വ്യവസ്ഥകൾക്ക് വിരുദ്ധമായി എന്തെങ്കിലും നിയമങ്ങളുണ്ടെങ്കിൽ അത് പ്രാബല്യത്തിൽ വരുന്നതുമുതൽ ആ നിയമങ്ങൾ അസാധുവായിരിക്കും. ഭരണഘടനാവ്യവസ്ഥകൾക്ക് വിരുദ്ധമായി രാഷ്ട്രം ഒരു നിയമനിർമ്മാണവും നടത്താൻ പാടില്ലാത്തതും, അങ്ങനെ നടത്തിയാൽ അത് അസാധുവായിരിക്കുകയും ചെയ്യും. മൗലികാവകാശങ്ങളെ, പൗരന്മാർക്ക് കല്പിച്ചു നല്കുന്ന സ്വാതന്ത്ര്യ (Freedom)ങ്ങളായി 19-ാം വകുപ്പ് അവതരിപ്പിക്കുന്നു: അഭിപ്രായപ്രകടനം നടത്തുക, സമാധാനപരമായി സംഘടിക്കുക, സംഘടനകളും യൂണിയനുകളും രൂപവത്ക്കരിക്കുക, രാജ്യത്തെവിടെയും യഥേഷ്ടം സഞ്ചരിക്കുക, എവിടെയും താമസിക്കുക, ഏത് തൊഴിലിലും ഏർപ്പെടുക ഇവയെല്ലാം 13-ാം വകുപ്പിനെ മുൻനിർത്തിയുള്ളതാണ്. എന്നാൽ ഈ സ്വാതന്ത്ര്യങ്ങളെ അല്ലെങ്കിൽ അവകാശങ്ങളെ നിർജീവവും നിഷ്ഫലവുമാക്കുന്ന തരത്തിലുള്ള ഉപവകുപ്പുകളാണ് പിന്നാലെ വരുന്നത്: നിലവിലുള്ള നിയമത്തിനോ, സ്റ്റേറ്റ് നിർമ്മിക്കാനിടയുള്ള ഏതൊരു നിയമത്തിനോ അല്ലെങ്കിൽ ഇന്ത്യയുടെ പരമാധികാരത്തിനും സുരക്ഷയ്ക്കുമോ എതിരെ, ഈ സ്വാതന്ത്ര്യങ്ങൾ അനുവദനീയമല്ല. കോടതിയലക്ഷ്യമോ, മാനനഷ്ടമോ ഇടയാക്കുന്നതോ, കുറ്റത്തിന് പ്രേരകമോ ആയ വിധത്തിൽ പ്രസ്തുത സ്വാതന്ത്ര്യങ്ങൾ ലഭ്യമല്ല. സാമാന്യബുദ്ധിയുള്ള ആർക്കും 13 ഉം 19 ഉം വകുപ്പുകൾ തമ്മിൽ പൊരുത്ത (Consistency)മില്ലെന്ന് തോന്നും. ഒരുപക്ഷേ, മനുഷ്യൻ നിർമ്മിക്കുന്ന നിയമങ്ങൾക്ക് ഗണിതശാസ്ത്രപരമായ പൊരുത്തം ആവശ്യമില്ലായിരിക്കാം. ഐ പി സി 153 എ, 295 എ എന്നീ ശിക്ഷാവകുപ്പുകൾ, പതിറ്റാണ്ടുകളായി, അഭിപ്രായ സ്വാതന്ത്ര്യത്തിന്റെ കടയ്ക്കൽ കത്തിവെക്കാൻ ഉപയോഗിക്കുന്നത്, ഭരണഘടനയിൽ കടന്നുകൂടിയിട്ടുള്ള ഇത്തരം 'കെണി'കൾ മൂലമാവാം.

1791-ലെ അമേരിക്കൻ ഭരണഘടനയുടെ ഒന്നാമത്തെ ഭേദഗതി (First Amendment) ജനങ്ങൾക്ക് അഭിപ്രായസ്വാതന്ത്ര്യം, മാധ്യമ സ്വാതന്ത്ര്യം, വിശ്വാസ സ്വാതന്ത്ര്യം എന്നിങ്ങനെ പല അവകാശങ്ങളും അനുവദിച്ചത്, ഇന്ത്യൻ ഭരണഘടനയിലെപ്പോലെ ചില നിബന്ധനകൾക്ക് വിധേയമായാണ്. എന്നാൽ പില്ക്കാലത്ത് അവിടത്തെ കോടതികൾ നല്കിയ വ്യാഖ്യാനങ്ങൾ ഇത്തരം വിലക്കുകളെ അവഗണിക്കുകയാണ് ചെയ്തത്. മൂരാച്ചി രാജ്യമെന്ന് ചിത്രീകരിക്കപ്പെടുന്ന അമേരിക്കയിൽ പ്രസിഡന്റ് ഉൾപ്പെടെ ആരെയും കളിയാക്കാം, വിമർശിക്കാം, അവർക്കെതിരെ എത്ര വലിയ വങ്കത്തവും വിളിച്ചുകൂവാം. പക്ഷേ, നിയമലംഘനം പാടില്ല. നിയമത്തിന് മുന്നിൽ എല്ലാവരും സമന്മാരാണ്. എത്ര വലിയ ആളായാലും, നിയമം ലംഘിച്ചാൽ ശിക്ഷ തീർച്ച. ഇന്ത്യയിലെ സ്ഥിതിയോ? കോടതിയലക്ഷ്യം, അപകീർത്തി, മതനിന്ദ തുടങ്ങിയവയുടെ പേരിൽ അദൃശ്യമായ വേലികൾ തീർത്തിരിക്കുകയാണ്. അധികാരമോ, സ്ഥാനവലിപ്പമോ ഉള്ള ആർക്കെങ്കിലും വിരുദ്ധമായി ശബ്ദിക്കുകയോ എഴുതുകയോ വരയ്ക്കുകയോ ചെയ്താൽ വിവരമറിയും! ജനാധിപത്യം പ്രസംഗത്തിൽ; ഫാസിസം പ്രയോഗത്തിൽ.

ദോഷം പറയരുതല്ലോ, വിശ്വാസത്തിന്റെ പേരിൽ എന്തും അവകാശപ്പെടാനും, തട്ടിപ്പ് നടത്താനുമുള്ള അലിഖിത സ്വാതന്ത്ര്യം നമുക്കുണ്ട്. ആർക്കും ആൾദൈവമാകാം, ശിഷ്യഗണങ്ങളെ നിലനിർത്താം, ആചാരാനുഷ്ഠാനങ്ങൾ നിർദ്ദേശിക്കാം. അത്ഭുത പ്രവർത്തനങ്ങൾ നടത്താം. ദിവ്യസന്ദേശങ്ങൾ പ്രചരിപ്പിക്കാം - ഒരു വിലക്കുമില്ല. ആൾദൈവങ്ങൾക്കെതിരെ ശബ്ദിച്ചാൽ, സ്റ്റേറ്റിന്റെ കൂർത്ത നഖങ്ങൾ നീണ്ടുവരും. അന്ധവിശ്വാസങ്ങൾക്കും ആൾദൈവങ്ങൾക്കും കുടപിടിക്കുന്ന ഭരണാധികാരികളും ന്യായാധിപന്മാരും ധാരാളം. ഇവരുടെ ഇടയിൽ ഒറ്റപ്പെട്ട അപവാദങ്ങൾ അപൂർവ്വമായെങ്കിലും ഉണ്ടെന്നതാണാശ്വാസം. യുക്തിവാദികൾ, സ്വതന്ത്രചിന്തകർ, അവിശ്വാസികൾ തുടങ്ങിയവർക്ക് ഇന്ത്യൻ സമൂഹത്തിലോ നിയമത്തിലോ ഇന്ന് ഒരു സ്ഥാനവും ഇല്ല. അന്ധവിശ്വാസികൾക്ക് വോട്ട് ചെയ്യാം; നിരീശ്വരർക്ക് വോട്ട് ചെയ്യരുത് — ഇമ്മാതിരിയുള്ള കല്പനകൾ മതമേലദ്ധ്യക്ഷന്മാർ പുറപ്പെടുവിക്കുന്നു. മതനിന്ദയുടെ പേരിൽ ആരെയും കൈയേറ്റം ചെയ്യാം, തുറങ്കിലടയ്ക്കാം. പുസ്തകങ്ങളുടെയും കലാസൃഷ്ടികളുടെയും ശവപ്പറമ്പായി മറുകയാണ് ഇന്ത്യ.

സാഹിത്യവിമർശനം പോലെ, ഭിന്നവ്യാഖ്യാനങ്ങൾ സാദ്ധ്യമാക്കുന്ന വിജ്ഞാനമേഖലയാണ് ചരിത്രവും. ഇതിനെതിരെയുള്ള പ്രവണതകൾ ഏറ്റവും കൂടുതൽ ശക്തിപ്രാപിച്ചു വരുന്നത് ഇന്ത്യയിലാണെന്നതാണ് ഖേദകരം. അപരന്റെ അഭിപ്രായം കേൾക്കാൻപോലും ക്ഷമയില്ലാത്ത അസഹിഷ്ണുതയുടെ ആചാര്യന്മാരാണ് നമ്മൾ. വിരുദ്ധവീക്ഷണങ്ങളുടെ വായടയ്ക്കുകയല്ല, വിമർശന ബുദ്ധിയോടെ നേരിടുകയാണ് വേണ്ടത്. ഒരാൾ 'മതനിന്ദ' നടത്തിയെന്നിരിക്കട്ടെ, അതുകൊണ്ട്, ദൈവാ

ദൈവമല്ലാതാകുന്നതെങ്ങനെ? കുറ്റക്കാരന്റെ കൈവെട്ടുകയോ മൂക്ക് ചെത്തുകയോ ചെയ്താൽ, 'നഷ്ടപ്പെട്ട' മാനം ദൈവത്തിന് തിരിച്ചു കിട്ടുമോ? സർവ്വശക്തന് ഇത്തരക്കാരെ സൃഷ്ടിക്കാതിരുന്നുകൂടെ. ഇവരുടെ കുസൃതികളൊന്നും ദൈവത്തെ ചലിപ്പിക്കില്ലെന്നാണ് അനുമാനിക്കേണ്ടത്.

സർക്കാരിനും ജനങ്ങൾക്കും ശാസ്ത്രീയമനോഭാവമില്ലെങ്കിലും, ശാസ്ത്രം വളരുമെന്ന് ആധുനിക ശാസ്ത്രത്തിന്റെ 400 വർഷത്തെ ചരിത്രം സാക്ഷ്യപ്പെടുത്തുന്നുണ്ടെങ്കിലും വളരുന്നുമില്ല, തളരുന്നുമില്ല എന്ന മട്ടാണ് ശാസ്ത്രത്തിന് ഇന്ത്യയിൽ. യുക്തിയിൽ വിശ്വാസമർപ്പിക്കുക എന്നതാണ് ശാസ്ത്രീയ മനോഭാവത്തിന്റെ മൗലികപ്രമാണം. നമ്മിൽ പലർക്കും വിശ്വാസത്തിന്റെ പേരിൽ യുക്തിയെ ബലികഴിക്കാൻ മടിയില്ല. ഇന്ത്യൻ പാരമ്പര്യത്തിന് വിരുദ്ധമാണീ പ്രവണത എന്നതാണ് ദുഃഖകരമായ സത്യം. ഇന്ത്യൻ ചിന്തയിൽ എല്ലാത്തരം ദർശനങ്ങൾക്കും സ്ഥാനമുണ്ടായിരുന്നു. ജ്ഞാനസമ്പാദനത്തിന് അന്തിമമായി ആശ്രയിക്കേണ്ടത് നിരീക്ഷണത്തെയാകണമെന്നും ധാരണ ഉണ്ടായിരുന്നു. *രാമായണ*ത്തിൽ ജാബാലി ശ്രീരാമനെ ഉപദേശിക്കുന്നത് ഇങ്ങനെ: "അങ്ങയുടെ അനുഭവത്തിൽ വരുന്നതിനെ പിന്തുടർന്നാലും; മനുഷ്യന്റെ അനുഭവത്തിനപ്പുറത്ത് എന്താണുള്ളതെന്നോർത്ത് അങ്ങ് വ്യാകുലപ്പെടേണ്ട[3]". പൂർവ്വസൂരികളുടെ ശാസ്ത്രീയ നിലപാടിനെയാണ് ഇത് സൂചിപ്പിക്കുന്നത്. എന്നാണീ മനോഭാവത്തിൽ നിന്ന് നാം വ്യതിചലിച്ചത്?

ചില ശാസ്ത്രസിദ്ധാന്തങ്ങൾ വിദ്യാലയങ്ങളിൽ പഠിപ്പിക്കുന്നതിനെ എതിർത്ത് ഏതെങ്കിലും തീവ്രവാദ സംഘടനയ്ക്ക് കോടതി കയറാനുള്ള സാദ്ധ്യത തള്ളിക്കൂടാ. അവരുടെ മതപരമായ വികാരങ്ങളെ ക്ഷതപ്പെടുത്തുന്നതാവാം, സൂര്യകേന്ദ്രിത ഗ്രഹവ്യൂഹ സിദ്ധാന്തം, മഹാസ്ഫോടന സിദ്ധാന്തം, പരിണാമസിദ്ധാന്തം തുടങ്ങിയവ. ശാസ്ത്രത്തിനും അഭിപ്രായ സ്വാതന്ത്ര്യത്തിനും അനുകൂലമായ തീരുമാനങ്ങൾ കോടതികൾ എടുക്കുന്നില്ലെങ്കിൽ നാം വെളിച്ചത്തിൽ നിന്നിരുട്ടിലേക്ക് കൂപ്പുകുത്തും.

(2014)

3. അമർത്യസെന്നിന്റെ *The Argumentative Indian* എന്ന പുസ്തകത്തിൽ (P 26) ഉദ്ധരിച്ചിട്ടുള്ള ഭാഗത്തിന്റെ സ്വതന്ത്ര പരിഭാഷ.

ശാസ്ത്രവീഥിയിൽ മനുഷ്യൻ

ജീവികൾ അനുഭവത്തിൽ നിന്ന് പഠിക്കുന്നതായി കാണാം. അനുഭവാധിഷ്ഠിതമായ എല്ലാത്തരം അറിവിനെയും ശാസ്ത്രമെന്നു വിശേഷിപ്പിക്കാമെങ്കിൽ മനുഷ്യനെപ്പോലെതന്നെ പക്ഷിമൃഗാദികളും ശാസ്ത്രോപാസകരാണെന്നു പറയാം. അതിജീവനത്തിനാവശ്യമായ അറിവ് സമ്പാദിക്കുന്നതിൽ അവയും ജാഗരൂകരാണ്. അല്പം ആഴത്തിൽ ചിന്തിച്ചാൽ, ജ്ഞാനസമ്പാദനം ജീവന്റെ നിലനില്പിനും അഭിവൃദ്ധിക്കും അനിവാര്യമാണെന്നു മനസ്സിലാക്കാം. ജീവജാലങ്ങളുടെ സഹജവാസനയാണോ ഇത്?

സാങ്കേതിക വിജ്ഞാനത്തിന് എക്കാലവും സമൂഹം ഏറ്റവും മുന്തിയ പരിഗണന നല്കിയിട്ടുണ്ട്. തീ കണ്ടുപിടിച്ചതും ആയുധങ്ങൾ നിർമ്മിച്ചതും പിന്നീട് കൃഷി ആരംഭിച്ചതുമൊക്കെ സാങ്കേതികവിദ്യയിലുള്ള അഭിനിവേശത്തെ കുറിക്കുന്നു. പ്രപഞ്ചത്തിന്റെ ചലനാത്മകതയും ക്രമവും സൗന്ദര്യവും പ്രാചീന മനുഷ്യനെ ത്രസിപ്പിച്ചു. ആകാശത്ത് സ്ഥിരമായി നില്ക്കുന്ന നക്ഷത്രങ്ങൾ, ചിട്ടയോടെ ചലിക്കുന്ന ഗ്രഹങ്ങൾ തുടങ്ങിയവ മഹാത്ഭുതങ്ങളായിരുന്നു. ഇതുപോലുള്ള പ്രതിഭാസങ്ങളും മനുഷ്യൻ ആവിഷ്കരിച്ച തന്ത്രങ്ങളും ചില തത്ത്വങ്ങളുടെ ഭരണത്തിനു കീഴിലാണെന്ന കണ്ടെത്തൽ ശാസ്ത്രപ്പിറവിയുടെ പ്രഖ്യാപനമായിരുന്നു.

ആറായിരത്തിൽപ്പരം വർഷം മുമ്പ് കാൽഡിയൻ പുരോഹിതന്മാർ വാനനിരീക്ഷണം നടത്തി തയ്യാറാക്കിയ നക്ഷത്രമാപ്പുകളും സമയപ്പട്ടികകളും മറ്റും കളിമൺ ഫലകങ്ങളിൽ ലഭ്യമാണ്. വർഷത്തിന്റെ ദൈർഘ്യം കണക്കാക്കുന്നതിൽ അവർ അസൂയാർഹമായ കൃത്യത കൈവരിച്ചു. ഇപ്പോൾ സ്വീകരിച്ചിട്ടുള്ള മൂല്യവുമായി 0.001 ശതമാന

ത്തിന്റെ അന്തരമേ അവരുടെ കണ്ടെത്തലിനുള്ളൂ എന്നത് അവിശ്വസനീയമായി തോന്നുന്നില്ലേ?

വാനനിരീക്ഷണത്തിൽ തുടങ്ങിയ ശാസ്ത്രപ്രേമം വിവിധ പ്രപഞ്ചമോഡലുകളുടെ ആവിഷ്കരണത്തിലേക്കും പദാർത്ഥഘടനെപ്പറ്റിയുള്ള ചിന്തകളിലേക്കും പൗരാണികരെ നയിച്ചു. അവർ രൂപകല്പന ചെയ്ത പ്രപഞ്ചമാതൃകകളിൽ ചിലത് പില്ക്കാലത്ത് രചിച്ച മതഗ്രന്ഥങ്ങളിൽ സ്ഥാനം പിടിച്ചു. ആകാശത്ത് നിരീക്ഷിച്ച അടുക്കും ചിട്ടയും പ്രായോഗിക ജീവിതത്തിലേക്ക് മനുഷ്യൻ മൊഴിമാറ്റം ചെയ്യുന്ന കാഴ്ച.

ഋതുക്കളുടെ വരവും പോക്കും ചന്ദ്രന്റെ വൃദ്ധിക്ഷയങ്ങളും സൂര്യചന്ദ്രന്മാരുടെ ഗ്രഹണങ്ങളും ഒക്കെ കാർഷിക പ്രവർത്തനങ്ങൾക്ക് മാർഗ്ഗദർശകമായി. കപ്പൽയാത്രയ്ക്ക് വാനനിരീക്ഷണം അത്യന്താപേക്ഷിതമായിരുന്നു. കാന്തസൂചിയുടെ ഉപയോഗം പ്രചരിക്കും മുമ്പേ പ്രായോഗിക ജ്യോതിശ്ശാസ്ത്രം ആവിർഭവിച്ചു. അശാസ്ത്രീയമായ ജ്യോതിഷവുമായി ഇത് കൈകോർത്തുവെന്നത് ദുഃഖകരമായ ചരിത്രസത്യമാണ്.

ശാസ്ത്രത്തിന്റെ കാതലായി ആധുനികർ കരുതുന്ന നിരീക്ഷണരീതി പണ്ടുമുതലേ പ്രയോഗത്തിലുണ്ടായിരുന്നെങ്കിലും, ഒരു ഘട്ടത്തിൽ ആലോചനയ്ക്ക് മേൽക്കൈ കിട്ടി. പുരുഷന് 32 പല്ലും സ്ത്രീക്ക് 30 പല്ലുമാണുള്ളതെന്ന് അരിസ്റ്റോട്ടിൽ പറഞ്ഞത് ആളുകൾ അപ്പാടെ വിശ്വസിച്ചു. അപ്രസക്തമെന്ന് നമുക്കു തോന്നുന്ന പല വ്യാജപ്രശ്നങ്ങളെപ്പറ്റിയും മദ്ധ്യകാല യൂറോപ്പിൽ സൈദ്ധാന്തിക ഗവേഷണം നടന്നു. ഒരു മൊട്ടുസൂചിയുടെ തലപ്പിൽ എത്ര ദൈവദൂതന്മാർക്ക് നൃത്തം ചെയ്യാം, ചൂലിലേറിയ ഒരു മന്ത്രവാദിനിക്ക് നിർത്താതെ എത്ര ദൂരം സഞ്ചരിക്കാം തുടങ്ങിയവ ഉദാഹരണങ്ങൾ. ഗലീലിയോയും ന്യൂട്ടനുമൊക്കെ ആധുനിക ശാസ്ത്രത്തിന്റെ അസ്തിവാരം പണിയുമ്പോഴും ഭൂതപ്രേത പിശാചുക്കളിൽ വിശ്വസിച്ചിരുന്നതായി ചരിത്രം രേഖപ്പെടുത്തുന്നു. ശാസ്ത്രോപാസനയും വിശ്വാസവും തമ്മിൽ നേർബന്ധമില്ലെന്നതിനു തെളിവാണിത്.

വിശ്വാസത്തിനു തെളിവ് ആവശ്യമില്ല. കണ്ണുമടച്ചു വിശ്വസിക്കുക എന്ന പ്രയോഗത്തിൽ ആശയത്തിന്റെ ഇരട്ടിപ്പുണ്ട്. അല്പവിശ്വാസം എന്ന മറ്റൊരു പ്രയോഗവും ഭാഷയിലുണ്ട്. ഇതിനും നീതീകരണമില്ല. വിശ്വസിക്കുക അല്ലെങ്കിൽ വിശ്വസിക്കാതിരിക്കുക — ഇങ്ങനെ രണ്ടു മാർഗ്ഗങ്ങളേയുള്ളൂ. വിശ്വാസം മനോരാജ്യമാണ്; ശാസ്ത്രം വിശ്വാസമല്ല. ശാസ്ത്രത്തിൽ അവസാനവാക്കുകളില്ല. എല്ലാം താല്ക്കാലികം മാത്രം. പരീക്ഷണങ്ങളിലും നിരീക്ഷണങ്ങളിലും നിന്നാണ് ശാസ്ത്രം ഉരുവം കൊള്ളുന്നത്. അതിനാൽ, സദാ കണ്ണുകൾ തുറന്നുവയ്ക്കുക, ശാസ്ത്രനിരീക്ഷണങ്ങൾക്കായി.

ശാസ്ത്രസിദ്ധാന്തങ്ങൾ ചോദ്യം ചെയ്യപ്പെടുന്നു

ഏതൊരു ശാസ്ത്രസിദ്ധാന്തവും എപ്പോൾ വേണമെങ്കിലും നിരസിക്കപ്പെടാം. മുന്നൂറോളം വർഷം ചോദ്യം ചെയ്യപ്പെടാതിരുന്ന ന്യൂട്ടന്റെ ഗുരുത്വാകർഷണ സിദ്ധാന്തത്തെ, ഐൻസ്റ്റൈന്റെ പൊതു ആപേക്ഷികതാ സിദ്ധാന്തം കടപുഴക്കിയില്ലേ? ഒരു സിദ്ധാന്തം ശാസ്ത്രീയമാണെന്നു കരുതണമെങ്കിൽ അത് തെറ്റാണെന്നു തെളിയിക്കാനുള്ള പഴുത് അതിൽത്തന്നെ ഉണ്ടായിരിക്കണമെന്ന് കാൾ പോപ്പർ എന്ന ശാസ്ത്ര ദാർശനികൻ. ഈ സവിശേഷതയ്ക്ക് 'അബദ്ധീകരണത' (ഫാൾസിഫിയബിലിറ്റി) എന്നു പറയുന്നു. നമുക്കിത് 'പ്രവചനീയത' (പ്രെഡിക്ടബിലിറ്റി) എന്നു പറയാം. പ്രവചനങ്ങൾ നടത്തുന്ന സിദ്ധാന്തങ്ങളെ ശാസ്ത്രജ്ഞർ ഗൗരവമായി എടുക്കൂ.

നിലവിൽ അറിയപ്പെടുന്ന പ്രതിഭാസങ്ങളെ വിശദീകരിക്കുന്നതുകൊണ്ടു മാത്രം ഒരു സിദ്ധാന്തവും ശാസ്ത്രീയമാവുന്നില്ല. പുത്തൻ പ്രഭാവങ്ങൾ പ്രവചിക്കാൻ കഴിയണം, ഐൻസ്റ്റൈൻ സിദ്ധാന്തത്തിന്റെ ഒരു പ്രവചനമായിരുന്നു പ്രകാശരശ്മികളുടെ വളയൽ. അകലെയുള്ള ഒരു നക്ഷത്രത്തിൽ നിന്നുള്ള പ്രകാശം സൂര്യന്റെ ഗുരുത്വാകർഷണ മണ്ഡലത്തിലൂടെ കടന്നുപോവുമ്പോൾ അത് അല്പം വ്യതിചലിക്കുമെന്ന് അദ്ദേഹം പ്രവചിച്ചത്, നാലു കൊല്ലത്തിനുശേഷം 1919 ലെ പൂർണ്ണ സൂര്യഗ്രഹണ സമയത്ത് ശരിയാണെന്നു ലോകം കണ്ടു. അദ്ദേഹത്തിന്റെ സിദ്ധാന്തത്തിനു ലഭിച്ച ആദ്യത്തെ അംഗീകാരമായിരുന്നു ഈ നേട്ടം. ന്യൂട്ടന്റെ ഗുരുത്വാകർഷണ സിദ്ധാന്തത്തിന് ഈ പ്രഭാവത്തെ കൃത്യതയോടെ വിശദീകരിക്കാൻ സാധിച്ചില്ല.

എന്റെ തൊഴിൽജീവിതത്തിൽ ഒട്ടേറെ വ്യാജശാസ്ത്രജ്ഞന്മാരെ കണ്ടുമുട്ടിയിട്ടുണ്ട്. വറ്റാത്ത ഊർജ്ജസ്രോതസ്സുകളാവും ചിലരുടെ വിഷയം. മറ്റു ചിലരാകട്ടെ, മൗലികകണങ്ങളുടെ സവിശേഷതകൾ നിർണ്ണയിക്കുന്നതിനുള്ള ഗണിതസൂത്രങ്ങളുമായി നിങ്ങളെ നിസ്തേജരാക്കും! എന്നാൽ, ഇവയൊക്കെ ചില അബദ്ധധാരണകളെ ഉപജീവിച്ചുള്ളതാണെന്ന സത്യം അവരെ ബോദ്ധ്യപ്പെടുത്താൻ വിഷമമാണ്. ഇവയ്ക്ക് പ്രവചനീയത കാണില്ല.

ശാസ്ത്രകൗതുകം സ്വാഗതാർഹമാണെങ്കിലും, എന്താണ് ശാസ്ത്രമെന്ന് ഗ്രഹിച്ചിട്ടു വേണം ശാസ്ത്രസേവയ്ക്ക് ഇറങ്ങിപ്പുറപ്പെടാൻ. ഒരു സിദ്ധാന്തത്തിന്റെ ഒരു പ്രവചനം തെറ്റിയാൽ തീർന്നു അതിന്റെ കഥ! സിദ്ധാന്തം ഉടച്ചുവാർത്തേ മതിയാവൂ എന്നു വരും. പരീക്ഷണങ്ങൾ ഒരു സിദ്ധാന്തത്തെ ഏകദേശമായേ തെളിയിക്കുന്നുള്ളൂ എന്നതാണ് സത്യം. ഇന്നോളം നടത്തിയ പരീക്ഷണങ്ങളും പ്രവചനങ്ങളും ഒരു സിദ്ധാന്തത്തിന് അനുകൂലമാണെങ്കിലും ഭാവിയിൽ അത് നിരാകരിക്കപ്പെടില്ലെന്ന് ഉറപ്പില്ല.

രണ്ടു വ്യത്യസ്ത ശാസ്ത്രസിദ്ധാന്തങ്ങളെടുക്കുക. ഉദാഹരണം ന്യൂട്ടോണിയൻ ബലതന്ത്രവും ഐൻസ്റ്റൈന്റെ ആപേക്ഷികതാ

സിദ്ധാന്തവും. രണ്ടിന്റെയും അടിസ്ഥാന സങ്കല്പങ്ങൾ ഭിന്നമാണെങ്കിലും അവയുടെ പല അനുമാനങ്ങളെയും തമ്മിൽ താരതമ്യവിശകലനം ചെയ്യാവുന്നതാണ്. പ്രകാശവേഗത്തെ അപേക്ഷിച്ച് വളരെ കുറഞ്ഞ വേഗത്തിൽ ചലിക്കുന്ന വസ്തുക്കൾക്ക് ന്യൂട്ടോണിയൻ ബലതന്ത്രം ധാരാളം മതി. ആപേക്ഷികതാ സിദ്ധാന്തത്തിന്റെ കുറഞ്ഞ വേഗസീമയാണ് ന്യൂട്ടോണിയൻ ബലതന്ത്രം. വലിയ വേഗങ്ങൾക്ക് ആപേക്ഷികതാ സിദ്ധാന്തം തന്നെ വേണം.

അതിനാൽ, ന്യൂട്ടന്റെയും ഐൻസ്റ്റൈന്റെയും സിദ്ധാന്തങ്ങൾക്കിടയിൽ ഒരു പൊതുപ്രദേശമുണ്ടെങ്കിലും, ഐൻസ്റ്റൈന്റെ സിദ്ധാന്തമാണ് കൂടുതൽ കൃത്യതയുള്ളതായി പരിഗണിക്കപ്പെടുന്നത്. ഉദാഹരണമായി, ഒരു വസ്തുവിന്റെ ദ്രവ്യമാനം (മാസ്) അതിന്റെ വേഗമനുസരിച്ച് വർദ്ധിക്കുന്നുവെന്ന് ഐൻസ്റ്റൈൻ. അല്ല, ദ്രവ്യമാനം സ്ഥിരമാണെന്ന് ന്യൂട്ടൺ. കുറഞ്ഞ വേഗങ്ങളിൽ ദ്രവ്യമാനത്തിന്റെ വർദ്ധനവ് നിർണ്ണയിക്കാൻ വയ്യാത്തതിനാൽ അത് സ്ഥിരമാണെന്നു തോന്നും. ഐൻസ്റ്റൈന്റെ സിദ്ധാന്തമാണ് ശരി. എന്നാൽ, ഇതിനെ മറികടക്കുന്ന ഒരു സിദ്ധാന്തം ഭാവിയിൽ ആവിഷ്കരിക്കപ്പെടില്ലെന്നു കരുതരുത്. ശാസ്ത്രത്തിനു തെറ്റാവരമില്ല. ഏതു ദിശയിൽ നിന്നും വന്നേക്കാവുന്ന പുതുവെളിച്ചത്തെ പ്രതീക്ഷിച്ച് ശാസ്ത്രകാരൻ ഇരിക്കുന്നു.

ഓരോ ശാസ്ത്രസിദ്ധാന്തത്തിനും ഓരോ പ്രയോഗമേഖലയുണ്ട്. അതിനു പുറത്ത് സിദ്ധാന്തം പ്രസക്തമല്ല. ആപേക്ഷികതയും ക്വാണ്ടം ബലതന്ത്രവും ഭൗതികശാസ്ത്രത്തിലും, പരിണാമം ജനിതകത്തിലും ജീവശാസ്ത്രത്തിലും ആഴത്തിൽ സ്വാധീനം ചെലുത്തുകയും അംഗീകാരം നേടുകയും ചെയ്തുകഴിഞ്ഞു. എന്നാൽ, ഇവയുടെ പരിമിതികളെപ്പറ്റി വ്യക്തമായി ഉൾക്കാഴ്ചകളൊന്നും ഉരുത്തിരിഞ്ഞിട്ടില്ല. ശാസ്ത്രത്തിന്റെ പ്രായോഗിക സാദ്ധ്യതകളെ ചൂഷണം ചെയ്യുമ്പോൾ, അതിന്റെ ദാർശനിക വശങ്ങളും പരിശോധിക്കപ്പെടുന്നു. ശാസ്ത്രപ്രേമികളെ സംബന്ധിച്ചിടത്തോളം, ഈ നിത്യനൂതനത്വമാണ് അവരുടെ ആവേശത്തിന്റെ അടിത്തറ. അർജ്ജുനന്റെ ആവനാഴിയിൽ നിന്നുതിർക്കുന്ന അസ്ത്രങ്ങളെപ്പോലെ നവംനവങ്ങളായ സംഗതികളെ ശാസ്ത്രം പ്രദർശിപ്പിച്ചുകൊണ്ടിരിക്കുന്നു. യന്ത്രസംവിധാനങ്ങളോ വസ്തുപ്രപഞ്ചത്തിലെ അപൂർവ്വ ദ്രവ്യരൂപങ്ങളോ നവീന ആശയങ്ങളോ ഒക്കെയാവാം ഇവ.

ശാസ്ത്രത്തിലെ പൈങ്കിളിത്തം

ശാസ്ത്രാഭിമുഖ്യത്തെ ആദർശപ്രണയത്തോട് ഉപമിക്കാം. പൈങ്കിളിവത്കൃതമായ ഒരു വികാരമാണിതെന്ന് അറിയായ്കയല്ല. ആരംഭിക്കുന്ന നിമിഷം മുതൽ ജീവിതാന്ത്യം വരെ നീണ്ടുനില്ക്കുന്ന വികാരമാണ് ആദർശപ്രണയം. ഏതാണ്ട് ഇതുപോലെയാണ് ശാസ്ത്രപ്രേമമെങ്കിലും ഒരു വ്യത്യാസമുണ്ട്. ഏതുതരം പ്രണയത്തിനും കാലപ്പഴക്കത്തിൽ

തീക്ഷ്ണത നഷ്ടപ്പെടുന്നു. ഒരു പക്ഷേ, മാർക്വേസിന്റെ *കോളറാ കാലത്തെ പ്രണയം* എന്ന നോവലിൽ ചിത്രീകരിക്കുന്ന, സപ്തതിയും നവതിയുമൊക്കെ പിന്നിട്ടിട്ടും ഒളിമങ്ങാത്ത പ്രേമം ഇതിനപവാദമാണ്. ഇതുപോലുള്ള ഒരു ആജീവനാന്ത ഭ്രാന്താണ് ശാസ്ത്രപ്രേമം. പ്രണയികളായ പൈങ്കിളികളെപ്പോലെ, അനിശ്ചിതകാലം കാത്തിരിക്കാൻ ക്ഷമയുള്ളവർക്കേ ശാസ്ത്രത്തിൽ നേട്ടം ലഭിക്കൂ. പ്രതിഫലേച്ഛ കൂടാതെയുള്ള കർമ്മമാണ് ശാസ്ത്രസേവനം.

ആഗോളവല്കരണകാലത്ത് സ്ഥിരത, ക്ഷമ, പ്രത്യാശ തുടങ്ങിയ മൂല്യങ്ങളുടെ വിലയിടിഞ്ഞിട്ടില്ലേ? ഹ്രസ്വകാലനേട്ടങ്ങൾക്കു പിന്നാലെ പായുന്ന സമകാലിക ശാസ്ത്രത്തിന് ഒരു ന്യൂട്ടനെയോ ഐൻസ്റ്റൈനെയോ ഉല്പാദിപ്പിക്കാൻ കഴിയുമോ? ബാല്യത്തിൽ തന്നെ തിരിച്ചറിയപ്പെടുന്ന സ്വഭാവസവിശേഷതയാണ് ശാസ്ത്രകൗതുകം. നേരത്തെ പ്രകടമാവാത്ത ശാസ്ത്രാഭിരുചി പിന്നിടൊരിക്കലും പ്രകാശിക്കപ്പെടില്ല.

പൊതുജനത്തിനു ശാസ്ത്രത്തിൽ കമ്പം വർദ്ധിക്കുന്നുണ്ട്. സ്കൂൾ കുട്ടികളിലാണ് ഈ കൗതുകം അതിന്റെ മൂർദ്ധന്യതയിൽ നില്ക്കുന്നത്. ജിജ്ഞാസയുടെയും ആവിഷ്കരണത്വരയുടെയും നിറവിലായ ഇക്കൂട്ടർക്ക് പിന്നെപ്പിന്നെ ഈ ഭ്രമം കുറഞ്ഞുപോകുന്നു. പ്രൊഫഷനൽ കോഴ്സുകളിൽ പ്രവേശനം നേടാനുള്ള തത്രപ്പാടിൽ മിക്കവർക്കും ശാസ്ത്രത്തിലുള്ള താല്പര്യം കൈമോശം വരുന്നു. കേരളത്തിലെ കാര്യം പറഞ്ഞാൽ, എട്ടാം ക്ലാസിൽ ആരംഭിക്കുന്നു ഈ ജ്വരം. ക്ലാസിൽ പഠിക്കുന്ന വസ്തുതകളെ പാടെ അവഗണിച്ചും ഒരുവന് അല്ലെങ്കിൽ ഒരുവൾക്ക് പ്രൊഫഷനൽ പഠനത്തിനു പ്രവേശനം നേടത്തക്കവിധത്തിലാണ് പരിശീലനം കൊടുക്കുന്നത്. ഒബ്ജക്ടീവ് മാതൃകയിലുള്ള ചോദ്യങ്ങൾക്ക് അതിവേഗത്തിൽ ഉത്തരം കണ്ടുപിടിച്ചെഴുതുക എന്നൊരു ലക്ഷ്യമേ ഇത്തരം വിദ്യാർത്ഥികൾക്കു പാടുള്ളൂ!

മൗലികചിന്ത വികസിക്കണമെങ്കിൽ 'എന്ത്, എന്തുകൊണ്ട്, എങ്ങനെ' എന്ന രീതിയിലുള്ള ചോദ്യങ്ങൾ ചോദിച്ചുകൊണ്ടിരിക്കണം. അദ്ധ്യാപകനോടോ അദ്ധ്യാപികയോടോ മാത്രമല്ല, തന്നോടുതന്നെയും ഇമ്മാതിരി ചോദ്യങ്ങൾ ചോദിക്കുന്ന പ്രകൃതക്കാർക്കേ ശാസ്ത്രത്തിന്റെ പാതയിൽ പിടിച്ചുനില്ക്കാൻ സാധിക്കൂ. ചോദ്യങ്ങളില്ലെങ്കിൽ ഉത്തരങ്ങളും ഉണ്ടാവില്ലല്ലോ. 'പ്രൊഫഷനൽ ബസി'ൽ കയറിക്കൂടുന്നവരിൽ ഭൂരിപക്ഷത്തിനും അടിസ്ഥാന ശാസ്ത്രത്തിലുള്ള ശൈശവകാല കമ്പം അസ്തമിച്ചിരിക്കും.

കലയും സാഹിത്യവുമൊക്കെ പിന്തുടരുന്ന ഒരു വിഭാഗവും ശാസ്ത്രഭക്തന്മാരുടെ വേറൊരു വിഭാഗവുമാണ് സമൂഹത്തിലുള്ളതെന്ന് സി പി സ്നോ 1959 ൽ പറഞ്ഞു. ജോൺ ബ്രോക്മാനെന്ന അമേരിക്കൻ എഴുത്തുകാരൻ മൂന്നാമതൊരു വിഭാഗത്തെക്കൂടി ഈയിടെ നിർവ്വചിക്കുകയുണ്ടായി. എല്ലാ കാര്യങ്ങളിലും പരീക്ഷണപരതയെന്ന ശാസ്ത്രീയ മൂല്യത്തെ പിന്തുടരുന്നവരാണിവർ. തന്മാത്രീയ ജീവശാസ്ത്രം, ജനിതക

എഞ്ചിനീയറിങ്, നാനോ ടെക്നോളജി, റോബോട്ടിക്സ്, കയോസ് സിദ്ധാന്തം, കണികാ പരീക്ഷണം തുടങ്ങിയ നൂറുകൂട്ടം ശീർഷകങ്ങൾ മാദ്ധ്യമങ്ങളിലൂടെ ദിവസേന നമ്മുടെ മേൽ ബോംബുവർഷം നടത്തിക്കൊണ്ടിരിക്കുന്നു. സമകാലിക പ്രസക്തിയുള്ള ഇത്തരം വിഷയങ്ങളെപ്പറ്റി പ്രാഥമിക അറിവെങ്കിലും സമ്പാദിക്കുന്നതിൽ ഉത്സുകരാണ് മൂന്നാം ചേരിക്കാർ. ശാസ്ത്രബോധമുള്ള ഇവരുടെ കൂട്ടത്തിൽ ശാസ്ത്രേതര വിഷയങ്ങൾ സ്പെഷ്യലൈസ് ചെയ്തവരും കാണും. ശാസ്ത്രത്തിലും ടെക്നോളജിയിലുമുള്ള ആശ്രയത്വം അനുദിനം വർദ്ധിച്ചുവരുന്ന ഈ വേളയിൽ, കാലത്തിനൊത്ത് ഉയരാൻ ഇവർ വെമ്പുന്നു. സമൂഹത്തിന്റെ നേതൃനിരയിൽ സ്ഥാനമുള്ള ഇവർ, ഒത്തിരി ഇരുട്ടിൽ ഇത്തിരി വെട്ടം തൂകാൻ കെല്പുള്ളവരാണ്.

മാറ്റങ്ങൾക്ക് ശാസ്ത്രം

ശാസ്ത്രഗതി മനസ്സിലാക്കി, സർക്കാരിലും സമൂഹത്തിലും മാറ്റങ്ങൾക്കു തിരികൊളുത്താൻ ഇവർക്ക് കഴിയണം. ഉദാഹരണമായി ഭരണകാര്യങ്ങളിൽ ഐ ടി ഉപയോഗം വർദ്ധിപ്പിക്കുന്നതിനെപ്പറ്റി ഇവർ ആലോചിക്കുന്നുണ്ടോ? കേരളത്തിലെ കാര്യമെടുത്താൽ ഇല്ലെന്നു പറയാനേ തോന്നൂ. കമ്പ്യൂട്ടർവല്കരണത്തിനെതിരാണ് ഇവിടത്തെ സർവ്വീസ് സംഘടനകളെന്ന ന്യായം പറഞ്ഞ് ബ്യൂറോക്രാറ്റുകൾ ഭരണത്തിന്റെ ആധുനികവല്ക്കരണത്തിനായി ഒന്നും ചെയ്യുന്നില്ല. തീരുമാനങ്ങളെടുക്കുന്നതിലുള്ള കാലതാമസമാണ് നമ്മുടെ സർക്കാരിന്റെ ശാപം. ഒരു ഫയലിന്മേൽ തീർപ്പുകല്പിക്കണമെങ്കിൽ അതുമായി ബന്ധപ്പെട്ട പല വിവരങ്ങളും ഭരണാധികാരികൾക്ക് ലഭ്യമാവണം. ഇതൊക്കെ ഒരു ബട്ടൺ അമർത്തിയാലുടനെ കമ്പ്യൂട്ടർ സ്ക്രീനിൽ തെളിഞ്ഞുവരുന്ന നവീന സമ്പ്രദായം നമുക്ക് വേണ്ടെന്നു പറയുന്നവർ മുരാച്ചികളും ഭീരുക്കളുമാണ്.

മനുഷ്യൻ വിചാരിച്ചാൽ ശാസ്ത്രത്തെ നന്മയ്ക്കായി മാത്രം ഉപയോഗിക്കാൻ സാധിക്കും. ലോകയുദ്ധങ്ങൾ, അണ്വായുധങ്ങൾ, ഓസോൺപാളി, കാലാവസ്ഥാ വ്യതിയാനം തുടങ്ങിയ വൻ പ്രശ്നങ്ങൾക്ക് വഴിമരുന്നിട്ടത് ശാസ്ത്രമാണെന്നു കുറ്റപ്പെടുത്തുമ്പോഴും സമൂഹത്തിന്റെ ഗുണത്തിനുവേണ്ടി ശാസ്ത്രത്തെ മെരുക്കാൻ കഴിയുമെന്നോർക്കുക. നിസ്സാരമെന്നു കരുതുന്ന സംഗതികളിൽ പോലും ശാസ്ത്രീയ മനോഭാവം സ്വീകരിക്കാൻ തയ്യാറാണെങ്കിൽ, ആരോഗ്യം മെച്ചപ്പെടുത്താൻ ആവശ്യമായ നടപടികൾ എടുത്തുകൂടേ? ഇതു സംബന്ധിച്ച് രണ്ടുമൂന്നു കാര്യങ്ങൾ പറയാം.

പുകവലി, മദ്യപാനം, പരിസര മലിനീകരണം തുടങ്ങിയവ സൃഷ്ടിക്കുന്ന ആരോഗ്യപ്രശ്നങ്ങളെപ്പറ്റി ധാരാളം ശാസ്ത്രീയജ്ഞാനം ലഭ്യമാണ്. പ്രൈമറി സ്കൂളിൽ പോകുന്ന കുട്ടികൾക്കുപോലും അറിയാം

ഇതേപ്പറ്റിയൊക്കെ. തൊഴിലാളികൾ കൂലി കൂട്ടാൻ വേണ്ടി സമരം ചെയ്തു വാങ്ങുന്ന അധികശമ്പളത്തിന്റെ ചെലവ് ഏതു വഴിക്കാണ്? അവരിൽ മദ്യപന്മാർ കുടിക്കുന്ന മദ്യത്തിന്റെ അളവ് വർദ്ധിപ്പിക്കുകയോ ബ്രാൻഡ് മെച്ചപ്പെടുത്തുകയോ ചെയ്യുന്നു. മുമ്പ് ചാരായം കുടിച്ചിരുന്നവർ ഇപ്പോൾ വിദേശമദ്യം കഴിക്കുന്നു. കൂടുതൽ വരുമാനമുള്ളതുകൊണ്ടല്ലേ ഇത് സാധിക്കുന്നത്?

ചാരായത്തെ അപേക്ഷിച്ച് വിദേശമദ്യത്തിനു ദോഷം കുറവാണെന്ന് ആരോ പറഞ്ഞുപിടിപ്പിച്ചത് പാവം തൊഴിലാളികളുടെ ഉപബോധ മനസ്സിൽ ബാധയായി കയറിപ്പറ്റിയിട്ടുണ്ട്! പുകവലിയുടെ കാര്യത്തിലും അബദ്ധധാരണകൾ നിലവിലുണ്ട്. പുകവലി നിർത്തി പാൻപരാഗ് പോലുള്ള സാധനങ്ങളിലേക്കു തിരിഞ്ഞാൽ അപകടമില്ലെന്നു വിശ്വസിക്കുന്നവർ എത്രയോ പേർ! പൊതുസ്ഥലങ്ങളിൽ മാലിന്യം വലിച്ചെറിയുന്നവർ സ്വന്തം കുഴിതോണ്ടുകയാണെന്നു മനസ്സിലാക്കാത്തതെന്തേ? ചിക്കൻഗുനിയയും ഡെങ്കിപ്പനിയും പന്നിപ്പനിയുമൊക്കെ പരക്കുന്നത് തടയാനുള്ള മാർഗ്ഗങ്ങളുണ്ടെന്നറിഞ്ഞാലും, അതൊക്കെ ഗൗരവമായി എടുക്കുമോ ആളുകൾ?

(2009)

സ്റ്റീഫൻ ഹോക്കിങ് ഉണ്മയെ വരയ്ക്കുന്നു

സ്റ്റീഫൻ ഹോക്കിങ്ങും ലിയനാർഡ് മ്ലോഡിനൗവും ചേർന്ന് രചിച്ച പുതിയ പുസ്തകം. *മഹാരൂപരേഖ* (*The Grand Design*) ആഗോള ബെസ്റ്റ് സെല്ലറായി മാറിയിരിക്കയാണ്. ഇതിലെ കാതലായ ആശയങ്ങൾ ഹോക്കിങ്ങിന്റെ നിരവധി ഗവേഷണ പ്രബന്ധങ്ങളിൽ നിന്നെടുത്തതാകയാൽ കൃതിയുടെ മുഖ്യകർത്തൃത്വം അദ്ദേഹത്തിനുതന്നെ. *കാലത്തിന്റെ ഒരു ലഘുചിത്രം* (*A Brief History of Time*) എന്ന അദ്ദേഹത്തിന്റെ പ്രഥമ ജനപ്രിയ ശാസ്ത്രഗ്രന്ഥം വില്പനയിൽ സർവ്വകാല റെക്കാർഡ് സ്ഥാപിച്ചു. കറുത്ത തുളകൾ, ക്വാണ്ടം പ്രപഞ്ചശാസ്ത്രം തുടങ്ങിയ വിഷയങ്ങളിൽ ചില മൗലിക സംഭാവനകൾ നടത്തിയെന്ന ഖ്യാതി ഒരുവശത്ത്; തലച്ചോറൊഴികെ മറ്റെല്ലാ അവയവങ്ങളുടെയും പ്രവർത്തനം നിലച്ച്, നിസ്സഹായനായി ജീവിതം തള്ളിനീക്കുന്നവനെന്ന വിശേഷണം മറുവശത്ത് -- ഇവയിലേതാണ് അദ്ദേഹത്തിനൊരു യുഗപുരുഷ പരിവേഷം നല്കിയതെന്ന് നിശ്ചയമില്ലെങ്കിലും ഒരു കാര്യം തീർച്ച. ഒരിക്കലെങ്കിലും ഹോക്കിങ്ങിനെ കൺപാർത്തിട്ടുള്ളവർ ആ മാസ്മരിക തേജസ്സിന് കീഴടങ്ങുന്നു. ഒരു പതിറ്റാണ്ടിനു മുമ്പ് കേംബ്രിഡ്ജ് സർവ്വകലാശാല സന്ദർശിച്ചപ്പോൾ അദ്ദേഹത്തെ കാണാൻ അവസരം ലഭിച്ച കാര്യം കൃതാർത്ഥതയോടെ ഓർക്കുന്നു.

ശാസ്ത്രജ്ഞനെന്ന നിലയിൽ സമാദരണീയനാണെങ്കിലും അദ്ദേഹത്തിന്റെ ചില അഭിപ്രായങ്ങളെ നിരൂപകദൃഷ്ടിയിലൂടെയേ സമീപിക്കാനാവൂ. ഭൗതികബലങ്ങളുടെ ഏകീകരണമെന്ന മഹത്തായ ഐൻസ്റ്റൈൻ സ്വപ്നത്തെ പുല്കി, *എല്ലാറ്റിന്റെയും സിദ്ധാന്തം* (*The Theory of Everything*) എന്നൊരു പുസ്തകം ഏതാനും വർഷംമുമ്പ് അദ്ദേഹം പ്രസിദ്ധീകരിക്കുകയുണ്ടായി. *മഹാരൂപരേഖ*യും അതേ ജനുസ്സിൽപ്പെട്ട കൃതിയാണെങ്കിലും ഭാഷയിലും ആവിഷ്കരണത്തിലും ഹൃദ്യമായ നവീനത്വം പ്രദർശിപ്പിക്കുന്നു. വർണ്ണചിത്ര സമൃദ്ധിയും എടുത്തു പറയാവുന്ന സവിശേഷതയാണ്. 'ജീവിതസംബന്ധിയായ ആത്യന്തിക സമസ്യകൾക്ക് പുത്തൻ ഉത്തരങ്ങൾ' എന്ന ഉപശീർഷകം വില്പനയെ സഹായിക്കുമെങ്കിലും കൃതിയെ സംബന്ധിച്ചിടത്തോളം എത്ര അർത്ഥവത്താണെന്നതിൽ സന്ദേഹമുണ്ട്. ഈ ഉത്തരങ്ങളിൽ പലതും ഒരു പതിറ്റാണ്ടിലേറെയായി ശാസ്ത്രലോകത്ത് ചർച്ച ചെയ്യപ്പെട്ടിട്ടുള്ളതാണ്. ബദൽ സിദ്ധാന്തങ്ങളും ഈ കാലയളവിൽ നിർദ്ദേശിക്കപ്പെട്ടിട്ടുണ്ട്.

ദർശനത്തെ ഇകഴ്ത്തിക്കൊണ്ടാണ് ഗ്രന്ഥകർത്താക്കളുടെ പുറപ്പാടെങ്കിലും ദാർശനികച്ചുവയുള്ള ചില കാര്യങ്ങളെ മുഖ്യപ്രമേയങ്ങളായി അവതരിപ്പിക്കുന്നു: (1) നമ്മൾ ജീവിക്കുന്ന ഈ ലോകത്തെ എങ്ങനെ മനസ്സിലാക്കും? (2) പ്രപഞ്ചം എങ്ങനെ പെരുമാറുന്നു? (3) ഉണ്മയുടെ സ്വഭാവമെന്ത്? (4) ഇക്കാണുന്നതത്രയും എവിടെ നിന്നുണ്ടായി? ഗ്രന്ഥം നല്കുന്ന ഉത്തരങ്ങളിൽ ചിലതിനെയെങ്കിലും ശുദ്ധഭാവനയെന്നുവേണം വിശേഷിപ്പിക്കാൻ. പരീക്ഷണം, നിരീക്ഷണം എന്നീ പ്രക്രിയകളിലൂടെയാണല്ലോ ലോകത്തെ ശാസ്ത്രീയമായി അപഗ്രഥിക്കുക. എന്നാൽ എന്ത്, എങ്ങനെ പരീക്ഷിക്കണമെന്ന് അനുശാസിക്കുന്നതിന് സിദ്ധാന്തം ആവശ്യമാണ്. സിദ്ധാന്തം ആശയങ്ങളെ നിർവ്വചിക്കുന്നു. ആശയങ്ങളില്ലെങ്കിൽ പരീക്ഷണവുമില്ല, നിരീക്ഷണവുമില്ല. പ്രതിഭാസങ്ങളെ വെറുതെ വിശദീകരിക്കുക മാത്രം ചെയ്യുന്ന ചിന്താപദ്ധതികളെ ശാസ്ത്രീയ സിദ്ധാന്തങ്ങളുടെ വകുപ്പിൽപ്പെടുത്താൻ വയ്യ. പ്രവചനങ്ങൾ നടത്താൻ കഴിവില്ലാത്ത സിദ്ധാന്തങ്ങളെ 'ചാകാ'നനുവദിക്കുകയാണ് പതിവ്. പ്രവചനങ്ങൾ സിദ്ധാന്തത്തിന്റെ നിഷേധ (Falsification)ത്തിന് കളമൊരുക്കുന്നു. ഒരൊറ്റ പ്രവചനം തെറ്റിയാൽ മതി, സിദ്ധാന്തം കടപുഴകി എറിയപ്പെടാൻ. കാൾപോപ്പറും മറ്റും ശുപാർശ ചെയ്യുന്ന, ശാസ്ത്രത്തിന്റെ ഔദ്യോഗിക പ്രവർത്തനരീതിയാണിത്. ഹോക്കിങ്ങും മ്ലോഡിനൗവും വേറൊരു സമീപനമാണ് മുന്നോട്ടുവയ്ക്കുന്നത്. വിശദീകരണക്ഷമതയും പ്രവചനീയതയും പൂർണ്ണമായതോതിൽ ഏതെങ്കിലും സിദ്ധാന്തത്തിന് ഉണ്ടാവുമോ എന്ന് ഇവർ സന്ദേഹിക്കുന്നു. സൂര്യ-ചന്ദ്രഗ്രഹണങ്ങളുടെ കൃത്യമായ പ്രവചനം തൊട്ട് റോക്കറ്റ് വിക്ഷേപണവും സ്പേസ് സഞ്ചാരവും വരെ, എണ്ണിയാലൊടുങ്ങാത്ത ഉപയോഗങ്ങളുണ്ടെങ്കിലും ന്യൂട്ടോണിയൻ ബലതന്ത്രത്തിന്റെ പോരായ്മകൾ മനസ്സിലാക്കിയതിന്റെ ഫലമായിട്ടാണല്ലോ ആപേക്ഷിക സിദ്ധാന്തവും ക്വാണ്ടം ബലതന്ത്രവുമൊക്കെ കണ്ടുപിടിക്കപ്പെട്ടത്. ഒരു

സിദ്ധാന്തത്തെയും അവസാനവാക്കായി പരിഗണിക്കരുതെന്ന, 'ജനാധിപത്യ'പരമായ കാഴ്ചപ്പാടാണ് ഗ്രന്ഥകർത്താക്കൾ അവതരിപ്പിക്കുക. ഓരോ സിദ്ധാന്തത്തിനും അതിന്റേതായ പ്രായോഗിക മേഖലയുണ്ട്. അതിന് പുറത്ത് മറ്റൊരു സിദ്ധാന്തം ആവശ്യമായിത്തീരുന്നു. ഹോക്കിങ്ങിന്റെ പഴയ വിശ്വാസത്തിൽ നിന്ന് ശ്രദ്ധേയമായൊരു വ്യതിചലനം ദൃശ്യമാണ്. ഏകീകൃത സിദ്ധാന്തമെന്നത് മിഥ്യയാണെന്നാണ് പുത്തൻ ദർശനം.

അണുക്കൾ, തന്മാത്രകൾ, കണികകൾ തുടങ്ങിയവയുടെ തലത്തെ ക്വാണ്ടം ഉണ്മ (Quantum Reality)യെന്ന് വിശേഷിപ്പിക്കാം. ഇവ ഒരേ സമയം കണികകളായും തരംഗങ്ങളായും പെരുമാറുന്നുവെന്ന് സങ്കല്പം. സാമാന്യബുദ്ധിക്ക് നിരക്കാത്ത ആശയമാണെങ്കിലും ഇതിനെ അടിസ്ഥാനമാക്കിയുള്ള ക്വാണ്ടം ബലതന്ത്രത്തിന്റെ പ്രയോഗങ്ങളൊന്നും ഇന്നോളം പിഴച്ചിട്ടില്ല. ഭൂകേന്ദ്രിത സൗരയൂഥമെന്ന പൗരാണിക ചിത്രം അപ്പാടെ വർജ്ജ്യമാണെന്ന വിധിയെഴുതരുതത്രേ. ഗണിതപരമായി പറഞ്ഞാൽ, ഭൂമിയെയോ സൂര്യനെയോ ആധാരമാക്കി ഗ്രഹണചലനങ്ങളെ വിവരിക്കാവുന്നതാണ്. എപ്പിസൈക്കിളുകളെന്ന് വിളിക്കുന്ന, ടോളമിയുടെ ചക്രിയകക്ഷ്യ (Cyclic Orbit)കളും കെപ്ലർ - ന്യൂട്ടൺ സിദ്ധാന്തം വിഭാവനം ചെയ്യുന്ന, ദീർഘവൃത്താകൃതിയിലുള്ള കക്ഷ്യകളും തമ്മിൽ വീക്ഷണപമായ വ്യത്യാസമേ ഉള്ളൂ. ഗ്രഹണം പോലുള്ള പ്രതിഭാസങ്ങളെപ്പറ്റി ഇരു സിദ്ധാന്തങ്ങളും നടത്തുന്ന പ്രവചനങ്ങളിൽ ചിലതെങ്കിലും തുല്യമാകുന്നതിനെ വ്യാഖ്യാനിക്കാൻ വേറെ വഴികളില്ല! ഉണ്മ തന്നെ ഏകീകൃതമല്ലാത്തതിനാൽ വ്യത്യസ്ത സാഹചര്യങ്ങളിൽ വ്യത്യസ്ത ചിത്രങ്ങളുടെ സഹായത്തോടെ വേണം ഉണ്മയെ വിവരിക്കാനെന്ന് സാരം. 'മോഡൽ - ആശ്രിത ഉണ്മ' എന്ന ആശയത്തെപ്പറ്റി സവിസ്തരം പ്രതിപാദിക്കുന്നുണ്ട്, പ്രകൃതഗ്രന്ഥത്തിൽ. ഒരേ ഭൗതികസാഹചര്യത്തെത്തന്നെ വിഭിന്ന രീതികളിൽ വിവരിക്കാമെന്ന വാദത്തിന് നല്ലൊരു ഉദാഹരണമായി, ക്വാണ്ടം ബലതന്ത്രത്തിന് റിച്ചഡ് ഫെയ്ൻമാൻ നല്കിയ ആവിഷ്കരണം പരിചയപ്പെടുത്തുന്നു. പകരം ചരിതങ്ങൾ (Alternative Histories) എന്നാണ് ഈ സമീപനത്തിന് പറയുക. എ-യിൽ നിന്ന് ബി-യിലേക്ക് സഞ്ചരിക്കാനായി ഒരു ക്വാണ്ടം കണിക തിരഞ്ഞെടുക്കുന്നത് ഒരു പാതയല്ല, സാദ്ധ്യമായ എല്ലാ പാതകളുമാണെന്നത്രെ ഫെയ്ൻമാൻ സങ്കല്പനം ചെയ്യുന്നത്. ഓരോ പാതയുടെയും സാദ്ധ്യതയെ സൂചിപ്പിക്കുന്ന പരിമാണമാണ് ആംപ്ലിറ്റ്യൂഡ് (Amplitude). ഇത്തരത്തിലുള്ള നിരവധി ആംപ്ലിറ്റ്യൂഡുകളുടെ തുകയാവും, ഒരു ബിന്ദുവിൽ നിന്ന് വേറൊരു ബിന്ദുവിലേക്ക് സഞ്ചരിക്കാനുള്ള സാദ്ധ്യത. ഇതിൽ നിന്ന് പ്രസക്തമായ സംഭാവ്യത (Probability) കണക്കാക്കാവുന്നതാണ്.

ഈ ഗണനരീതി എല്ലാത്തരം ക്വാണ്ടം സംക്രമണങ്ങൾക്കും ബാധക മാക്കാം. ആംപ്ലിറ്റ്യൂഡുകളുടെ സങ്കലനത്തെ, തരംഗങ്ങളുടെ അദ്ധ്യാ രോപ (Super position)മായി വ്യാഖ്യാനിക്കാവുന്നതാണ്. ചുരുക്കത്തിൽ, ക്വാണ്ടം ബലതന്ത്രത്തിന്റെ സാമ്പ്രദായിക ആവിഷ്കരണവും പകരം ചരിത്രങ്ങളെ ആസ്പദമാക്കിയുള്ള സമീപനവും തുല്യമാണ്.

മൗലിക കണികകൾ ക്വാണ്ടം ബലതന്ത്രത്തിന്റെ സംഭാവ്യതാ പരമായ നിയമങ്ങൾ അനുസരിക്കുന്നു എന്നത് ക്ലാസിക്കൽ നിശ്ചിതത്വ (Determination)ത്തിന് കണ്ഠകോടാലിയായി. ക്വാണ്ടം ലോകത്തിൽ പരക്കെയുള്ള അനിശ്ചിതത്വംമൂലം, ഉൺമയുടെ സമ്പൂർണ്ണ വിവരണം തരാൻ ക്വാണ്ടം ബലതന്ത്രം അശക്തമാണെന്ന് 1935 ൽ ആൽബെർട്ട് ഐൻസ്റ്റൈൻ വാദിച്ചു. ക്വാണ്ടം ബലതന്ത്രത്തിന്റെ ഔദ്യോഗിക ഘടനപ്രകാരം അതിവിദൂരസ്ഥമായ വസ്തുക്കൾപോലും കാരണതാ (Casuality) നിയമം ലംഘിച്ച് പരസ്പരം സ്വാധീനിക്കുമെന്ന് അദ്ദേഹം ചൂണ്ടിക്കാട്ടി. ക്വാണ്ടം ബന്ധനം (Quantum Entanglement) എന്ന് വിളി ക്കുന്ന ഈ പാരസ്പര്യം പരീക്ഷണശാലയിൽ നിരീക്ഷിക്കപ്പെട്ടിട്ടുണ്ട്. ദൂരത്തിലെന്നപോലെ കാലത്തിലും ക്വാണ്ടം ബന്ധനം ഉണ്ടാവാം. വേറൊരു തരത്തിൽ പറഞ്ഞാൽ, ക്വാണ്ടം വസ്തുക്കളെ സംബന്ധിച്ചിട ത്തോളം ഭൂതവും ഭാവിയും വർത്തമാനവും തമ്മിൽ വ്യവച്ഛേദിക്കാനാ വാതെ, കെട്ടുപിണഞ്ഞുകിടക്കുന്നു. ക്വാണ്ടം ബലതന്ത്രത്തിന് ദൂര-കാല ഗണനകൾക്കപ്പുറത്തൊരു അർത്ഥം ഉണ്ടെന്ന് സങ്കല്പിക്കുന്നതിന് തുല്യ മാണോ ഈ ചിന്തയെന്ന് പരിശോധിക്കേണ്ടതാണ്. ഏതായാലും, ഉപ യോഗിക്കുന്ന മോഡലിനെ ആസ്പദമാക്കിവേണം ഉണ്മയെ മനസ്സിലാ ക്കാൻ എന്ന വാദത്തിന് ബലം പകരുന്ന ന്യായങ്ങളാണിവിടെ ചർച്ച ചെയ്യുക.

ഗുരുത്വാകർഷണം, വിദ്യുത്കാന്തികം, ക്ഷീണം, തീവ്രം എന്നി ങ്ങനെ വിശേഷിപ്പിക്കപ്പെടുന്ന, നാല് മൗലികബലങ്ങളാണ് പ്രകൃതി യിലുള്ളത്. ഇവയിൽ ഗുരുത്വാകർഷണമൊഴികെയുള്ള ബലങ്ങളെ ഭാഗികമായെങ്കിലും ഏകീകരിക്കുന്ന സിദ്ധാന്തങ്ങൾ, പോയ നൂറ്റാണ്ടിന്റെ ഉത്തരാർദ്ധത്തിൽ നിർമ്മിക്കുകയുണ്ടായി. അറിയപ്പെട്ടിരുന്ന പ്രഭാവ ങ്ങൾക്ക് പുറമേ അറിയപ്പെടാതിരുന്ന പല പ്രഭാവങ്ങളെയും പ്രവചിക്കാൻ ഇവയ്ക്ക് സാധിച്ചു. ഉദാഹരണമായി, ഏകീകൃത ക്ഷീണ വിദ്യുത്കാ ന്തിക സിദ്ധാന്തം പ്രവചിച്ച മൂന്ന് കണികകളെ പരീക്ഷണശാലയിൽ ഉല്പാദിപ്പിച്ചു. സൈദ്ധാന്തിക പ്രവചനങ്ങളെ അക്ഷരാർത്ഥത്തിൽ ശരി വെക്കുന്ന വിധത്തിലാണ് പ്രസ്തുത കണികകളുടെ ഭൗതികഗുണങ്ങൾ നിർണ്ണയിക്കപ്പെട്ടത്. ഈ സിദ്ധാന്തം, ക്വാണ്ടം ബലതന്ത്രവുമായി സമ രസപ്പെടുന്ന ഒന്നാണ്. എന്നാൽ ഇത് പൂർണ്ണമല്ല. ഗുരുത്വാകർഷണം

ഇതിന്റെ പരിധിയിൽ വരുന്നില്ല. തീവ്ര ബലത്തിനും ഒരു ക്വാണ്ടം സിദ്ധാന്തം ലഭ്യമാണ് — ക്വാണ്ടം ക്രോമോഡൈനാമിക്സ്.

ക്വാണ്ടം തത്ത്വങ്ങൾക്കനുസരണമായി ഗുരുത്വാകർഷണത്തെ വിശദീകരിക്കാൻ നടത്തിയ ഉദ്യമങ്ങളെല്ലാം പരാജയപ്പെട്ടിരിക്കുകയാണ്. ഇത്തരം സമീപനങ്ങളുടെ പ്രധാന പോരായ്മ ക്വാണ്ടം ബലതന്ത്ര പരമായ കണക്കുകൂട്ടലുകളിൽ നിന്ന് അനന്തതയെ പുറത്താക്കാൻ കഴിയുന്നില്ല എന്നതാണ്. എന്നാൽ മറ്റ് മൂന്നു ബലങ്ങളുടെ കാര്യത്തിൽ, പ്രത്യക്ഷപ്പെടുന്ന അനന്തതകളെ നിയന്ത്രണാധീനമാക്കാനും സാധിക്കുന്നു. ഗുരുത്വാകർഷണത്തിന് ഒരു ക്വാണ്ടം സിദ്ധാന്തം ലഭ്യമാകുന്നപക്ഷം, മഹാസ്ഫോടനത്തിൽ (Big Bang) എന്താണ് സംഭവിച്ചതെന്ന് മനസ്സിലാക്കാൻ കഴിഞ്ഞേക്കും. ചരട് സിദ്ധാന്തങ്ങൾ (String Theories) എന്നറിയപ്പെടുന്ന ഒരുപറ്റം സിദ്ധാന്തങ്ങൾ നിർദ്ദേശിക്കപ്പെട്ടു. പ്രകൃതിയിലെ മൗലികം അല്ലെങ്കിൽ അടിസ്ഥാന വ്യൂഹങ്ങൾ (Fundamental Systems) ബിന്ദുക്കളല്ല, ചരടുകളാണെന്നാണ് ഇവയുടെ ആധാര സങ്കല്പം. വിഭിന്നരീതികളിൽ കമ്പനം ചെയ്യുന്ന ചരടുകൾ വ്യത്യസ്ത ഗുണവിശേഷങ്ങളുള്ള കണികകളായി പ്രത്യക്ഷപ്പെടുന്നുവത്രെ. ഗുരുത്വാകർഷണത്തിന്റെ 'ക്വാണ്ട'മായ ഗ്രാവിറ്റോണും ഇത്തരത്തിലുള്ള ഒരു കമ്പന മാതൃകയാണ്. ചരട് സിദ്ധാന്തങ്ങൾ ക്വാണ്ടം സിദ്ധാന്തങ്ങളാണ്. അഞ്ചുതരം ചരട് സിദ്ധാന്തങ്ങളുണ്ട്. ഇവയ്ക്കുപുറമേ, സൂപ്പർ ഗ്രാവിറ്റി എന്ന് വിളിക്കുന്ന വേറൊരു ക്വാണ്ടീകൃത-ഗുരുത്വാകർഷണ-സിദ്ധാന്തവും രംഗത്തുണ്ട്. ഈ പദ്ധതികളെല്ലാം ഇനിയും വ്യക്തമാവാത്ത എം സിദ്ധാന്തം (M Theory) എന്ന രൂപരേഖയുടെ വ്യത്യസ്തമായ ഏകദേശന (Approximation)ങ്ങളാണുപോലും! എം സിദ്ധാന്തത്തെ നിർവ്വചിക്കുന്നത്, 11 മാനങ്ങളുള്ള സ്ഥലകാല നൈരന്തര്യത്തിലാണ്. ഇവയിൽ, മൂന്നു മാനങ്ങൾ സ്ഥലത്തെയും ഒരു മാനം കാലത്തെയും കുറിക്കുന്നു. ബാക്കി ഏഴു മാനങ്ങൾ വൃത്തങ്ങളായി ചുരുങ്ങിയിരിക്കുന്നുവെന്ന് വ്യാഖ്യാനം. വളരെ ചെറിയ വ്യാസാർദ്ധങ്ങളാണീ വൃത്തങ്ങൾക്കുള്ളത്. അതീവ സങ്കീർണ്ണമെന്ന് തോന്നിക്കുന്ന, ഇത്തരത്തിലുള്ള സ്ഥലകാല ഘടനയെ മനസ്സിലാക്കാൻ സഹായിക്കുന്ന ഒരു ഉദാഹരണമാണ് സ്തൂപ (Cylinder)ത്തിന്റെ ആകൃതി. സ്തൂപത്തിന്റെ പ്രതലത്തിന് രണ്ടു മാനങ്ങളാണുള്ളത്. അവയിൽ ഒരെണ്ണം, സ്തൂപത്തിന്റെ ദൈർഘ്യത്തെയും മറ്റേത് ഒരു വൃത്തമായി ചുരുങ്ങിയ രണ്ടാമത്തെ മാനത്തെയും സൂചിപ്പിക്കുന്നു. എം സിദ്ധാന്തം, ഏകീകൃതമായ ഒറ്റ സിദ്ധാന്തമോ, പല സിദ്ധാന്തങ്ങളുടെ കൂട്ടമോ ആണെന്ന് കൃത്യമായി പറയാൻ ആർക്കും കഴിയുന്നില്ല. എന്നാൽ ഈ സിദ്ധാന്തത്തിൽ ബിന്ദുക്കൾ, ചരടുകൾ, പാട (Membrane)കൾ തുടങ്ങി വിവിധ രൂപങ്ങളിലുള്ള മൗലിക വ്യൂഹങ്ങളു

ണ്ടാവാം. അടിസ്ഥാനപരമായ ചട്ടക്കൂടുപോലും അവ്യക്തമായിട്ടുള്ള എം സിദ്ധാന്തത്തിൽ വിശ്വസിക്കണമെന്നാണ് ഹോക്കിങ്-മ്ലോഡിനൗ ടീം ഉദ്‌ബോധിപ്പിക്കുക.

പ്രപഞ്ചം ഉരുവായത് ഒരു മഹാസ്ഫോടനത്തിലൂടെ ആണെന്നതിനെ ബലപ്പെടുത്തുന്ന തെളിവുകളുണ്ട്. മഹാസ്ഫോടന സിദ്ധാന്തത്തിന്റെ പ്രവചനങ്ങളെല്ലാം സ്ഥിരീകരിക്കപ്പെട്ടിരിക്കുകയാണ്. മൈക്രോവേവ് പശ്ചാത്തല വികിരണം. ഹൈഡ്രജൻ-ഹീലിയം അനുപാതം, ശൈശവഘട്ടത്തിൽ പ്രപഞ്ചത്തിന് സംഭവിച്ച വീർക്കൽ (Inflation) എന്നിവയാണ് ശരിവയ്ക്കപ്പെട്ട പ്രവചനങ്ങൾ. ഒരു പയർമണിയോളം മാത്രം വലിപ്പമുണ്ടായിരുന്ന അവസ്ഥയിൽ, പ്രപഞ്ചം പൊടുന്നനെ അനേകമടങ്ങ് വികസിച്ച സംഭവമാണ് വീർക്കൽ എന്നറിയപ്പെടുന്നത്. ഇതൊരു അസ്സൽ ക്വാണ്ടം പ്രഭാവമാണ്. 'പ്രപഞ്ചശിശു' ഒരു 'ക്വാണ്ടം കുഞ്ഞാ'യിരുന്നിരിക്കണം. ക്വാണ്ടം പ്രപഞ്ചശാസ്ത്രം എന്ന പഠനമേഖലയുടെ ഉദ്ഘാടകൻ ഹോക്കിങ്ങാണ്. മൂന്ന് [1]വാസ്തവിക സ്ഥലമാന (Real space Dimension)ങ്ങളും[2] ഒരു അവികല്പിതകാല (Imaginary Time) മാനവും ചേർന്നുള്ള ചതുർമാന യൂക്ലിഡിയൻ സ്ഥല-കാലത്തിന് അതിരുകളില്ല. ഇത്തരമൊരു ചിത്രത്തിൽ പ്രപഞ്ചത്തിന് ആരംഭമില്ലെന്ന് അദ്ദേഹം കാണിച്ചു. ചരട് സിദ്ധാന്തങ്ങൾ ക്വാണ്ടം പ്രപഞ്ചശാസ്ത്രവുമായി പൊരുത്തമുള്ള പദ്ധതികളാണ്. എന്നാൽ ഇവ പ്രവചിക്കുന്നത് 10^{500} (1 നെ തുടർന്ന് 500 പൂജ്യങ്ങൾ) തരം പ്രപഞ്ചങ്ങൾ സാദ്ധ്യമാണത്രെ! ഗ്രഹിക്കാൻ ഏറെ വിഷമമുള്ള കാര്യം. ഈ ചിത്രത്തിൽ, ഓരോ പ്രപഞ്ചത്തിലെയും ഭൗതികസ്ഥിരാങ്കങ്ങൾ (Physical Constantos) വ്യത്യസ്ത മൂല്യങ്ങളാവാം. വീർക്കൽ പ്രതിഭാസത്തിന് എല്ലാ പ്രപഞ്ചങ്ങളും വിധേയമാണെങ്കിലും ഈ പ്രക്രിയയുടെ അന്ത്യത്തിൽ അവയെല്ലാം ഒരുപോലെ സ്ഥിരത കൈവരിച്ചിട്ടുണ്ടാവണമെന്നില്ല. ജീവോല്പത്തിക്കും മനുഷ്യോല്പത്തിക്കും സഹായകമായ വിധത്തിലുള്ള മൂല്യങ്ങൾ അനന്യമായിരിക്കാം. എന്നാൽ ഇതേ പ്രപഞ്ചത്തിൽ, സൗരയൂഥത്തിന് പുറത്ത് ഈയിടെ കണ്ടുപിടിക്കപ്പെട്ടിട്ടുള്ള ആയിരത്തില്പരം ഗ്രഹങ്ങളിൽ ചിലതിലെങ്കിലും ഭൂമിയിലെപ്പോലെ ജീവൻ തുടിക്കുന്നില്ലെന്ന് കരുതാമോ?

ഹോക്കിങ്ങിന് പ്രിയങ്കരമായ ചരട് സിദ്ധാന്തങ്ങളോ, എം സിദ്ധാന്തമോ സ്വീകരിക്കുന്നതിന് പല തടസ്സങ്ങളുമുണ്ട്. ഇവ പ്രവചിക്കുന്ന

---

1. വാസ്തവിക സംഖ്യകൾ 1,2,3 തുടങ്ങിയ പൂർണ്ണസംഖ്യകൾ $2/7, 11/23$ തുടങ്ങിയ ഭിന്ന അല്ലെങ്കിൽ പരിമേയ സംഖ്യകൾ, $\sqrt{2}, \sqrt{3}$ തുടങ്ങിയ അപരിമേയ സംഖ്യകൾ
2. അവികല്പിത സംഖ്യകൾ. i, 2i, $11/23i$, $\sqrt{2i}$ തുടങ്ങിയ സംഖ്യകൾ. ഇവിടെ $i = \sqrt{-1}$

നിരവധി പുതിയ കണികകളിൽ ഒരെണ്ണത്തെപ്പോലും ഇതുവരെ കണ്ടെത്തുകയോ പരീക്ഷണശാലയിൽ ഉല്പാദിപ്പിക്കുകയോ ചെയ്തിട്ടില്ല. പ്രോട്ടോണിന്റെ ആയിരത്തിലേറെ മടങ്ങ് ഭാരമുള്ളവയാണ് പലതും. ലാർജ്ഹാഡ്രോൺ കൊളൈഡറിൽ ഇത്തരമൊരു കണികയെ ഉല്പാദിപ്പിക്കാൻ കഴിയുമോ? അജ്ഞാതമായ എം സിദ്ധാന്തത്തിൽ അനന്തതകളുടെ പ്രളയമുണ്ടാവില്ലെന്ന് ഇപ്പോഴേ തീരുമാനിക്കുന്നതെങ്ങനെ? സത്യാപനം ചെയ്യാൻ സാധിക്കാത്ത തരം പ്രവചനങ്ങൾ നടത്തുന്ന സിദ്ധാന്തങ്ങളെ ഗണിത കിറുക്കുകളായി പരിഗണിക്കാനാണ് മിക്ക ഭൗതിക ശാസ്ത്രജ്ഞർക്കും താല്പര്യം. ഒരുപക്ഷേ, നമുക്ക് പരിചിതമല്ലാത്ത വിധത്തിലുള്ള സാഹചര്യം ഒരുക്കേണ്ടി വന്നേക്കാം, ഇമ്മാതിരി പ്രവചനങ്ങൾ ശരിയാണോ എന്ന് പരിശോധിക്കാൻ.

ഇല്ലായ്മയിൽനിന്ന് പ്രപഞ്ചങ്ങൾ താനെ കിളിർക്കാൻ സാദ്ധ്യത ഉണ്ടെന്ന, ഹോക്കിങ്ങിന്റെ പഴയ വാദം ഈ പുസ്തകത്തിലും ആവർത്തിച്ചിരിക്കുന്നു. ദ്രവ്യത്തിന്റെ പോസിറ്റീവ് ഊർജ്ജവും ഗുരുത്വാകർഷണത്തിന്റെ നെഗറ്റീവ് ഊർജ്ജവും മൊത്തത്തിൽ തുല്യമാകുമ്പോൾ, ആ പ്രദേശത്ത് ഒരു പ്രപഞ്ചം ആവിർഭവിക്കാമത്രെ. ഈ രീതിയിൽ എത്ര പ്രപഞ്ചങ്ങൾ വേണമെങ്കിലും പ്രത്യക്ഷീഭവിക്കാം, ഒരു സ്രഷ്ടാവിന്റെ ഇടപെടൽ കൂടാതെ. ജോൺ കോൺവേ എന്ന ഗണിതജ്ഞൻ ആവിഷ്കരിച്ച കമ്പ്യൂട്ടർ ഗെയിമാണ് 'ജീവിതക്കളി' (Game of Life) ഇതിനെ മാതൃകയായെടുത്ത്, ചില സങ്കീർണ്ണ വ്യൂഹ (Complex System)ങ്ങളിൽ ജീവന് സമാനമായ ചലനങ്ങളും ചേഷ്ടകളും തനിയെ ആവിർഭവിക്കാൻ കഴിയുമെന്ന് ഗ്രന്ഥകർത്താക്കൾ അവകാശപ്പെടുന്നു. ഇതൊരു പുതിയ വാദമല്ല. ഇത് ശരിയാണെങ്കിൽ, പ്രപഞ്ചോല്പത്തിക്കും ജീവോല്പത്തിക്കും പ്രകൃത്യേതര ശക്തികളുടെ പ്രവർത്തനം അനിവാര്യമല്ലെന്ന് വരും.

ഒളിഞ്ഞും തെളിഞ്ഞും ദൈവത്തെ ആക്രമിക്കുന്നതിൽ ഹോക്കിങ്ങും മ്ലോഡിനൗവ്വും ആനന്ദം കൊള്ളുന്നതായി തോന്നും. സ്വയംഭൂവാകുന്ന പ്രപഞ്ചങ്ങളും ജീവനുമൊക്കെ ഈശ്വരവിരുദ്ധ സങ്കല്പങ്ങളാണോ? വാസ്തവത്തിൽ ഏകകണ്ഠവും അനന്യവുമായ ഒരു നിർവ്വചനം ഈശ്വരന് സമ്മാനിക്കാൻ ആർക്കും കഴിഞ്ഞിട്ടില്ല. ദൈവം പലർക്കും പലതാണ്: സ്രഷ്ടാവ്, പരിപാലകൻ, അത്ഭുത പ്രവർത്തകൻ, ന്യായാധിപൻ, ക്ഷിപ്രകോപി, ക്ഷിപ്രപ്രസാദി, കാരുണികൻ, സംഹാരകൻ.... ഏക ദൈവവിശ്വാസവും ബഹുദൈവ വിശ്വാസവും തോളുരുമ്മുന്നു. ലിംഗവ്യത്യാസങ്ങളും ദൈവങ്ങൾക്ക് ചിലർ ആരോപിക്കാറുണ്ട്. നമ്മോടൊപ്പം ജീവിച്ചു മരിക്കുന്ന ആൾദൈവങ്ങൾ വേറെയും. വസ്തുക്കൾക്ക് ദിവ്യചൈതന്യം ഉണ്ടെന്ന് സങ്കല്പിച്ച് നടത്തുന്ന

ആരാധന സാധാരണമാണ്. എത്രയെത്ര രീതികളിലാണ് മനുഷ്യർ ഈശ്വരസങ്കല്പം നെയ്തുകൊണ്ടിരിക്കുന്നത്! ഏത് തരത്തിലുള്ള ദൈവമാണ് തങ്ങൾ വിവക്ഷിക്കുന്നതെന്ന് ഹോക്കിങ്ങും മ്ലോഡിനൗവ്വും വ്യക്തമാക്കുന്നില്ല.

യുക്തിക്കതീതമാണ് ഈശ്വരവിശ്വാസം. സാധാരണക്കാരെ സംബന്ധിച്ചിടത്തോളം, അതൊരു വികാരമാണ്. ഒരു കാര്യം ശ്രദ്ധേയമാണ്: ന്യായവാദത്തിന് ഉപയോഗിക്കുന്ന ആക്സിയമു (Axiom)കളെപ്പോലെയാണ് വിശ്വാസപ്രമാണങ്ങളും. എം സിദ്ധാന്തവും ഒരു വിശ്വാസമല്ല. മോഡൽ-ആശ്രിത ഉണ്മയെന്ന നിലപാടനുസരിച്ച്, ആത്യന്തികമായ ഒരു സങ്കല്പമോ, സിദ്ധാന്തമോ ഇല്ലെന്ന് തീരുമാനിക്കുകയാവും ഭംഗി.

(2011)

ആൽബർട്ട് ഐൻസ്റ്റൈനും ആധുനിക ഭൗതികശാസ്ത്രവും

ഭൗതികശാസ്ത്ര വർഷമായി 2005 ലോകമെങ്ങും ആചരിക്കുകയാണ്. നൂറുവർഷം മുമ്പ് ആൽബർട്ട് ഐൻസ്റ്റൈൻ രചിച്ച നാലു ഗവേഷണ പ്രബന്ധങ്ങൾ ഭൗതികശാസ്ത്രത്തിൽ കൊളുത്തിയ വിപ്ലവത്തീ ഇപ്പോഴും എരിയുകയാണ്. ശുദ്ധശാസ്ത്രത്തിൽ അദ്ദേഹം വെട്ടിത്തുറന്ന രഥ്യകൾ പ്രയുക്തശാസ്ത്രത്തിലും കോളിളക്കങ്ങളുണ്ടാക്കുന്നു.

മൗലിക ശാസ്ത്രങ്ങളിൽ സാമാന്യജനങ്ങൾക്ക് താല്പര്യം കുറഞ്ഞുകൊണ്ടിരിക്കുന്ന കാലമാണിത്. ഈ അവസ്ഥയെക്കുറിച്ച് ഉത്കണ്ഠ രേഖപ്പെടുത്താനും ആഘോഷങ്ങൾ പ്രയോജനപ്പെടുമെന്നാണ് പ്രതീക്ഷ. പുതിയ ഉൾക്കാഴ്ചകളെ സൃഷ്ടിക്കാൻ പരീക്ഷണങ്ങളും നിരീക്ഷണങ്ങളും മൗലികചിന്തയും ഒക്കെ ആവശ്യമാണ്. മൗലിക ശാസ്ത്രത്തിന്റെ തോളുകളിലാണ് ടെക്നോളജി വിശ്രമിക്കുന്നതെന്നും ഈ സത്യത്തെ അവഗണിച്ചാൽ ആ സൗധം തകർന്നുതരിപ്പണമാകുമെന്നും തിരിച്ചറിയേണ്ട കാലം അതിക്രമിച്ചിരിക്കുന്നു.

അണുശക്തിയുടെ വികസനത്തിന് നിമിത്തമായിത്തീർന്ന $E=mc^2$ എന്ന ഫോർമുലയുടെ പിതാവായ, സ്കൂൾ വിദ്യാർത്ഥികൾക്കുപോലും പരിചിതനാണ് ഐൻസ്റ്റൈൻ. വിശിഷ്ട ആപേക്ഷികതാസിദ്ധാന്തം ചർച്ച ചെയ്യുന്ന, 1905 ൽ എഴുതിയ രണ്ടാമത്തെ പ്രബന്ധത്തിലാണ് ദ്രവ്യോർജ്ജങ്ങളുടെ തുല്യത വിളംബരം ചെയ്യുന്ന ഈ കണ്ടെത്തൽ ഉൾക്കൊള്ളിച്ചിട്ടുള്ളത്. സ്ഥലവും കാലവും സ്വതന്ത്ര സത്തകളല്ലെന്നും അവ നിർണ്ണയിക്കുമ്പോൾ കിട്ടുന്ന മൂല്യങ്ങൾ അളവുകാരന്റെ അല്ലെങ്കിൽ നിരീക്ഷകന്റെ വേഗത്തെ ആശ്രയിക്കുന്നു എന്നതാണ് വിശിഷ്ട ആപേക്ഷികത കാഴ്ചവെക്കുന്ന പ്രാഥമിക പാഠം. പ്രപഞ്ചത്തിന് മൊത്തത്തിലൊരു സമയപ്രവാഹമില്ലെന്നും ഭിന്നസ്ഥലങ്ങളിൽ നടക്കുന്ന സംഭവങ്ങൾ ഒരു നിരീക്ഷകനെ സംബന്ധിച്ച് സമകാലികമാണെങ്കിലും

വ്യത്യസ്ത വേഗത്തിൽ ചലിക്കുന്ന മറ്റൊരു നിരീക്ഷകനെ സംബന്ധിച്ച് അങ്ങനെയായിരിക്കണമെന്നില്ലെന്നും അദ്ദേഹം കാണിച്ചു തന്നു. എന്നാൽ സ്ഥല-കാലം എന്നത് കേവലമായ ഒരാശയമാണുതാനും. ഇത് ഒരു ഗണിതപര നിർമ്മിതിയാണ്. ദൂരവും സമയവും വ്യത്യസ്തങ്ങളായ ഉപകരണങ്ങൾ ഉപയോഗിച്ച് അളക്കുന്നു. ഇങ്ങനെ ലഭിക്കുന്ന സംഖ്യകളെ ഒരു പ്രത്യേക ഫോർമുലപ്രകാരം സംയോജിപ്പിച്ചുവേണം സ്ഥല-കാലം എന്ന പരിമാണത്തെ നിർണ്ണയിക്കാൻ.

ഒരു വസ്തുവിന്റെ മാസ് അതിന്റെ വേഗത്തിന്റെ ക്രമത്തിൽ വർദ്ധിക്കുന്നു എന്നത് ഐൻസ്റ്റൈന്റെ സിദ്ധാന്തത്തിന്റെ ഒരു പരിണത ഫലമാണ്. പ്രകാശവേഗമാണ് പ്രകൃതിയിൽ സാദ്ധ്യമായ ഏറ്റവും വലിയ വേഗം. കാരണം, ഈ വേഗത്തിൽ സഞ്ചരിക്കുന്ന ഒരു വസ്തുവിന്റെ മാസ് അനന്തമാകുന്നു. സ്ഥിരവേഗങ്ങളിൽ ചലിക്കുന്ന നിരീക്ഷകരെ സംബന്ധിച്ചിടത്തോളം പ്രകൃതിനിയമങ്ങൾക്ക് ഒരേ ഗണിതപരരൂപമാണുള്ളത്. എല്ലാ സ്ഥിരവേഗ സഞ്ചാരികൾക്കും പ്രകാശവേഗം സ്ഥിരമാണ്. വിശിഷ്ട ആപേക്ഷികതാ സിദ്ധാന്തത്തിന്റെ ആധാരശിലകളാണ് ഈ രണ്ടു സങ്കല്പങ്ങളും. ദാർശനികച്ചുവയുള്ള പ്രസ്താവങ്ങൾ. പരിണാമശൃംഖയിൽ മനുഷ്യൻ ഏറ്റവും ഉന്നതസ്ഥാനത്ത് നില്ക്കുന്നുവെന്ന് പറയുന്നതുപോലെ, വസ്തുവേഗങ്ങളിൽ വെച്ചേറ്റവും ഉയർന്ന വേഗമാണ് പ്രകാശവേഗമെന്ന സങ്കല്പനത്തിന് മൗലികമായ പ്രാധാന്യമുണ്ട്. ഇതിനേക്കാൾ കൂടിയ ഒരു വേഗത്തിൽ ആശയവിനിമയം സാദ്ധ്യമല്ലെന്നു സാരം. സ്ഥിരമായ ഏതൊരു വേഗത്തിൽ ചലിച്ചാലും ഒരേ ഗണിതപര സമീകരണങ്ങൾ ഉപയോഗിക്കണമെന്നത്, നാനാത്വത്തിൽ ഏകത്വമെന്ന ദർശനത്തെ അനുസ്മരിപ്പിക്കുന്നു.

ഒരു ഗ്ലാസിൽ കുറച്ച് വെള്ളമെടുത്തിട്ട് അതിൽ പൂക്കളുടെ പരാഗം വിതറുക. ഒരു മൈക്രോസ്കോപ്പിലൂടെ ഈ സംവിധാനം വീക്ഷിച്ചാൽ, പരാഗരേണുക്കൾ ഭ്രാന്തുപിടിച്ചതുപോലെ, അങ്ങോട്ടും ഇങ്ങോട്ടും ഒക്കെ ചാടിനടക്കുന്നത് കാണാം. അവയിന്മേൽ ജലതന്മാത്രകൾ ചെന്നിടിക്കുന്നതിനാലാണ് ഇപ്രകാരം സംഭവിക്കുന്നത്. ബ്രൗണിയൻ ചലനമെന്നു വിളിക്കുന്ന ഇത് ഒരു സംഭാവ്യതാപര പ്രതിഭാസമാണെന്ന് സങ്കല്പനം ചെയ്ത് ഐൻസ്റ്റൈൻ ഒരു സിദ്ധാന്തം 1905 ൽ ആവിഷ്കരിച്ചു. നിരീക്ഷണങ്ങളുടെ അടിസ്ഥാനത്തിൽ തന്മാത്രകളുടെ വലിപ്പം നിർണ്ണയിക്കാനുള്ള ഒരു ഫോർമുലയാണ് അതിന്റെ കാതൽ. ഇരുപതാം നൂറ്റാണ്ടിന്റെ ആദ്യ ദശകങ്ങളിൽ പോലും അണുക്കൾ, തന്മാത്രകൾ തുടങ്ങിയവയുടെ വാസ്തവികതയിൽ വിശ്വാസം അർപ്പിക്കാത്ത ശാസ്ത്രജ്ഞരും ചിന്തകരും ഉണ്ടായിരുന്നത്രെ. സൈദ്ധാന്തിക വിചിന്തനത്തിന് സഹായകമായ ചില ആശയങ്ങൾ മാത്രമാണിവയെന്ന് ഏൺസ്റ്റ് മാക്കിനെപ്പോലുള്ള പ്രഗത്ഭ ചിന്തകർപോലും പറഞ്ഞിരുന്നു. ബ്രൗണിയൻ ചലനത്തെക്കുറിച്ച് ഐൻസ്റ്റൈൻ നടത്തിയ പഠനം തന്മാത്രകളുടെ വാസ്തവികതയെ വെളിച്ചത്തു കൊണ്ടുവരാൻ സഹായിച്ചു.

ഒരു ലോഹത്തകിടിന്മേൽ അൾട്രാ വയലറ്റ് രശ്മികൾ പതിക്കുമ്പോൾ ഇലക്ട്രോണുകൾ പുറത്തുവരുന്നു. ഫോട്ടോ ഇലക്ട്രിക് പ്രഭാവമെന്ന് ഇതിന് പറയുന്നു. ക്ലാസിക്കൽ ഇലക്ട്രോ മാഗ്നറ്റിക് സിദ്ധാന്തത്തിന് വിശദീകരിക്കാനാവാത്ത ഒരു പ്രതിഭാസമാണിത്. കറുത്ത വസ്തുക്കൾ പുറപ്പെടുവിക്കുന്ന ഊർജ്ജവികിരണങ്ങൾ ക്വാണ്ടങ്ങൾ അല്ലെങ്കിൽ പൊതികളായാണെന്ന വിപ്ലവകരമായ ആശയത്തെ ആസ്പദമാക്കി, 1900 ൽ പ്രശസ്ത ജർമ്മൻ ഭൗതികശാസ്ത്രജ്ഞനായിരുന്ന മാക്സ് പ്ലാങ്ക് തന്റെ ക്വാണ്ടം സിദ്ധാന്തം അവതരിപ്പിച്ചു. അദ്ദേഹത്തേക്കാൾ ഒരു പടികൂടി കടന്ന് ചിന്തിച്ച ഐൻസ്റ്റൈൻ, അവശോഷണത്തിലും പ്രകാശം ക്വാണ്ടം രൂപം ഉപേക്ഷിക്കുന്നില്ലെന്ന് സങ്കല്പനം ചെയ്തു. ഈ ആശയത്തെ ആധാരമാക്കി ഫോട്ടോ ഇലക്ട്രിക് പ്രഭാവത്തിന് ശരിയായ ഒരു വിശദീകരണം നല്കാൻ അദ്ദേഹത്തിന് കഴിഞ്ഞു. പ്രസക്തമായതും വളരെ സരളമായതുമായ ഒരു സമീകരണം കണ്ടുപിടിച്ചതിന്റെ പേരിൽ ഐൻസ്റ്റൈന് പിന്നീട് നോബൽ സമ്മാനം ലഭിച്ചു. ഉൽസർജ്ജനത്തിലും അവശോഷണത്തിലും പ്രകാശം ക്വാണ്ടങ്ങളായി പ്രത്യക്ഷപ്പെടുന്നെങ്കിൽ, പ്രസരണത്തിലും ക്വാണ്ടങ്ങളുടെ രൂപം സ്വീകരിക്കുമെന്ന് ഐൻസ്റ്റൈൻ അനുമാനിച്ചു. പ്രകാശക്വാണ്ടത്തിന് ഫോട്ടോൺ എന്ന പേര് നിർദ്ദേശിച്ചത് ഒരു രസതന്ത്രജ്ഞനായിരുന്നെങ്കിലും ഐൻസ്റ്റൈൻ ഉടനെ അതിനെ സ്വീകരിച്ച് ശാസ്ത്രത്തിന്റെ മുഖ്യധാരയിൽ പ്രതിഷ്ഠിച്ചു.

ഊർജ്ജം ക്വാണ്ടീകൃതമാണെന്ന തത്ത്വം ഖരങ്ങളുടെ ആപേക്ഷിക താപം സംബന്ധിച്ച് വികസിപ്പിച്ച തന്റെ വിശകലനത്തിലും അദ്ദേഹം ഉപയോഗിച്ചു. ക്വാണ്ടം മെക്കാനിക്സ് എന്ന പേരിൽ ക്വാണ്ടം സിദ്ധാന്തം വളർച്ച പ്രാപിക്കുന്ന പ്രക്രിയയുടെ ഒരു സാക്ഷിയായി നിന്നു അദ്ദേഹം. ക്വാണ്ടം സിദ്ധാന്തത്തിന്റെ ശൈശവത്തിൽ അതിനെ പരിപാലിച്ചെങ്കിലും അനിശ്ചിതത്വം, സംഭാവ്യത തുടങ്ങിയ ആശയങ്ങളുടെ ചുമടുമായി ക്വാണ്ടം മെക്കാനിക്സ് വിലസാനാരംഭിച്ചപ്പോൾ, അദ്ദേഹം അതിന്റെ ഏറ്റവും ശക്തനായ ഒരു വിമർശകനായി മാറി. ക്വാണ്ടം മെക്കാനിക്സിന്റെ ആചാര്യൻ ഒരു ഡാനിഷ് ശാസ്ത്രജ്ഞനായ നീൽസ് ബോഹ്റായിരുന്നു, പ്രകാശത്തിന്റെ പോലെ, അണുക്കളുടെ ഊർജ്ജവും ക്വാണ്ടീകൃതമാണെന്ന ആശയത്തിന്റെ ഉപജ്ഞാതാവ്. അണുക്കളുടെ മാത്രമല്ല തന്മാത്രകൾ, ന്യൂക്ലിയസുകൾ തുടങ്ങിയ വ്യൂഹങ്ങളുടെയും ഘടന പഠിക്കുന്നതിന് ഈ സങ്കല്പനം ഏറെ പ്രയോജനപ്പെട്ടു. ക്വാണ്ടം മെക്കാനിക്സിനേക്കാൾ പൂർണ്ണതയുള്ള ഒരു സിദ്ധാന്തം രൂപവത്കരിക്കുക അസാദ്ധ്യമാണെന്നുവരെ ബോഹ്ർ വാദിച്ചു. ക്വാണ്ടം മെക്കാനിക്സിന്റെ സംഭാവ്യതാപരമായ പരിവേഷവും പൂർണ്ണതയെപ്പറ്റിയുള്ള അവകാശവാദവും ഐൻസ്റ്റൈന് തീരെ പിടിച്ചില്ല. ക്ലാസ്സിക്കൽ ഭൗതികശാസ്ത്രത്തെപ്പോലെ നിർണ്ണയത്വം ഉള്ള ഒരു സിദ്ധാന്തത്തിനേ സത്തയുടെ എല്ലാ വശങ്ങളെയും സ്പർശിക്കാനാവൂവെന്ന് അദ്ദേഹം പറഞ്ഞു. ക്വാണ്ടം

മെക്കാനിക്സിന് ഇപ്പോൾ ഇവിടെയുള്ള ഒരു ഇലക്ട്രോൺ അടുത്ത നിമിഷത്തിൽ എവിടെയായിരിക്കുമെന്ന് പ്രവചിച്ചുകൂടാ. സ്പേസിൽ എവിടെയും അതിന് സന്നിഹിതമായിരിക്കാനൊരു സംഭാവ്യത ഉള്ളതാണ് പ്രശ്നം. 'ദൈവം പകിട കളിക്കാറുണ്ടോ?' എന്ന മഹത്തായ ചോദ്യം ഐൻസ്റ്റൈന്റേതാണ്. ക്വാണ്ടം മെക്കാനിക്സിന്റെ ഔദ്യോഗിക ഭാഷ്യത്തോട് അദ്ദേഹത്തിനുണ്ടായിരുന്ന കഠിനമായ വിയോജിപ്പിനെ സൂചിപ്പിക്കുന്ന വാക്കുകൾ.

അണുക്കൾക്ക് ക്വാണ്ടീകൃത ഊർജ്ജം നിലകൊള്ളുന്നതിനാൽ ഉയർന്ന ഊർജ്ജനിലയിലുള്ള ഒരണുവിന് സ്വമേധയായോ ഉത്തേജിതമായോ ഊർജ്ജവികിരണം നടത്തി ഒരു താഴ്ന്ന ഊർജ്ജനിലയിലേക്ക് സംക്രമിക്കാനുള്ള സംഭാവ്യതകൾ ഐൻസ്റ്റൈൻ കണ്ടുപിടിച്ചു. ക്വാണ്ടം മെക്കാനിക്സ് ഉപയോഗിച്ചല്ല ഇത് സാധിച്ചതെന്നത് രസാവഹമാണ്. ഐൻസ്റ്റൈന്റെ കണ്ടെത്തൽ ശരിയാണെന്ന് പിന്നീട് തെളിഞ്ഞു. സാധാരണ അവസ്ഥയിൽ നിന്ന് ഉയർന്ന ഊർജ്ജനിലകളിലേക്ക് പമ്പ് ചെയ്യപ്പെടുന്ന അണുക്കൾ ഉത്തേജിത ഉത്സർജ്ജനത്തിന് വിധേയമാകുന്നതാണ് ലേസറിന്റെ പ്രവർത്തനതത്ത്വം. ഇങ്ങനെ ഉല്പാദിപ്പിക്കുന്ന പ്രകാശത്തിന് സംസക്തത എന്ന ഗുണമുണ്ട്. ഒരു സാധാരണ പ്രകാശരശ്മി ഫോക്കസ്ഡ് അല്ല. എന്നുവെച്ചാൽ, അതിന്റെ ഭാഗങ്ങൾ നാനാദിക്കുകളിലേക്ക് നിർവ്യാപനം ചെയ്യുന്നു. സംസക്തബീമുകൾ ഫോക്കസ്ഡ് ആണ്. അതിനാൽ, ഇത്തരം ബീമുകൾക്ക് വർദ്ധിച്ച തീവ്രത ഉണ്ടാകും. വെൽഡിങ്ങിനും മറ്റും ലേസർപ്രകാശം ഉപയോഗിക്കാൻ കഴിയുന്നത് അതിന്റെ ഈ സവിശേഷത മൂലമാണ്. 1960–70 കളിൽ ലേസർ വികസിപ്പിച്ചെടുക്കുന്നതിന് എത്രയോ മുമ്പ് ഐൻസ്റ്റൈൻ ലേസർതത്ത്വം കണ്ടുപിടിച്ചു!

1995 ൽ ദ്രവ്യത്തിന്റെ അഞ്ചാമത്തെ അവസ്ഥ കണ്ടുപിടിക്കപ്പെട്ടു. ബോസ്-ഐൻസ്റ്റൈൻ കണ്ടെൻസേറ്റ് എന്നാണിതിന്റെ പേര്. ഖരം, ദ്രവം, വാതകം, പ്ലാസ്മ എന്നിവയാണ് അതിനുമുമ്പ് പരിചിതമായിരുന്ന നാല് അവസ്ഥകൾ. 2004 ൽ ഫെർമിയോണിക് കണ്ടെൻസേറ്റ് എന്ന ആറാമത്തെ അവസ്ഥയും കണ്ടുപിടിക്കപ്പെട്ടു. നമുക്ക് ബോസ്-ഐൻസ്റ്റൈൻ കണ്ടെൻസേറ്റിലേക്ക് വരാം. തങ്ങൾക്ക് ലഭ്യമായിട്ടുള്ളതിൽ വെച്ചേറ്റവും താണ ഊർജ്ജനിലകളിൽ അണുക്കൾ കുടുങ്ങുന്ന ഒരു സ്ഥിതിവിശേഷമാണിതിൽ സംജാതമാവുക. കേവലപൂജ്യത്തോട് വളരെ അടുത്ത ഒരു താപനില ആവശ്യമാണിതിന്. പരീക്ഷണശാലയിൽ ബോസ്-ഐൻസ്റ്റൈൻ കണ്ടെൻസേറ്റ് നിർമ്മിച്ചതിന് കോർണെൽ, വിമാൻ, കെറ്റേൾ എന്നിവർക്ക് നോബൽ സമ്മാനം കിട്ടി. ബോസ്-ഐൻസ്റ്റൈൻ കണ്ടെൻസേറ്റിന്റെ സാദ്ധ്യതയെപ്പറ്റി ഇന്ത്യൻ ശാസ്ത്രജ്ഞനായ സത്യേന്ദ്രനാഥ് ബോസുമായി ചേർന്ന്, 1924 ൽ ഐൻസ്റ്റൈൻ വിഭാവനം ചെയ്തതാണെന്ന കാര്യം സ്മരണീയമാണ്. ഈ പ്രവചനത്തിന് ആസ്പദമായ ബോസ്-ഐൻസ്റ്റൈൻ സ്റ്റാറ്റിസ്റ്റിക്സ് പ്രധാനമായും ബോസിന്റെ

സംഭാവന ആണുതാനും.

ഐൻസ്റ്റൈന്റെ ഏറ്റവും മഹത്തായ സംഭാവന, ഗുരുത്വാകർഷണത്തെ സ്ഥല-കാല വക്രതയായി ചിത്രീകരിച്ചുകൊണ്ടുള്ള, അദ്ദേഹത്തിന്റെ പൊതു ആപേക്ഷികതാസിദ്ധാന്തമാണ്. മാസ്സിന്റെ നേർ അനുപാതത്തിലും ദൂരത്തിലും ഇൻവേഴ്സ് സ്ക്വയർ അനുപാതത്തിലും മാറുന്ന ഒരു ബലമാണ് ഗുരുത്വാകർഷണമെന്ന് ഐസക് ന്യൂട്ടൻ കണ്ടുപിടിച്ചത്, ഐൻസ്റ്റൈന്റെ അഭിപ്രായത്തിൽ ഒരു ഏകദേശ വിവരണം മാത്രമാണ്. പ്രകാശവേഗത്തെ അപേക്ഷിച്ച് ചെറിയ വേഗങ്ങളിൽ ചലിക്കുന്ന വസ്തുക്കൾക്ക് 'ഇൻവേഴ്സ്ക്വയർ നിയമം' ബാധകമാണെന്നു തോന്നും. വാസ്തവത്തിൽ എല്ലാ വേഗങ്ങൾക്കും ഒരുപോലെ സാർത്ഥകമായ ഒരു 'ഗുരുത്വാകർഷണബല' നിയമമാണ് ഐൻസ്റ്റൈൻ നിർദ്ദേശിച്ചത്. വിശിഷ്ട ആപേക്ഷികത സ്ഥിരവേഗ ചലനത്തിനാണെങ്കിൽ, പൊതു ആപേക്ഷികത ചര വേഗചലനത്തിനുള്ളതാണ്. അക്സിലറേഷൻ അനുഭവപ്പെട്ട വസ്തുക്കൾ ആദരിക്കുന്ന ആപേക്ഷികതാ നിയമമാണ് പൊതു ആപേക്ഷികത. മാസ് അല്ലെങ്കിൽ ഊർജ്ജം അത് സ്ഥിതി ചെയ്യുന്ന സ്പേസിനെ വക്രീകരിക്കുന്നു. ഭൂമിയും ഇതര ഗ്രഹങ്ങളും എലിപ്ടിക്കൽ ഓർബിറ്റുകളിൽ കറങ്ങുന്നത്, സൂര്യന്റെ അയൽപക്കത്തെ സ്പേസ് ഈ രീതിയിൽ വളഞ്ഞിരിക്കുന്നതുകൊണ്ടാണ്. ഒരു നക്ഷത്രത്തിന്റെ മാസ് ക്രമാതീതമായി വർദ്ധിച്ചാൽ, അതിരിക്കുന്ന സ്ഥലത്തിന്റെ വക്രതയും അതുപോലെ വർദ്ധിക്കുമെന്നും ഒടുവിൽ വസ്തു സ്ഥിതി ചെയ്യുന്നിടത്ത് ഒരു 'തുള' വീഴുമെന്നും അനുമാനിക്കപ്പെട്ടു. ഇത്തരം 'കറുത്ത തുള'കളിൽ നിന്ന് ദ്രവ്യമോ ഊർജ്ജമോ വെളിയിൽ വരില്ല. ഇവയുടെ മേൽ പതിക്കുന്ന പ്രകാശം അതേപടി അവശോഷിക്കപ്പെടുന്നതിനാൽ ഇവയെ നിരീക്ഷിക്കുന്നതിന് യാതൊരു നേർവഴിയും ലഭ്യമല്ല. ഗുരുത്വാകർഷണപരമായ പ്രഭാവങ്ങളിലൂടെ പരോക്ഷമായി വേണം കറുത്ത തുളകളേപ്പറ്റി പഠിക്കാൻ. ചെറിയ വലുപ്പത്തിലുള്ള കറുത്ത തുളകളിൽ നിന്ന് ക്വാണ്ടം പ്രക്രിയയകളിലൂടെ ഊർജ്ജം പുറത്തുവരുമെന്ന് 1970 കളിൽ സ്റ്റീഫൻ ഹോക്കിങ് വിഭാവന ചെയ്തു. ഇങ്ങനെ സംഭവിക്കുമ്പോൾ ഇൻഫർമേഷൻ നഷ്ടം ഉണ്ടാകുന്നുവെന്നും അദ്ദേഹം പ്രവചിച്ചു. പക്ഷേ, കഴിഞ്ഞ വർഷം അദ്ദേഹം തന്റെ നിലപാട് മാറ്റി.

ക്വാണ്ടം ബാഷ്പീകരണം എന്നുപറയുന്ന ഇത്തരം പ്രക്രിയകളിൽ ഇൻഫർമേഷൻ നഷ്ടപ്പെടില്ലെന്ന് ഇപ്പോൾ അദ്ദേഹവും സമ്മതിക്കുന്നു. കറുത്ത തുളകൾക്ക് ഭ്രമണം ചെയ്യാം. ഇവയിൽ ചിലതിന് ഇലക്ട്രിക് ചാർജ്ജും ഉണ്ടായിരിക്കുമത്രെ. കറുത്ത തുളകൾ ധാരാളമായി സ്പേസിൽ ചിതറിക്കിടപ്പുണ്ടെന്ന് ഒരു വലിയ വിഭാഗം ശാസ്ത്രജ്ഞർ വാദിക്കുമ്പോൾ, അത്തരമൊരു സാധനമേ ഇല്ലെന്ന ശാഠ്യവുമായി ഒരു ന്യൂനപക്ഷം രംഗത്തുവന്നിട്ടുണ്ട്. കറുത്ത തുളകൾ 'ഇരുണ്ട ഊർജ്ജ'മെന്ന് വിശേഷിപ്പിക്കപ്പെടുന്ന, അജ്ഞാത സ്രോതസ്സിന്റെ കൂമ്പാരങ്ങളാണെന്ന് ഡേവിഡ് ചാപ്ലിൻ എന്ന ശാസ്ത്രജ്ഞൻ ഈയിടെ അഭിപ്രായപ്പെട്ടു.

പൊതു ആപേക്ഷികതയെ ആധാരമായി പ്രപഞ്ചശാസ്ത്രം അഥവാ കോസ്മോളജി വികസിച്ചിട്ടുണ്ട്. പ്രപഞ്ചത്തിന്റെ മൊത്തത്തിലുള്ള പരിണാമം സംബന്ധിച്ച പഠനമാണ് കോസ്മോളജി. ഐൻസ്റ്റൈനാണ് ഇതനുസരിച്ചുള്ള ആദ്യത്തെ ശാസ്ത്രീയ മോഡൽ ആവിഷ്കരിച്ചത്. മാറ്റമില്ലാത്ത ഒരു വ്യൂഹമായി അദ്ദേഹം പ്രപഞ്ചത്തെ ചിത്രീകരിച്ചു. എന്നാൽ, പ്രപഞ്ചം വികസിക്കുന്നുവെന്ന, എഡ്വിൻ ഹബ്ബിളിന്റെ കണ്ടുപിടിത്തത്തോടെ ഐൻസ്റ്റൈൻ തന്റെ മോഡൽ പിൻവലിച്ചു. അലക്സാണ്ടർ ഫ്രീഡ്മാൻ ഐൻസ്റ്റൈന്റെ സമീകരണങ്ങളുമായി യോജിപ്പുള്ള, പ്രപഞ്ചവികാസം പ്രവചിക്കുന്ന ചില നിർദ്ധാരണങ്ങൾ കോസ്മോളജിയിൽ കണ്ടുപിടിച്ചു. ഒരു നക്ഷത്രത്തിൽ നിന്ന് പുറപ്പെടുന്ന ഒരു രശ്മി ഭൂമിയിലെത്തുന്നതിനു മുമ്പ് സൂര്യന്റെ ഗുരുത്വാകർഷണ മണ്ഡലത്തിലൂടെ കടന്നുപോകുന്നെങ്കിൽ, അത് സ്പേസിന്റെ വക്രതയനുസരിച്ച് വളയുമെന്ന് ഐൻസ്റ്റൈൻ നടത്തിയ പ്രവചനം 1919 ൽ തന്നെ ശരിയാണെന്നു തെളിഞ്ഞു. ഗുരുത്വാകർഷണപരലെൻസ് പ്രഭാവം എന്ന് ഇതിന് പറയുന്നു. അപഭംഗം പോലെയുള്ള ഒരു പ്രതിഭാസമാണിത്. ഇതുമൂലം ക്വാസറുകളെപ്പോലെ ബില്യൺകണക്കിൽ പ്രകാശവർഷം ദൂരെ സ്ഥിതി ചെയ്യുന്ന ഖഗോളവസ്തുക്കളുടെ യഥാർത്ഥ സ്ഥാനങ്ങളല്ലായിരിക്കും നമ്മൾ നിരീക്ഷിക്കുന്നതെന്ന് മനസ്സിലാക്കാം. വേറൊരു വിധത്തിൽ പറഞ്ഞാൽ, യഥാർത്ഥ ക്വാസാറിനുപകരം അതിന്റെ ഇമേജിനെ മറ്റൊരു സ്ഥാനത്ത് നമ്മൾ കാണുന്നു.

വിശിഷ്ട ആപേക്ഷികതാ സിദ്ധാന്തം ക്വാണ്ടം മെക്കാനിക്സുമായി യോജിച്ച് പോകുന്നു. എന്നാൽ, പൊതു ആപേക്ഷികതയെ ക്വാണ്ടം സിദ്ധാന്തവുമായി മെരുക്കിയെടുക്കാനായി നടത്തിയ പ്രയത്നം സഫലമായിട്ടില്ല. ഗണിതപരമായ സൗന്ദര്യം വഴിയുന്ന സ്ട്രിങ് സിദ്ധാന്തവും മറ്റും ഗുരുത്വാകർഷണത്തിന്റെ ക്വാണ്ടം സിദ്ധാന്തമാണെന്ന അവകാശവാദവുമായി കടന്നുവന്നിട്ടുണ്ടെങ്കിലും പരീക്ഷണപരസത്യാപനം സാദ്ധ്യമാക്കുന്ന പ്രവചനങ്ങളൊന്നും വന്നിട്ടില്ല.

ഭൗതിക ശാസ്ത്രത്തിന്റെ മൗലിക ചിന്തയിൽ ഐൻസ്റ്റൈൻ പുത്തനദ്ധ്യായങ്ങൾ എഴുതിച്ചേർത്തു. സ്ഥലകാലങ്ങളുടെ ഏകീകരണം ദ്രവ്യോർജ്ജങ്ങളുടെ തുല്യത, ഗുരുത്വാകർഷണം ഒരു ബലമല്ലെന്നും സ്പേസിന്റെ വളയലാണെന്നും ഒക്കെയുള്ള ധാരാളം ആശയങ്ങളുടെ ഒരു കലവറയാണ് ആപേക്ഷികതാസിദ്ധാന്തത്തിന്റെ ഭൂമിക. ഐൻസ്റ്റൈൻ പിന്തുണച്ച മറ്റൊരാശയമാണ് ഊർജ്ജത്തിന്റെ ക്വാണ്ടം സ്വഭാവം. ഭൗതികശാസ്ത്രമെന്നു പറഞ്ഞാൽ ജ്യാമിതിയാണെന്ന, ഒരു കടുത്ത വീക്ഷണവും അദ്ദേഹം താലോലിച്ചു പോന്നു. ഗുരുത്വാകർഷണത്തെ സ്പേസിന്റെ ജ്യാമിതീയ വക്രതയുടെ ഭാഷയിൽ വ്യാഖ്യാനിച്ച ശേഷം, പ്രകാശത്തിന്റെ അടിസ്ഥാനമായ ഇലക്ട്രോ മാഗ്നറ്റിക് ബലവും അതുപോലുള്ള ഒരു വിശദീകരണത്തിന് വഴങ്ങേണ്ടതാണെന്ന് അദ്ദേഹം ആത്മാർത്ഥമായി വിശ്വസിച്ചു. പ്രകൃതിയിലെ എല്ലാ ബലങ്ങളും ഒരേകീ

കൃതബലത്തിന്റെ വ്യത്യസ്ത രൂപങ്ങൾ മാത്രമാണെന്ന സങ്കല്പമാണ് അദ്ദേഹം മുന്നോട്ടുവച്ചത്. തന്റെ ഈ സ്വപ്നം സാക്ഷാല്ക്കരിക്കാൻ അദ്ദേഹത്തിന് സാധിച്ചില്ല. ന്യൂക്ലിയസിന്റെ കെട്ടുറപ്പിന് കാരണമായ തീവ്രബലം, ചിലതരം റേഡിയോ ആക്ടിവിറ്റിയെ ഭരിക്കുന്ന ക്ഷീണ ബലം എന്നിവയെക്കുറിച്ച് ഐൻസ്റ്റൈന് വലിയ അറിവുണ്ടായിരുന്നില്ല. 1960 കളുടെ അന്ത്യത്തിൽ ഇലക്ട്രോ മാഗ്നറ്റിസത്തെയും ക്ഷീണബല ത്തെയും സമന്വയിപ്പിക്കുന്ന, ഒരേകീകൃത സിദ്ധാന്തം സലാം, വെയ്ൻ ബെർഗ്, ഗ്ലാഷൊ എന്നിവർ കണ്ടുപിടിച്ചു. ഐൻസ്റ്റൈൻ നിർവ്വചിച്ച ഏകീ കൃത സിദ്ധാന്തമെന്ന പരമമായ ലക്ഷ്യത്തിൽ എത്തിച്ചേരാൻ ആർക്കും കഴിഞ്ഞിട്ടില്ല.

ഐൻസ്റ്റൈന്റെ ശാസ്ത്രീയ സംഭാവനകളെ വിലയിടിച്ചുകാട്ടാനുള്ള ശ്രമങ്ങൾ നടക്കുന്നുണ്ട്. ആപേക്ഷികതാ സിദ്ധാന്തം പോലും അദ്ദേഹ ത്തിന്റെ സ്വന്തമല്ലെന്നാണ് ഒരു കൂട്ടരുടെ വാദം. ലോറെൻട്സ്, പൊങ്കാറെ, ഹിൽബെർട്ട് തുടങ്ങിയ പല മഹാരഥന്മാരും ആപേക്ഷികത യുടെ വഴിയിലൂടെ സഞ്ചരിച്ചിട്ടുണ്ടെങ്കിലും ഇതു സംബന്ധിച്ചുള്ള അന്തിമ ദർശനത്തിന്റെ ശില്പി ഐൻസ്റ്റൈൻ മാത്രമാണ്. ഭൗതികശാസ്ത്ര ത്തിന്റെ മറ്റു പല മേഖലകളിലും ഈടുറ്റ സംഭാവനകൾ നല്കിയ അദ്ദേ ഹത്തിന്റെ ഓർമ്മ ചരിത്രമായി കഴിഞ്ഞിരിക്കുകയാണ്. ന്യൂട്ടനുപോലും സ്വന്തം ജീവിതകാലത്ത് കിട്ടാതിരുന്ന അംഗീകാരം ഐൻസ്റ്റൈന് ലഭിച്ചു.

(2005)

ഐൻസ്റ്റൈന്റെ പ്രവചനവും പ്രപഞ്ചത്തിന്റെ ഉല്പത്തിയും

ഏകദേശം 1380 കോടി കൊല്ലം മുമ്പ്, ഒരു മഹാസ്ഫോടന(Big Bang)ത്തിലൂടെ ഉരുവായി പ്രപഞ്ചം എന്നത് ഇതിനകം ഒരു 'ക്ലീഷേ' ആയിട്ടുണ്ട്. തൃശ്ശൂർ പൂരത്തിന് അമിട്ട് പൊട്ടുന്നതുപോലുള്ള ഒരു സംഭവമായി അതിനെ ലഘൂകരിച്ചു കാണാനാവില്ല. സത്യത്തിൽ, പ്രപഞ്ചപ്പിറവിക്ക് 3,80,000 വർഷം പ്രായമെത്തിയത് മുതലുള്ള ചരിത്രമേ നമുക്കറിയൂ. അന്ന് ദ്രവ്യത്തിന്റെ പിടിയിൽ നിന്ന് കുതറിമാറിയ വികിരണങ്ങൾ പ്രപഞ്ചത്തിലെമ്പാടും ഒരുപോലെ വ്യാപിച്ചു. ഊർജ്ജമേറെച്ചോർന്ന്, മൈക്രോവേവ് (Microwave) വിഭാഗത്തിലുള്ള തരംഗങ്ങൾ ആയിരിക്കുകയാണിന്ന് അവ. 1964 ൽ, അർണോ പെൻസിയാസ് (Arno Penzias), റോബെർട്ട് വിത്സൺ (Robert Wilson) എന്നീ രണ്ട് എഞ്ചിനീയർമാർ, യാദൃച്ഛികമായി കണ്ടുപിടിച്ചതാണ് പ്രാപഞ്ചിക മൈക്രോവേവ് പശ്ചാത്തല വികിരണം/പവി (Cosmic Microwave Background Radiation / CMB) എന്ന് വിശേഷിപ്പിക്കപ്പെടുന്ന ഈ വികിരണം, ആദ്യകാല പ്രപഞ്ചത്തെപ്പറ്റി പഠിക്കുന്നതിന് ആശ്രയിക്കാൻ കഴിയുന്ന ഏറ്റവും പഴയ തെളിവായി പരിഗണിക്കപ്പെടുന്നത് പവിയാണ്. നക്ഷത്രങ്ങളും ഇതര വസ്തുക്കളും ആകാശത്ത് പ്രത്യക്ഷപ്പെടുന്നതിന് വളരെ മുമ്പ് ഉത്ഭവിച്ചതാണിത്. ഏകാത്മകവും (homogeneous) സമദൈശികവു (isotropic)മാണ് പവിയെന്ന് പെൻസിയാസും വിത്സണും നിരീക്ഷിച്ചു.

പവിയിൽ ഗുരുത്വതരംഗ(Gravitational Waves)ങ്ങളുടെ അടയാളമുണ്ടെന്ന്, മാർച്ച് 17 ന്, അമേരിക്കയിലെ ഹാർവാഡ്-സ്മിത്ത് സോണിയൻ ജ്യോതിശ്ശാസ്ത്രപഠന കേന്ദ്രത്തിലെ ജോൺ കൊവാക്ക് (John Kowac) എന്ന യുവശാസ്ത്രജ്ഞന്റെ നേതൃത്വത്തിലുള്ള ഒരു പര്യവേക്ഷണസംഘം (BICEP2 സംഘം) പ്രഖ്യാപിച്ചിരിക്കുകയാണ്.

റേഡിയോ അസ്ട്രോണമിയിൽ സവിശേഷ വൈദഗ്ദ്ധ്യമുള്ള കൊവാക്ക് ഹാർവാർഡിൽ ഒരു അസോസിയേറ്റ് പ്രൊഫസറാണ്. ഐൻസ്റ്റൈന്റെ പൊതു ആപേക്ഷികത (General Relativity)യെന്ന ഗുരുത്വസിദ്ധാന്തത്തിന്റെ പ്രവചനങ്ങളിലൊന്നാണ് ഗുരുത്വതരംഗങ്ങൾ. ഇവയുടെ അസ്തിത്വത്തിന് പരോക്ഷമായ തെളിവുണ്ടെങ്കിലും ഇപ്പോഴാണ് നേർതെളിവ് ലഭിക്കുന്നത്. ഒരു പ്രോട്ടോണിന്റെയത്ര വലുപ്പമുണ്ടായിരുന്നുവെന്ന് കരുതപ്പെടുന്ന പ്രപഞ്ചം വീർപ്പ് അഥവാ ഇൻഫ്ളേഷൻ (Inflation) എന്ന് വിശേഷിപ്പിക്കുന്ന, 1980 ൽ അലാൻഗത്ത് (Alan Guth) ആദ്യമായി നിർദ്ദേശിച്ച, സ്ഫോടന തുല്യമായ വികാസ പ്രക്രിയയ്ക്ക് വിധേയമായി എന്ന സിദ്ധാന്തത്തിനും സ്ഥിരീകരണം ആവശ്യമാണ്. ഈ രണ്ട് പ്രതീക്ഷകളും ഒരുമിച്ച് സഫലമാവുകയാണ്, ഇവിടെ സൂചിപ്പിച്ച കണ്ടുപിടിത്തത്തിലൂടെ.

ക്വാണ്ടം സിദ്ധാന്തമനുസരിച്ച്, വികിരണത്തെ വിദ്യുത്കാന്തിക തരംഗങ്ങളായും ഫോട്ടോണുകളെന്ന് വിളിക്കുന്ന കണികകളായും ഒരേ സമയം വിഭാവനം ചെയ്യാമല്ലോ. പവി ഫോട്ടോണുകളെ ഒരു വാതകമായി സങ്കല്പിച്ചാൽ അവയുടെ താപനില 2.7 ഡിഗ്രി കെൽവിൻ (കേവല പൂജ്യത്തിന് മുകളിൽ) ആണ്. ആദ്യകാല പഠനങ്ങളിൽ പവിയുടെ താപനില എല്ലായിടത്തും ഒന്നുതന്നെയാണെന്ന് കണ്ടെങ്കിലും 1992 ൽ കോസ്മിക് ബാക്ക്ഗ്രൗണ്ട് എക്സ്പ്ലോറർ / കോബെ (Cosmic Background Explorer / COBE) എന്ന ഉപഗ്രഹ ടെലിസ്കോപ്പ് സൂക്ഷ്മമായ താപനില വ്യതിയാനങ്ങൾ നിരീക്ഷിച്ചു. ഇതേ തുടർന്ന് 2001 ൽ വിൽക്കിൻസൺ മൈക്രോവേവ് അനൈസോട്രോപ്പി പ്രോബ് (Wilkinson Microwave Anisotropy Probe / WMAP) 2007 ൽ പ്ലാങ്ക് (Planck) എന്നീ ഉപഗ്രഹങ്ങളും ഇതേ മിഷൻ കൂടുതൽ കൃത്യതയോടെ നിർവ്വഹിക്കാനായി നിയോഗിക്കപ്പെട്ടു. ഇവ ശേഖരിച്ചത് പ്രധാനമായും പവിയുടെ താപനില വ്യതിയാന സംബന്ധിയായ ഡാറ്റയാണ്. ചുറ്റുപാടുകളെ അപേക്ഷിച്ച്, താപനില കുറവുള്ള പ്രദേശങ്ങളിൽ ദ്രവ്യസാന്ദ്രത കൂടുതലാണ്. 400 കോടി വർഷത്തിനുശേഷം ഗാലക്സികൾ (Galaxy) രൂപം കൊണ്ടതിനാവശ്യമായ ബീജങ്ങളാണിവയെന്ന് വ്യാഖ്യാനിക്കപ്പെട്ടു.

ഇൻഫ്ളേഷനിലൂടെ പ്രപഞ്ചം കടന്നുപോകവേ, ഗുരുത്വതരംഗങ്ങൾ ഉല്പാദിപ്പിക്കപ്പെടാനും അവ പവിയിൽ കൈയൊപ്പ് ചാർത്താനും സാദ്ധ്യതയുണ്ടെന്ന വാദം കുറെ വർഷമായി നിലനില്ക്കുന്നു. ഈ സമസ്യ നിർദ്ധാരണം ചെയ്യുന്നതിന് പവിയുടെ ധ്രുവണം / പോളറൈസേഷൻ (Polarisation) എന്ന സവിശേഷതയെപ്പറ്റി പഠനം നടത്തണമെന്ന ആശയം അവതരിപ്പിക്കപ്പെട്ടു. ഇതിനായി ഒരു ബഹുരാഷ്ട്ര - ബഹുസ്ഥാപന കൂട്ടായ്മ രൂപവല്കൃതമാവുകയും ഗവേഷണ പരിപാടികൾ ആസൂത്രിതമാവുകയും ചെയ്തു. പ്രകാശത്തിന്റെ പോളറൈസേഷൻ എന്താണെന്ന് നോക്കാം. വൈദ്യുത കാന്തിക ബലക്ഷേത്രങ്ങളാണ്

പ്രകാശതരംഗങ്ങൾ. സഞ്ചരിക്കുന്ന ദിശയ്ക്ക് ലംബമായ ഒരു പ്രതല (Plane)ത്തിൽ ഈ ബലങ്ങൾ ദോലനം (Oscillation) ചെയ്യുന്നതായി വിഭാവനം ചെയ്യാം. വൈദ്യുതബലദോലനങ്ങളെല്ലാം ഒരു നിശ്ചിത ദിശയിലാണെങ്കിൽ രേഖീയമായി പോളറൈസ് ചെയ്യപ്പെട്ട (linearly polarization)താണ് പ്രകാശമെന്ന് പറയുന്നു. ദീർഘവൃത്ത പോളറൈസേഷൻ (Elliptical Polarization) എന്നും സവിശേഷ ദൃഷ്ടാന്തമായി വൃത്ത പോളറൈസേഷൻ (Circular Polarization) എന്നും രണ്ട് വകഭേദങ്ങൾ കൂടിയുണ്ട്. വൈദ്യുത ബലദിശ ദീർഘവൃത്തത്തിലോ, വൃത്തത്തിലോ കറങ്ങുന്ന സന്ദർഭങ്ങളാണിവ. കാന്തികബലത്തിന്റെ പോളറൈസേഷനെപ്പറ്റിയും ഈ രീതിയിലുള്ള ചർച്ച പ്രസക്തമാണെങ്കിലും സാമ്പ്രദായിക ഓപ്ടിക്സ് അതിന് വലിയ പ്രാധാന്യം നല്കാറില്ല.

പ്രകാശത്തിന്റെ വൈദ്യുത ബലക്ഷേത്രത്തെ E-മോഡ് (E-Mcde) എന്നും കാന്തിക ബലക്ഷേത്രത്തെ B-മോഡ് (B-Mode) എന്നും വ്യവഹരിക്കുന്നു. 1864 ൽ ജെയിംസ് ക്ലെർക്ക് മാക്സ്‌വെൽ കണ്ടുപിടിച്ച നാല് സുപ്രസിദ്ധ സമീകരണങ്ങളാണ് ഇരു ബലക്ഷേത്രങ്ങളെയും അല്ലെങ്കിൽ വിദ്യുത്കാന്തിക ബലക്ഷേത്രത്തെ ഭരിക്കുന്നത്. സിദ്ധാന്ത പ്രകാരം Eþമോഡിന്റെ ആംപ്ലിറ്റ്യൂഡ് (Amplitude) പ്രകാശതീവ്രത (Light Intensity) യെ നിർണ്ണയിക്കുന്നു. അതിനാൽ, പവിയുടെ തീവ്രതാവ്യതിയാനങ്ങളെ ദ്രവ്യസാന്ദ്രതയിലുണ്ടാകുന്ന ഇളക്കങ്ങളായി (Fluctuation) വ്യാഖ്യാനിക്കാം. ഗുരുത്വതരംഗങ്ങൾ പ്രതിനിധാനം ചെയ്യുന്നത് സ്പേസിന്റെ ജ്യാമിതിയിലുള്ള ചാഞ്ചാട്ടങ്ങളാണ്. ഇതുമൂലം വൈദ്യുത ബലക്ഷേത്രത്തിൽ സംഭവിക്കുന്ന വ്യതിയാനങ്ങളും കാന്തികബലത്തെയും അതുവഴി B-മോഡ് പോളറൈസേഷനെയും ബാധിക്കും. ഇതിൽ നിന്ന് അനുമാനിക്കേണ്ടത്, B-മോഡ് പോളറൈസേഷന്, ക്വാണ്ടം ക്ഷേത്രസിദ്ധാന്തം അനുവദിക്കുന്നതിൽ കൂടുതൽ മൂല്യമുണ്ടെങ്കിൽ അത് ഗുരുത്വതരംഗങ്ങളുമായുള്ള പ്രതിപ്രവർത്തനം മൂലമാണെന്നാണ്. B-മോഡ് പോളറൈസേഷന് ഗുരുത്വകാചീകരണം (Gravitational Lancing) എന്ന പ്രഭാവവും സംഭാവന ചെയ്യുമെന്നതിനാൽ വളരെ സൂക്ഷ്മമായ സാങ്കേതികവിദ്യ ഉപയോഗിച്ചുവേണം ഗുരുത്വതരംഗങ്ങളുടെ അസ്തിത്വത്തെ പരിശോധനയ്ക്ക് വിധേയമാക്കേണ്ടത്. ഐൻസ്റ്റൈൻ ഗുരുത്വസിദ്ധാന്തത്തിന്റെ ഏറ്റവും ഉജ്ജ്വലമായ പ്രവചനമാണ്, ഗുരുത്വകാചീകരണം അല്ലെങ്കിൽ, തീവ്രമായ ഗുരുത്വക്ഷേത്രങ്ങളിലൂടെ കടന്നുപോകുമ്പോൾ, പ്രകാശത്തിന് സംഭവിക്കുന്ന വളയൽ. ഇത് 1919ൽ തന്നെ സ്ഥിരീകരിക്കപ്പെട്ടതാണ്.

ദക്ഷിണധ്രുവത്തിലെ പരീക്ഷണങ്ങൾ

ഭൂമിശാസ്ത്രപരമായ ദക്ഷിണധ്രുവത്തിൽ നിന്ന് ഏകദേശം മുക്കാൽ മൈൽ അകലെ, കനത്ത മഞ്ഞുക്കട്ടകൾക്കിടയിൽ തലയു

യർത്തി നില്ക്കുന്ന രണ്ട് കേന്ദ്രങ്ങളുണ്ട്. ഇവയിൽ വലുതാണ് ഡാർക്ക് സെക്ടർ ലാബ് (Dark Sector Lab) അല്ലെങ്കിൽ DSL എന്ന് വിളിക്കുന്ന നിരീക്ഷണസംവിധാനം. ഇവിടെ സ്ഥാപിച്ചിട്ടുള്ള ഒരു റേഡിയോ ടെലിസ് കോപ്പാണ് BICEP2 (Background Imaging of Cosmic Extragalactic Polarization 2) DSL സമീപത്തുള്ള ലാബിലും പവി സംബന്ധിയായ പല നിരീക്ഷണ പ്രൊജക്ടുകളും പ്രവർത്തിച്ചിട്ടുണ്ട്. ഇവയിൽ പ്രധാന പ്പെട്ടത്, BICEP1, BICEP2, Keck Array എന്നിവയാണ്. BICEP3 എന്നൊരു പുതിയ പരീക്ഷണം ഇപ്പോൾ ആസൂത്രണഘട്ടത്തിലാണ്. സങ്കീർണ്ണമായ സംവിധാനങ്ങളുള്ള റേഡിയോ ടെലിസ്കോപ്പുക ളാണിവയെല്ലാം. പവിയിൽ മൂന്ന് മില്ലീമീറ്ററും രണ്ട് മില്ലിമീറ്ററും തരംഗ ദൈർഘ്യങ്ങളുള്ള മൈക്രോവേവുകളെ നിരീക്ഷണം നടത്തുകയായി രുന്നു BICEP1 ന്റെ ജോലി. അതിന്റെ കോണീയ നിരീക്ഷണ വാതായ നത്തിന്റെ (Angular Observation Window) വലിപ്പം 0.7 ഡിഗ്രിക്കും 1 ഡിഗ്രിക്കും ഇടയിലായിരുന്നു. പോളറൈസേഷൻ കണ്ടുപിടിക്കുന്നതിനാ വശ്യമായ ഡിറ്റക്ടറുകൾ ഒരുക്കിയിട്ടുണ്ട് ഈ ഉപകരണത്തിൽ. 2006 ജനുവരി മുതൽ 2008 ഡിസംബർ വരെയാണ് BICEP1 പ്രവർത്തിച്ചത്.

പവി നിരീക്ഷണത്തിനായി ഉപയോഗിച്ച രണ്ടാം തലമുറ ഉപകര ണമാണ് BICEP2. ഇതിന്റെയും ലക്ഷ്യം പോളറൈസേഷൻ നിർണ്ണയി ക്കലാണ്. 512 സെൻസറുകൾ 150 ഗിഗാഹെർട്സ് ഫ്രീക്വൻസിയിൽ പ്രവർത്തിക്കുന്നു. ടെലിസ്കോപ്പിന് 26 സെന്റിമീറ്റർ വ്യാസമുള്ള വാതായനം. 2010 മുതൽ 2012 വരെ BICEP2 കൊണ്ടുള്ള നിരീക്ഷണ ങ്ങൾ തുടർന്നു. 2014 മാർച്ച് ആദ്യം മുതൽ ശ്രുതി പരന്നു, BICEP2 ഉപയോഗിച്ച് ആദ്യകാല പ്രപഞ്ചത്തിൽ നിന്നുള്ള B മോഡുകളെ നിരീക്ഷിക്കാനായി എന്ന്. മുൻപ് സൂചിപ്പിച്ചതുപോലെ, മാർച്ച് 17 ലെ പ്രഖ്യാപനത്തിൽ B മോഡുകളെ കണ്ടുപിടിച്ചെന്നും, r എന്ന പരാമീറ്ററിന്റെ മൂല്യം 0.2 ആണെന്നും പറഞ്ഞു. ക്വാണ്ടം ഇളക്കങ്ങളുടെ (Quantum fluctuation) സംഭാവനയ്ക്ക് മുകളിലുള്ളതാണീ മൂല്യം. എന്നുവെച്ചാൽ, ഗുരുത്വതരംഗങ്ങൾ ഉല്പാദിപ്പിക്കുന്ന പോളറൈസേഷൻ സംഭാവന പവിയുടെ B മോഡിൽ മുദ്രിതമാണെന്ന്. നിരീക്ഷണഫല ങ്ങളുടെ സ്റ്റാറ്റിസ്റ്റിക്കൽ പ്രാധാന്യം 5.9 സിഗ്മ ആണ്. ഇത് ക്രാന്തിക (Critical) മൂല്യമായ അഞ്ച് സിഗ്മയ്ക്ക് മുകളിലായതിനാൽ വിശ്വാസ്യത ഉറപ്പാക്കാം. എന്നാലും കൂടുതൽ വിശ്വാസ്യതയ്ക്കും സ്ഥിരീകരണ ത്തിനുമായി ഈ ദൃശ്യപരീക്ഷണങ്ങൾ ആവർത്തിക്കുക അനിവാര്യമാണ്.

കെക്ക് അറെ (Keck Array) എന്ന പ്രത്യേക സംവിധാനത്തിൽ ഒന്നിലേറെ പൊളാരി മീറ്ററുകൾ - പോളറൈസേഷൻ നിർണ്ണയിക്കാ നുള്ള ഉപകരണങ്ങൾ ഉണ്ട്. BICEP2-ൽ ഒരു പൊളാരി മീറ്ററും ഒരു ടെലിസ്കോപ്പും ആണ് കൊവാക്കും കൂട്ടരും ഉപയോഗിച്ചത്. BICEP3 എന്ന ഉപകരണം ആവിഷ്കരണഘട്ടത്തിലാണ്. അഞ്ച് ടെലിസ്കോപ്പു

കൾ (പൊളാരി മീറ്ററുകൾ) അടങ്ങിയ കെക്ക് അറെയുടെ ശക്തിയുള്ള ഒരു ടെലിസ്കോപ്പാവും ഇതിൽ ഉപയോഗിക്കുക. 55 സെന്റിമീറ്റർ വീതിയുള്ള വാതായനം. 2014-15 വർഷത്തിൽ നിരീക്ഷണങ്ങൾക്കായി BICEP3 തയ്യാറാകുമത്രെ. കെക്കിന്റെ നിരീക്ഷണഫലങ്ങൾ ഗ്യാലക്സി രൂപവല്ക്കരണത്തിന്റെ സൂചകമായ സാന്ദ്രതാചാഞ്ചാട്ടങ്ങളെ സംബന്ധിച്ചുള്ളതായിരുന്നു.

ഗുരുത്വതരംഗങ്ങൾ

1916 ൽ പൊതു ആപേക്ഷികതാ സിദ്ധാന്തത്തിന്റെ അടിത്തറ എന്ന ശീർഷകത്തിൽ ഐൻസ്റ്റൈൻ തന്റെ ഗുരുത്വസിദ്ധാന്തം വിശദീകരിക്കുന്ന പ്രബന്ധം പ്രസിദ്ധീകരിച്ചു. വിശ്രുതമായ ന്യൂട്ടോണിയൻ സിദ്ധാന്തത്തിൽ ഗുരുത്വത്തെ വസ്തുക്കൾക്കിടയിൽ അനന്തവേഗത്തിൽ പ്രസരിക്കുന്ന ഒരാകർഷണബലമായാണ് ചിത്രീകരിച്ചത്. ദൂരത്തിന്റെ രണ്ടാം വർഗത്തിന്റെ വിപരീതാനുപാതത്തിൽ വ്യത്യാസപ്പെടുന്നതാണീ ബലം. പ്രകാശത്തെ അപേക്ഷിച്ച് ചെറിയ വേഗങ്ങളിൽ സഞ്ചരിക്കുന്ന, വളരെ വലിയ പിണ്ഡമില്ലാത്ത (Mass) വസ്തുക്കളുടെ ബലതന്ത്രത്തെ സംബന്ധിച്ചിടത്തോളം ന്യൂട്ടന്റെ സമീപനം തൃപ്തികരമാണ്. എന്നാൽ ഇപ്പറഞ്ഞ പരിധികൾക്കപ്പുറത്ത് ഐൻസ്റ്റൈന്റെ ഗുരുത്വസിദ്ധാന്തമാണ് ഉത്തമം. ഇത് ന്യൂട്ടന്റെ സിദ്ധാന്തത്തിന് പകരമാകുന്നുവെന്നുതന്നെയല്ല, അതിലില്ലാത്ത പല പുത്തൻ പ്രഭാവങ്ങൾ പ്രവചിക്കുകയും ചെയ്തു. പ്രവചനങ്ങളിൽ ഒന്നൊഴികെ ബാക്കിയെല്ലാം സ്ഥിരീകരിക്കപ്പെട്ടു.

ഗുരുത്വത്തെ സ്ഥലകാല (Space time)ത്തിന്റെ ജ്യാമിതീയ സവിശേഷത അല്ലെങ്കിൽ വക്രത (Curvature) ആയാണ് ഐൻസ്റ്റൈൻ സങ്കല്പിച്ചത്. സാമാന്യമായി പറഞ്ഞാൽ ദ്രവ്യവും ഊർജ്ജവും മർദ്ദവുമൊക്കെ ജ്യാമിതിയെ നിർണ്ണയിക്കുന്ന ഘടകങ്ങളായി അദ്ദേഹം അവതരിപ്പിക്കുന്നു. പ്രകാശത്തിന്റെ വിദ്യുത്കാന്തിക സിദ്ധാന്തവും ഐൻസ്റ്റൈന്റെ ഗുരുത്വസിദ്ധാന്തവും തമ്മിൽ ഘടനാപരമായ സാദൃശ്യങ്ങളുണ്ട്. ഇരുസിദ്ധാന്തങ്ങളിലും തരംഗപ്രസരണ സാദ്ധ്യതയുണ്ട്. പ്രകാശവേഗത്തെ വേഗങ്ങളുടെ രാജാവായി ഐൻസ്റ്റൈൻ തന്റെ വിശിഷ്ട ആപേക്ഷികതാ സിദ്ധാന്തത്തിൽ (Special Theory of Relativity) അവരോധിച്ചിട്ടുണ്ട്. ഇതിനേക്കാൾ കൂടിയ വേഗം, ഭൗതിക വസ്തുക്കൾക്ക് നിഷിദ്ധമാണത്രെ. പൊതു ആപേക്ഷികതയുടെ സ്ഥിരീകരണം കാത്തിരുന്ന ഒരേ ഒരു പ്രവചനം ഗുരുത്വതരംഗങ്ങളുടെ അസ്തിത്വമാണ്. അവയ്ക്കും പ്രകാശവേഗം തന്നെയാണ്. ശൂന്യത(Vaccum)യിലൂടെ സഞ്ചരിക്കാൻ വിദ്യുത്കാന്തിക തരംഗങ്ങൾക്കും ഗുരുത്വതരംഗങ്ങൾക്കും കഴിയും. ഇവ തമ്മിൽ പോളറൈസേഷനിലും മറ്റും വ്യത്യാസങ്ങളുണ്ട്. അവയിലേക്ക് ഇവിടെ കടക്കുന്നില്ല.

ഗുരുത്വവികിരണം വക്രതയുടെ സഞ്ചാരമാണ്. ഒരു ഗുരുത്വതരംഗം

സഞ്ചരിക്കുമ്പോൾ അതിനെ വഹിക്കുന്ന സ്പേസിൽ അതിസൂക്ഷ്മമായ, ജ്യാമിതീയ കല്ലോലങ്ങൾ ഉണ്ടാകുന്നു. തീവ്രത വളരെ കുറവായതിനാൽ ഗുരുത്വതരംഗങ്ങളെ നിരീക്ഷിക്കുക ചില്ലറ കാര്യമല്ല. 95 വർഷമെടുത്തു ഗുരുത്വതരംഗങ്ങളുടെ മറ നീക്കാൻ എന്നതിൽ നിന്ന് മനസ്സിലാക്കാം, എത്ര ദുഷ്കരമായ പ്രയത്നമാണ് കൊവാക്ക് ടീം കാഴ്ചവെച്ചിട്ടുള്ള തെന്ന്.

പ്രപഞ്ചത്തിൽ ഗുരുത്വതരംഗങ്ങൾ ഉല്പാദിപ്പിക്കാനിടയുള്ള പല സ്രോതസ്സുകളുണ്ട്. സൂര്യനെ പ്രദക്ഷിണം വെക്കുന്ന ഗ്രഹങ്ങൾ, നക്ഷത്രയുഗ്മങ്ങൾ (Binary Star), ഇരുണ്ട തുളകൾ (Black Holes) തുടങ്ങിയവ ഗുരുത്വവികിരണം നടത്തുന്നതായി വിശ്വസിക്കപ്പെടുന്നു. സുഘടിത (Symmetric)മല്ലാതെ പൊട്ടിത്തെറിക്കുന്ന സൂപ്പർ നോവകൾ ഇവയുടെ സ്രോതസ്സാണ്. ഹുൾസ്-ടെയ്ലർ പൾസർ (Hulse-Taylor Pulsor) എന്ന് വിളിക്കപ്പെടുന്ന യുഗ്മവ്യൂഹം (Binary System) ഗുരുത്വ വികരണം നടത്തുന്നുവെന്ന് കരുതാൻ ന്യായമുണ്ട്. 1974 ൽ റസ്സൽ ഹുൾസും (Russel Hules) ജോസഫ് ടെയ്ലറും (Joseph Taylor) ആണ് ഇത് കണ്ടുപിടിച്ചത്. 59 മില്ലി സെക്കൻഡിൽ ആവർത്തിക്കുന്ന ഒരു റേഡിയോ പൾസ് ഇത് ഉല്പാദിപ്പിക്കുന്നു. പൾസ് സൃഷ്ടിക്കുന്നത്, ന്യൂട്രോണുകൾ മാത്രമടങ്ങിയ, അതീവ സാന്ദ്രതയുള്ള ഒരു ന്യൂട്രോൺ നക്ഷത്രമാണ്. അത് ഒരു സാധാരണ നക്ഷത്രത്തെ അല്ലെങ്കിൽ വെള്ള ക്കുള്ളനെ വലംവെക്കുന്നു. 8 വർഷം നീണ്ടുനിന്ന, തുടർ നിരീക്ഷണ ത്തിൽ നിന്ന് പൾസിന്റെ ആവർത്തനകാലം (Period അല്പാല്പമായി കുറഞ്ഞുവരുന്നുവെന്ന് മനസ്സിലായി. ഇങ്ങനെ പോയാൽ, കാലക്രമ ത്തിൽ ന്യൂട്രോൺ നക്ഷത്രം, അതിനെ ആകർഷിച്ചുകൊണ്ടിരിക്കുന്ന നക്ഷത്രത്തിലേക്ക് പതിക്കുമെന്ന് അനുമാനിക്കപ്പെട്ടു. ഇങ്ങനെയൊ രന്ത്യം ഉണ്ടാകണമെങ്കിൽ പൾസറിന്റെ കക്ഷ്യാചലന ഊർജ്ജം (Orbital Motion Energy) ഗുരുത്വതരംഗങ്ങളായി മോചിപ്പിക്കപ്പെടുന്നുണ്ടാ വണം. ഗുരുത്വതരംഗങ്ങളുടെ യാഥാർത്ഥ്യത്തെ വെളിവാക്കുന്ന, പരോ ക്ഷമായ തെളിവ്. ഈ സംഭാവനയുടെ പേരിൽ – വിശേഷിച്ച് പൾസ റിന്റെ കണ്ടുപിടിത്തത്തിന് – ഹുൾസിനും ടെയ്ലർക്കും 1993 ൽ ഭൗതിക ത്തിനുള്ള നൊബേൽ പുരസ്കാരം ലഭിച്ചു.

പ്രത്യക്ഷ തെളിവ് തേടിയുള്ള അന്വേഷണത്തിന്റെ കഥ സുദീർഘ വും സാഹസികവുമാണെങ്കിലും ഇവിടെ അത് വിസ്തരിക്കുന്നില്ല. സമീപകാലത്ത് നടത്തിയതോ, ഭാവിയിൽ നടത്താൻ സാദ്ധ്യതയുള്ളതോ ആയ ചില വൻകിട ഗവേഷണപദ്ധതികളെപ്പറ്റി പറയാം. ഈ രംഗത്തെ പര്യവേക്ഷണങ്ങൾ നേരിടുന്ന ഏറ്റവും വലിയ വെല്ലുവിളി, ഗുരുത്വവികിര ണത്തിന്റെ അതീവ ദുർബ്ബലതയാണ്. അമേരിക്കയിലെ നാഷണൽ സയൻസ് ഫൗണ്ടേഷന്റെ (NSF) സഹായത്തോടെ (365 ദശലക്ഷം ഡോളർ), എം ഐ ടി, കാൾടെക് തുടങ്ങിയ ഏതാനും സ്ഥാപനങ്ങൾ

സഹകരിച്ച ഒരു ഗുരുത്വതരംഗ കണ്ടെത്തൽ പ്രോജക്ടാണ് Laser Interferometer Gravitational wave Observatory (LIGO). പ്രശസ്തനായ ആപേക്ഷികതാ സൈദ്ധാന്തികൻ കിപ്തോണിനെപ്പോലുള്ളവരാണ് ലിഗോയ്ക്ക് നേതൃത്വം നല്കിയത്. 1992 ൽ ആശയാവിഷ്കാരം ആരംഭിച്ചെങ്കിലും 2002 ലാണ് നിരീക്ഷണങ്ങൾക്ക് തുടക്കം കുറിച്ചത്. 2010 ൽ പ്രോജക്ട് അവസാനിപ്പിച്ചത് ഗുരുത്വതരംഗങ്ങളെ 'പിടികൂടാൻ' കഴിയാതെ! അഡ്വാൻസ്ഡ് ലിഗോ (Advanced Ligo) എന്ന പേരിൽ ഇതിന്റെ ഒരു പുത്തൻ പതിപ്പ് താമസിയാതെ പ്രവർത്തിച്ചു തുടങ്ങുമെന്ന് കേൾവി. ലിഗോ ഗ്രൂപ്പുമായി സഹകരിച്ച് ഇന്ത്യൻ ശാസ്ത്രജ്ഞർ ആവിഷ്കരിച്ചിട്ടുള്ള ഒരു ഗുരുത്വതരംഗ നിരീക്ഷണ പ്രോജക്ടാണ് ലിഗോ ഇന്ത്യ (LIGO - India). ലോകോത്തര നിലവാരത്തിലുള്ള ഒരു ഗുരുത്വവികിരണ ഡിറ്റക്ടർ വികസിപ്പിച്ചെടുക്കുകയാണ് ഇതിന്റെ മുഖ്യലക്ഷ്യം. ശാസ്ത്ര ഗവേഷണത്തിന് ഏറ്റവും താഴ്ന്ന മുൻഗണന ലഭിക്കുന്ന നമ്മുടെ രാജ്യത്ത് (ജി ഡി പി യുടെ 0.9 ശതമാനം) ഈ സ്വപ്നം യാഥാർത്ഥ്യമാകുമോ?

മുമ്പ് പരതിയിട്ടുള്ള ഫ്രീക്വൻസി ബാൻഡിൽ (Frequency Band) നിന്ന് വ്യത്യസ്തമായ ഒരു മേഖലയിലാവും ഇന്ത്യൻ ഉപകരണം പ്രവർത്തിക്കുക. ഫ്രീക്വൻസി വർദ്ധിക്കുന്തോറും തരംഗങ്ങളുടെ ഊർജ്ജവും തീവ്രതയും വർദ്ധിക്കുകയും അവ കണ്ടുപിടിക്കപ്പെടാനുള്ള സാദ്ധ്യത മെച്ചപ്പെടുകയും ചെയ്യും. ഇന്ത്യയിൽത്തന്നെ യുവശാസ്ത്രജ്ഞർക്കും എഞ്ചിനീയർമാർക്കും ഈ മേഖലയിൽ ധാരാളം ജോലി സാദ്ധ്യതകളുണ്ടെന്നോർക്കുക. തേനിയിലെ ന്യൂട്രിനോ ഒബ്സർവേറ്ററിയുടെ കാര്യത്തിൽ കേന്ദ്രസർക്കാർ അവലംബിച്ച മെല്ലെപ്പോക്കു നയംമൂലം, നൊബേൽ പുരസ്കാര സാദ്ധ്യതകളുള്ള ന്യൂട്രിനോ ഗവേഷണത്തിലും ചൈന മുൻകൈ നേടാൻ ഒരുങ്ങുകയാണ്. നമ്മുടെ ഗുരുത്വവികിരണ ഗവേഷണ പദ്ധതിക്ക് ജനനസ്തംഭനം തന്നെ സംഭവിച്ചേക്കുമോ? വളരെ കുറഞ്ഞ ഫ്രീക്വൻസി ഗുരുത്വതരംഗങ്ങളെ കണ്ടെത്തുക അസാദ്ധ്യമാണന്നാണ് പൊതുമതം. സ്റ്റീഫൻ ഹോക്കിങ്ങും (Stephen Hawking) വെർണ്ണർ ഇസ്രേലും (Werner Israel) കണ്ടുപിടിത്ത സാദ്ധ്യതയുള്ള ഗുരുത്വതരംഗങ്ങളുടെ വിവിധ ഫ്രീക്വൻസി ബാൻഡുകൾ നിർദ്ദേശിക്കുന്നുണ്ട്. പക്ഷേ, വളരെ ഉന്നത ഫ്രീക്വൻസി സ്രോതസ്സുകളെ കണ്ടെത്തുന്നത് ദുഷ്കരമാണ്.

മൂന്ന് ശൂന്യാകാശ പേടകങ്ങളെ ഒരു സൂര്യകേന്ദ്രിത കക്ഷ്യ (Sum-centered Orbit)യിൽ ഭ്രമണം ചെയ്യാൻവിട്ട്, അവയെ പരസ്പരം ബന്ധിപ്പിച്ചുകൊണ്ടുള്ള ഒരു പരീക്ഷണമാണ് Laser Interferometer Space Antenna - LISA. കോവാക്ക് ടീമിന്റെ കണ്ടുപിടിത്തം, ഗുരുത്വവികിരണ ഗവേഷണത്തിൽ പുതിയ പാതകൾ തുറക്കുമെങ്കിലും Advanced LIGO, LISA തുടങ്ങിയ പ്രോജക്ടുകൾ ഇനിയും തുടരാൻ സാദ്ധ്യതയുണ്ട്.

ആദിയിൽ

'ആദിയിൽ' എന്ന പ്രയോഗം ഒരു നിമിഷ (Moment)ത്തെയല്ല കുറിക്കുന്നത്. ആമുഖത്തിൽ സൂചിപ്പിച്ചതുപോലെ, പ്രപഞ്ചത്തിന്റെ ആദ്യത്തെ 3,80,000 വർഷത്തെ സംഭവങ്ങളെപ്പറ്റി, കണികാസിദ്ധാന്തത്തിന്റെ സഹായത്തോടെ, ശാസ്ത്രജ്ഞർ രചിച്ച 'കഥ'യാണിനി പറയുന്നത്. *ബൈബിൾ* പോലുള്ള മതഗ്രന്ഥങ്ങളിൽ വിവരിക്കുന്ന ഉത്പത്തി പുരാണങ്ങളുമായി ഇതിനെ താരതമ്യം ചെയ്യരുതെന്നപേക്ഷ. ഒന്ന് ശാസ്ത്രവും മറ്റേത് വെളിപാടുമാണ്. ഇവ തമ്മിലുള്ള അന്തരം അവിടെ നില്ക്കട്ടെ.

സാമ്പ്രദായിക കണികാഭൗതികത്തിൽ നാലുതരം ബലങ്ങളാണ് ചർച്ച ചെയ്യപ്പെടുക. കാഠിന്യം (Strength) അനുസരിച്ച്, തീവ്രം (Strong), വിദ്യുത്-കാന്തികം (Electromagnetic),ക്ഷീണം (Weak), ഗുരുത്വം (gravity) എന്നിങ്ങനെ ബലങ്ങളെ വർഗ്ഗീകരിച്ചിരിക്കുന്നു. പ്രോട്ടോൺ, ന്യൂട്രോൺ തുടങ്ങിയ ന്യൂക്ലിയർ കണികകൾ തമ്മിലുള്ള ആകർഷണമാണ് തീവ്രബലം സൂചിപ്പിക്കുന്നത്. റേഡിയോ ആക്ടീവത സംബന്ധിയായ ഒരു ബലമാണ് ക്ഷീണബലം. ചാർജ്ജിത കണങ്ങൾ (ഉദാ: ഇലക്ട്രോൺ, പ്രോട്ടോൺ) തമ്മിലുള്ള ബല(ആകർഷണമോ വികർഷണമോ)മാണ് വിദ്യുത്കാന്തികബലം. ന്യൂട്രോണിയൻ കാഴ്ചപ്പാടിൽ പിണ്ഡമുള്ള രണ്ടു വസ്തുക്കൾ തമ്മിലുള്ള ആകർഷണബലമാണ് ഗുരുത്വബലം. രസകരമായ ഒരു വസ്തുത, രണ്ട് കണികകൾ(ഉദാ: ഇലക്ട്രോണുകൾ)ക്കിടയിൽ ഉണ്ടായേക്കാനിടയുള്ള ഗുരുത്വബലത്തെ, പല കാരണങ്ങൾ കൊണ്ടും ഇതുവരെ പരീക്ഷണപരമായി നിർണ്ണയിക്കാൻ കഴിഞ്ഞിട്ടില്ല. ഇന്നത്തെ പ്രപഞ്ചത്തിൽ വ്യത്യസ്ത രീതികളിൽ പെരുമാറുന്ന ഈ ബലങ്ങൾ ഉന്നതതാപനിലകളിൽ ഐക്യപ്പെട്ട് ഏകീകൃതമായിത്തീരുന്നുവെന്ന കാഴ്ചപ്പാട് ഗൗരവമായി പരിഗണിക്കപ്പെടാൻ തുടങ്ങിയത് 1960 കളിലും 1970 കളിലുമാണ്. ഐൻസ്റ്റൈൻ, 1920 കൾ തൊട്ട് 1955 ൽ മരിക്കുന്നതുവരെ, ഗുരുത്വബലത്തെയും വിദ്യുത്കാന്തികബലത്തെയും സമന്വയിക്കുന്ന ഒരു സിദ്ധാന്തം ആവിഷ്കരിക്കാനായി കഠിനപ്രയത്നം കാഴ്ചവെച്ചെങ്കിലും വിജയിച്ചില്ല. 1960-കളുടെ അന്ത്യപാദത്തിൽ, ക്ഷീണബലത്തെയും വിദ്യുത്കാന്തിക ബലത്തെയും ഏകീകരിക്കുന്ന, ഗ്ലോഷോസലാം – വെയ്ൻ ബെർഗ് (Glashow – Salam þþþ Weinberg) മോഡലിന്റെ രൂപവത്കരണം നടന്നു. ആദ്യത്തെ വിജയകരമായ ഏകീകൃത സിദ്ധാന്തം മാക്സ് വെല്ലിന്റെ വിദ്യുത് കാന്തിക സിദ്ധാന്തമാണെങ്കിലും ആധുനിക കാലഘട്ടത്തിൽ ഈ ബഹുമതി ഇവരുടെ സിദ്ധാന്തത്തിനാണ് കല്പിച്ചുനല്കിയിട്ടുള്ളത്. ഈ ഉദ്യമത്തിൽ തുണയായത്, പീറ്റർ ഹിഗ്സ് (Peter Higgs) അവതരിപ്പിച്ച, ഹിഗ്സ് ക്ഷേത്രം (Higgs Field) എന്ന ആശയമാണ്. ഇത് ഒരു സ്കേലർ (സ്പിൻ എന്ന സവിശേഷത ഇല്ലാത്ത) ക്ഷേത്രമാണ്.

ക്വാണ്ടം ക്ഷേത്രസിദ്ധാന്ത(Quantum Field Theory)ത്തിന്റെ ചട്ടക്കൂടിനുള്ളിലാണ് ഈ സിദ്ധാന്തങ്ങളെ വാർത്തെടുക്കുന്നത്. അതിനാൽ, ക്വാണ്ടം ക്ഷേത്രങ്ങളോടനുബന്ധിച്ച് ക്വാണ്ടങ്ങളും (Quanta) അല്ലെങ്കിൽ കണികകളും ഉണ്ടായിരിക്കണം. W+, W-, Z0 എന്നിങ്ങനെയുള്ള കണികകളും ഒരു ഹിഗ്സ് ബോസണും (H) ഉണ്ടെന്ന് ഏകീകൃത ക്ഷീണ-വിദ്യുത്കാന്തിക സിദ്ധാന്തം പ്രവചിച്ചു. ആദ്യം പറഞ്ഞ മൂന്നു കണികകളും 1983 ൽ CERN ൽ നടത്തിയ പ്രോട്ടോൺ-ആന്റിപ്രോട്ടോൺ കൊളൈഡർ പരീക്ഷണങ്ങളിൽ കണ്ടുപിടിക്കപ്പെട്ടു. ദൈവകണമാണ് തെറ്റായി വ്യവഹരിക്കപ്പെട്ട ഹിഗ്സ് ബോസണിനെ കണ്ടുപിടിച്ചത് 2012 ൽ. ഈ പരീക്ഷണവും CERNന്റെ നേതൃത്വത്തിൽ നടന്നു.

പ്രോട്ടോൺ, ന്യൂട്രോൺ തുടങ്ങിയ ന്യൂക്ലിയർ കണങ്ങൾ മൗലികമല്ലെന്നും ക്വാർക്കു (Quark) കളുടെയും പ്രതി-ക്വാർക്കു (Antiquark) കളുടെയും ബന്ധിത കൂട്ട (Bound Collection)ങ്ങളാണെന്നുമുള്ള തിരിച്ചറിവ് 1960 കളിൽ ഉണ്ടായി. ഇലക്ട്രോണും അതുപോലുള്ള മ്യൂവോൺ, ന്യൂട്രിനോ തുടങ്ങിയ കണികകളും സ്വതന്ത്രാവസ്ഥയിൽ പ്രത്യക്ഷപ്പെടാനാവാത്ത ക്വാർക്കുകളും ഒക്കെ വിളയാടുന്ന സിദ്ധാന്തപരിസരമാണ് ഗ്ലാഷോ-വെയ്ൻബർഗ്-സലാം മോഡൽ. ഇതിന്റെ പ്രവചനങ്ങൾ ഒന്നൊന്നായി സ്ഥിരീകരിക്കപ്പെട്ടപ്പോൾ, കണികാഭൗതികത്തിന്റെ മാനകമോഡൽ (Standard Model of Particle Physics) നിലവിൽവന്നു. മഹാസ്ഫോടനം എങ്ങനെ സംഭവിച്ചു എന്നതിന് വിശദീകരണമില്ലെങ്കിലും വികസ്വരപ്രപഞ്ചം, വികിരണ പ്രധാന (Radiation-dominated) കാലഘട്ടം, ദ്രവ്യപ്രധാന (Matter-dominated) കാലഘട്ടം, ഭാരം കുറഞ്ഞ അണുക്കളുടെ ആവിർഭാവം, മൈക്രോവേവ് പശ്ചാത്തല വികിരണം തുടങ്ങിയ വിഷയങ്ങൾ ഉൾപ്പെടുത്തി, പ്രപഞ്ചശാസ്ത്രത്തിന്റെ മാനകമോഡലും (Standard Model of Cosmology) രംഗത്തെത്തി. രണ്ട് ബൃഹദ് - സിദ്ധാന്തങ്ങളും തമ്മിലുള്ള പാരസ്പര്യമാണ് ഇപ്പോഴും തുടരുന്നത്.

ആദ്യകാല പ്രപഞ്ചം അത്യുന്നത താപനിലകളിലൂടെ കടന്നുപോയിരിക്കണം. ഉന്നതതാപനില ഉന്നത ഊർജ്ജത്തെ പ്രതിനിധാനം ചെയ്യുന്നു. ചതുർബലങ്ങൾ ഏകീകൃതമായി പെരുമാറിയിരുന്നത് ഏകദേശം 10^{19} GeV-ക്കു മുകളിൽ ഊർജ്ജമുണ്ടായിരുന്നപ്പോഴാണ്. ഊർജ്ജം 10^{15} GeV-യിലേക്കു താഴ്ന്നപ്പോൾ, തീവ്രബലവും ഏകീകൃത വിദ്യുത് കാന്തിക ക്ഷീണബലവും തമ്മിൽ വേർപിരിഞ്ഞു. അപ്പോഴത്തെ താപനില ഏകദേശം 10^{27} ഡിഗ്രി കെൽവിൻ ആയിരുന്നു. പിന്നെയും പ്രപഞ്ചം വികസിക്കുന്നു. ഊർജ്ജനില/താപനില കുറയുന്നു. ഇത് 100 GeV-യിലെത്തുമ്പോൾ വിദ്യുത് കാന്തിക ബലവും ക്ഷീണബലവും വ്യത്യസ്ത പെരുമാറ്റശൈലികൾ കൈക്കൊള്ളുന്നു. സമകാലിക പ്രപഞ്ചത്തിലെ ശരാശരി താപനിലയാണ് പവിയുടെ താപനില സൂചിപ്പിക്കുക. വിദ്യുത്

കാന്തിക-ക്ഷീണബലവും തീവ്രബലവും ഐക്യപ്പെട്ടിരുന്ന കാലഘട്ടത്തിന് മഹാ ഏകീകരണ (Grand Unification) യുഗമെന്ന് പറയുന്നു. ഈ സങ്കല്പത്തിനാസ്പദമായ കണികാസിദ്ധാന്തത്തിലെ ഗേജ് സിദ്ധാന്തങ്ങൾ (Gauge Theories) കാന്തിക ഏകധ്രുവങ്ങളെന്ന് (Magnetic Monopole) വിശേഷിപ്പിക്കുന്ന 'ഏകധ്രുവകാന്ത'ങ്ങളുടെ അസ്തിത്വം പ്രവചിക്കുന്നുണ്ടെങ്കിലും ഇവയുടെ അസാന്നിദ്ധ്യം മനസ്സിലാക്കാൻ പ്രയാസമാണ്. മഹാസ്ഫോടന നിമിഷം മുതൽ കാലഗണന നടത്തിയാൽ, ഏകദേശം 10^{-36} സെക്കൻഡ് കഴിഞ്ഞപ്പോൾ മഹാ ഏകീകരണ യുഗം അവസാനിച്ചു. ഭാരമുള്ള കണങ്ങളായ കാന്തിക ഏകധ്രുവങ്ങൾ എവിടെപ്പോയി മറഞ്ഞു? നിരീക്ഷണങ്ങൾ സൂചിപ്പിക്കുന്നത്, പവിയുടെ താപനില എല്ലായിടത്തും ഒന്നുതന്നെയാണെന്നാണ്. ആദ്യകാല പ്രപഞ്ചത്തിന്റെ വ്യത്യസ്ത ഭാഗങ്ങളിൽ നിന്ന് ഉത്ഭവിച്ചതാവണം പവി. ഈ ഭാഗങ്ങളിൽ ചിലത് തമ്മിൽ കാര്യകാരണബന്ധം സ്ഥാപിതമാകുന്നതിനു മുമ്പ്, ഇത്ര കർശനമായ വ്യവസ്ഥകൾ എങ്ങനെ പവിയുടെ മേൽ ആരോപിതമായി? പ്രപഞ്ചം വികസിച്ചപ്പോൾ ഇത്തരം ഭാഗങ്ങൾ പരസ്പരം കൂടുതൽ അകന്നുപോയി. എന്നിട്ടും മുൻചൊന്ന ഐകരൂപ്യം നിലനിന്നതിന്റെ രഹസ്യമെന്താണ്? മൊത്തത്തിൽ നോക്കിയാൽ പ്രപഞ്ചം പരന്നതായി -(Flat) കാണപ്പെടുന്നു എന്നതും പ്രശ്നമാണ്. ആദ്യകാല പ്രപഞ്ചത്തിൽ സ്പേസിന് നിശ്ചയമായും വക്രത ഉണ്ടായിരുന്നിരിക്കണം. മഹാസ്ഫോടനവും അനന്തര സംഭവങ്ങളും ഭീമൻ 'ഊർജ്ജ-ഇടപാടുകൾ' ആയിരുന്നല്ലോ. എന്നാൽ പ്രപഞ്ചപരിണാമത്തിന്റെ ആദ്യദശയിൽ തന്നെ വക്രതയും മറ്റും തിരോഭവിച്ചു. വൻ വളവുകൾ നിവരുകയും ചെറുവളവുകൾ നിസ്സാരമായി തീരുകയും ചെയ്തെന്നർത്ഥം. സൂപ്പർ ഗാലക്സിക്കൂട്ടങ്ങളെ (Super clusters) പ്രപഞ്ചഘടനയുടെ 'ഇഷ്ടിക'കളായി എടുക്കുന്ന പക്ഷം, സ്പേസിൽ സ്വാഭാവികമായി ഉണ്ടായേക്കാവുന്ന വളവും തിരിവും കുണ്ടും കുഴിയുമൊന്നും 'കണ്ണിൽ പെടില്ല.' ഇതാണ് മാനക പ്രപഞ്ച ശാസ്ത്രത്തിലെ പരപ്പു പ്രശ്നം.

പ്രപഞ്ചവിജ്ഞാനീയത്തിന്റെ മാനകമോഡൽ പ്രതിസന്ധിയിലായപ്പോഴാണ് ഇൻഫ്ളേഷൻ സിദ്ധാന്തത്തിന്റെ വരവ്. മഹാ ഏകീകരണ യുഗത്തിൽ തന്നെ സംഭവിച്ച ഒരു മഹാസംഭവമാണിത്. ഗുരുത്വബലവുമായുള്ള ബന്ധം വിടർത്തിയ ഏകീകൃത തീവ്ര - വിദ്യുത് കാന്തിക - ക്ഷീണബലം. സ്പേസിന്റെ വക്രതയായി ഗുരുത്വബലം പ്രത്യക്ഷപ്പെടുന്നു. ഇതിനെ 'തൂത്തുവാരു'ന്നത് ഇൻഫ്ളേഷൻ പ്രക്രിയയാണ്. പ്രപഞ്ചകാലം (Cosmic Time) 10^{-35} സെക്കൻഡിനും 10^{-33} സെക്കൻഡിനും ഇടയിൽ സ്പേസ് എക്സ്പൊണെൻഷ്യൻ മാതൃകയിൽ വികസിച്ചപ്പോൾ കാന്തിക ഏകധ്രുവങ്ങൾ നീക്കം ചെയ്യപ്പെട്ടു. സ്പേസ് പരന്ന

തായി; പവിയുടെ വിതരണം ഏകതാനമായി — ഇങ്ങനെ മൂന്നുപ്രശ്ന ങ്ങളും ഒരുമിച്ച് പരിഹരിക്കപ്പെടുന്നു.

$2, 2^2, (2^2)^2$......എന്നിങ്ങനെ എക്സപൊണെൻഷ്യൽ ക്രമത്തിലുള്ള വികാസമാണ് സ്പേസിന് നേരിട്ടത്. ഗത്ത് വിവരിക്കുന്നതുപോലെ[1] നൂറ് പ്രാവശ്യം ഈ രീതിയിൽ ഇരട്ടിക്കുമ്പോൾ പ്രപഞ്ചം 10^{10} ഇരട്ടി വലുതാകും. ഇതിനെടുക്കുന്ന സമയമോ വെറും 10^{-35} സെക്കൻഡ് മാത്രം!

ഇൻഫ്ളേഷന്റെ പിന്നിലെ ചാലകശക്തി സംഭാവന ചെയ്യുന്നത്, ഇൻഫ്ളാറ്റോൺ (Inflaton) എന്നു വിളിക്കുന്ന ഒരു ഹിഗ്ഗ്സ് ക്ഷേത്രമാണ്. ഇത് 'ദൈവകണ'ങ്ങൾ തുള്ളിനടക്കുന്ന പ്രശസ്തമായ ഹിഗ്ഗ്സ് ക്ഷേത്രമ ല്ലെന്നത് ശ്രദ്ധേയമാണ്. ഇൻഫ്ളാറ്റോൺ ക്ഷേത്രത്തിന് രണ്ട് മിനിമം ഊർജ്ജനിലകൾ അല്ലെങ്കിൽ ശ്യൂന്യതകൾ (Vacua) ഉണ്ട്. ഇവയിൽ ഒരെണ്ണത്തിന്റെ ഊർജ്ജം പൂജ്യമല്ല. പക്ഷേ, ഇതിൽ ക്ഷേത്രബലം (Field Strength) പൂജ്യമായിരിക്കും. ഈ അവസ്ഥയ്ക്ക് ഹിഗ്ഗ്സ് ക്ഷേത്രത്തിന്റെ കപടശൂന്യത (False Vacuum) എന്നു പറയുന്നു. രണ്ടാമത്തെ ശൂന്യത യിൽ ഊർജ്ജമില്ല. പക്ഷേ, ക്ഷേത്രബലം പൂജ്യമല്ല. ഈ അവസ്ഥയിൽ ഹിഗ്ഗ്സ് ക്ഷേത്രം യഥാർത്ഥ ശൂന്യതയിലാണെന്ന് (True Vacuum) പറയും. കപടശൂന്യത അസ്ഥിരവും താല്ക്കാലികവും യഥാർത്ഥ ശൂന്യത സ്ഥിരവും ആകുന്നു. പോരെങ്കിൽ, എല്ലാ ഭൗതിക വ്യൂഹങ്ങളും (ക്ഷേത്ര ങ്ങളുൾപ്പെടെ) സന്തുലിതത്വത്തിലെത്തുന്നത് (Equilibrium) ഏറ്റവും കുറഞ്ഞ ഊർജ്ജാവസ്ഥയിലാണുതാനും. പ്രപഞ്ചപ്പൈതൽ രംഗത്തു വരുന്നത് ഹിഗ്ഗ്സ് ക്ഷേത്രത്തിന്റെ കപടശൂന്യതയിൽ വിശ്രമിച്ചുകൊ ണ്ടാണ്. ഇൻഫ്ളേഷൻ സംഭവിക്കുമ്പോൾ സ്പേസ് വീർത്ത് രാക്ഷസീയ മാനങ്ങൾ കൈവരിക്കുന്നു. അതേസമയം പ്രപഞ്ചം വികസിക്കുകയും ഹിഗ്ഗ്സ് ക്ഷേത്രത്തിന്റെ യഥാർത്ഥ ശൂന്യതയിലേക്ക് വഴുതിവീഴുകയും ചെയ്യുന്നു. തൊട്ടിലിൽ കിടന്നുറങ്ങുന്ന ഒരു കുഞ്ഞ്, അപ്രതീക്ഷിതമായി തൊട്ടിലിളകിയപ്പോൾ നിലത്തേക്ക് മറിഞ്ഞുവീഴുന്ന ചിത്രത്തോട് ഉപ മിക്കുക! ഇൻഫ്ളേഷനിൽ സ്പേസ് വീർക്കുമെങ്കിലും പ്രപഞ്ചത്തിന്റെ വികാസം നിസ്സാരമാണ്. ഇൻഫ്ളാറ്റോൺ ക്ഷേത്രം വിസർജ്ജിച്ച അധിക ഊർജ്ജം വികിരണമായും ഇതരക്ഷേത്രങ്ങളും കണികകളും ആയും രൂപാന്തരപ്പെട്ടു. ജ്യാമിതിയിൽ (Geometry) ഉണ്ടായ കോളിളക്കങ്ങൾ ഗുരുത്വതരംഗങ്ങളായി, പവിയുടെ B-മോഡ് പോളറൈസേഷനിൽ സാന്നിദ്ധ്യം രേഖപ്പെടുത്തുകയും ചെയ്തു.

BICEP2 ടീമിന്റെ ഗുരുത്വതരംഗകണ്ടുപിടിത്തം പരീക്ഷണങ്ങളുടെ ആവർത്തനങ്ങളിലൂടെയും വിശകലനങ്ങളിലൂടെയും സ്ഥിരീകരിക്കപ്പെടു മെന്നാണ് ശാസ്ത്രലോകത്തിന്റെ പ്രതീക്ഷ. ഐൻസ്റ്റൈന്റെ ഭാവനാ സൃഷ്ടിയായ ഗുരുത്വതരംഗങ്ങൾക്ക് നേർസാക്ഷ്യം, ക്വാണ്ടം ക്ഷേത്ര ത്തിന്റെ കാലികപ്രസക്തി. ക്വാണ്ടം ബലതന്ത്രവും പൊതു ആപേക്ഷി

കതയുമായുള്ള ബന്ധം തുടങ്ങിയ വിഷയങ്ങൾ പുതുവെളിച്ചം വീശുകയാണ്. എല്ലാറ്റിനും പുറമേ, ബിഗ്ബാങ്ങിലെ ബാങ്ങാണ് ഇൻഫ്ളേഷനെന്നു വാദിക്കുന്നവർക്ക്[2] പ്രചോദനവും നവോന്മേഷവും പകരുന്നതാണ് കണ്ടെത്തൽ. തുണയായി നിരവധി പരീക്ഷണങ്ങളും നിരീക്ഷണങ്ങളുമുള്ളതിനാൽ, ലോകമെമ്പാടും പ്രചരിച്ചിട്ടുള്ള, പരിചിതമോ അപരിചിതമോ ആയ അസംഖ്യം ഉല്പത്തിപ്പുരാണങ്ങളുടെ കലവറയിലെ ഒരു പുതിയ ഇനമായി മാത്രം ഇതിനെ കാണരുത്.

(2014)

മഹാരഹസ്യങ്ങളുടെ മറനീക്കാൻ

ചരിത്രം കണ്ടതിൽവെച്ചേറ്റവും മഹത്തായ പരീക്ഷണങ്ങൾ നടത്താൻ ശാസ്ത്രജ്ഞർ കോപ്പു കൂട്ടുകയാണല്ലോ. സെപ്റ്റംബർ 10 ന് Large Hadron Collidar (LHC) എന്ന കൂറ്റൻ ഉപകരണം സ്വിച്ച് ഓൺ ചെയ്യപ്പെട്ടു. പലരും ധരിച്ചിട്ടുള്ളതുപോലെ മഹാസ്ഫോടനത്തിന്റെ പുനഃസൃഷ്ടിയല്ല ലക്ഷ്യം. ഒരിക്കൽ മാത്രം നടന്ന ആ മഹാസംഭവത്തെ തുടർന്ന്, ഒരു സെക്കന്റിന്റെ ഒരു ലക്ഷം കോടിയിലൊരംശം പിന്നിട്ട വേളയിൽ, പ്രപഞ്ചം നിന്നിരുന്ന അവസ്ഥയെ, ഭഗീരഥ പ്രയത്നഫലമായി, ഒരു 'കുഞ്ഞിക്കുഞ്ഞി' സ്ഥലത്ത് വീണ്ടും പ്രത്യക്ഷപ്പെടുത്താൻ കഴിഞ്ഞേക്കും. ഏതായാലും പ്രപഞ്ചാരംഭത്തെപ്പറ്റി അമൂല്യമായ വിവരം ഉരുത്തിരിയുമെന്നാണ് കണക്കുകൂട്ടൽ.

യൂറോപ്യൻ ഓർഗനൈസേഷൻ ഫോർ ന്യൂക്ലിയർ റിസർച്ച് (CERN) എന്ന സഹകരണാടിസ്ഥാനത്തിലുള്ള ബഹുരാഷ്ട്ര സ്ഥാപനത്തിന്റെ ചുമതലയിൽ, ജനീവയ്ക്കടുത്താണ് ഈ പരീക്ഷണസൗകര്യം ഒരുക്കിയിട്ടുള്ളത്. 800 കോടി ഡോളർ ചെലവും 10 വർഷത്തെ 6000 ഗവേഷകരുടെ കഠിനാദ്ധ്വാനവും LHCയുടെ നിർമ്മിതിക്ക് വേണ്ടിവന്നു. പ്രോട്ടോണുകൾ, അയോണുകൾ (ion) തുടങ്ങിയവയെ 27 കിലോമീറ്റർ ചുറ്റളവുള്ള ഒരു വർത്തുള തുരങ്കത്തിലൂടെ അനേക പ്രാവശ്യം പായിച്ച് ഊർജ്ജം പകരനായി പൾസ്ഡ് വൈദ്യുത മണ്ഡലങ്ങളും അതിതീവ്ര കാന്തിക മണ്ഡലങ്ങളും തയ്യാറായി. കേവലപൂജ്യ (Absolute Zero) ത്തിന് കാൽഡിഗ്രി മുകളിലെ താപനിലയിൽ തുരങ്കത്തിലെ അന്തരീക്ഷത്തെ നിലനിർത്തുന്നു. ഇതിലെ സൂപ്പർ കണ്ടക്ടിങ് കാന്തങ്ങളെ നിർമ്മിച്ചിട്ടുള്ളത് ഭൂമിയിൽ നിന്ന് സൂര്യനിലേക്കുള്ള ദൂരത്തിന്റെ അഞ്ചിരട്ടി നീളം കമ്പി ഉപയോഗിച്ചാണ്.

ഒരു റിങ്ങിന്റെ ആകൃതിയിലുള്ള തുരങ്കത്തിലൂടെ രണ്ട് പ്രോട്ടോൺ ബീമുകൾ എതിർദിശകളിൽ പ്രവഹിച്ചുകൊണ്ടിരിക്കുകയാണിപ്പോൾ, പരസ്പരം കൂട്ടിമുട്ടുകയോ ഉരസ്സുകയോ ചെയ്യാതെ. ഒക്ടോബറോടെ ഇവയുടെ ഇടി (Collision) സംഭവിക്കും. ഇതിന്റെ ഫലമായി ഉല്പാദിപ്പിക്കപ്പെട്ടേക്കാനിടയുള്ള കണങ്ങളെക്കുറിച്ച് വ്യക്തമായ ധാരണകളുണ്ട്. ഇന്നോളം അക്സിലറേറ്ററുകളിൽ നിർമ്മിക്കാനോ, കോസ്മിക് രശ്മികളിൽ നിരീക്ഷിക്കാനോ കഴിഞ്ഞിട്ടില്ലാത്ത തരത്തിലുള്ള വസ്തുക്കൾ പ്രത്യക്ഷപ്പെടുമോ? കുഞ്ഞു തമോഗർത്തങ്ങളും (mini black holes) അപൂർവ്വകണങ്ങളും തലപൊക്കിയാൽ? ഇത്തരത്തിലുള്ള ഭീതികൾ സർവ്വത്ര പരന്നിരിക്കുകയാണ്. എന്നാൽ, ഈ ഭയം അസ്ഥാനത്താണെന്ന് സൂചിപ്പിക്കാതെ നിവൃത്തിയില്ല. മഹാസ്ഫോടനത്തിന്റെ ഊർജ്ജം, ക്ലാസ്സിക്കൽ അർത്ഥത്തിൽ, അനന്തമായിരുന്നു. എൽ എച്ച് സി സംഘട്ടനങ്ങളിൽ കൈവരിക്കാൻ സാദ്ധ്യതയുള്ള ഊർജ്ജനില TeV (Tera electron Volt = 10^{12} electron Volt) ആണ്. അനന്തതയും ഇതും തമ്മിലെന്ത് സാമ്യം? തമോഗർത്തങ്ങളും മറ്റും വൻതോതിൽ ആവിർഭവിക്കാൻ സാദ്ധ്യതയില്ല. കുഞ്ഞു തമോഗർത്തങ്ങൾ ഉണ്ടായാൽ തന്നെ അവ ഉടനെ ബാഷ്പീകരിച്ചു പോകുമെന്ന് സ്റ്റീഫൻ ഹോക്കിങ്ങിന്റെ സിദ്ധാന്തം പ്രവചിക്കുന്നു. അപൂർവ്വകണങ്ങൾ അസ്ഥിരമാകയാൽ, അവ പരിചിതമായ സാധാരണ കണങ്ങളായി ജീർണ്ണിക്കാൻ അധികസമയം വേണ്ട. പ്രധാനമായി രണ്ട് ലക്ഷ്യങ്ങളാണ് എൽ എച്ച് സി പരീക്ഷണങ്ങൾക്കുള്ളത്: (1) ഉന്നത ഊർജ്ജത്തിലെ, അല്ലെങ്കിൽ കണഭൗതികത്തിലെ സമകാലിക സിദ്ധാന്തങ്ങളുടെ സത്യാപനം; (2) ആദ്യകാല പ്രപഞ്ചത്തിലേക്കൊരെത്തിനോട്ടം. ഇരുപതാം നൂറ്റാണ്ടിന്റെ ഉത്തരാർദ്ധത്തിൽ വികസിപ്പിക്കപ്പെട്ട സിദ്ധാന്തങ്ങളായ ഇലക്ട്രോ-വീക്ക് ഡൈനാമിക്സ്, ക്വാണ്ടം ക്രോമോ ഡൈനാമിക്സ്, സൂപ്പർ സിമട്രിക് സ്ട്രിങ് സിദ്ധാന്തം തുടങ്ങിയവ ഒന്നാമത്തെ വകുപ്പിൽപ്പെടുന്നു.

ആധുനിക പ്രപഞ്ചശാസ്ത്രവും (Cosmology) കണഭൗതികവും അന്യോന്യം സഹകരിച്ച് മുന്നേറിക്കൊണ്ടിരിക്കുകയാണ്. ആദ്യകാല പ്രപഞ്ചത്തെപ്പറ്റി ലഭിക്കുന്ന അറിവ് ഉന്നത ഊർജ്ജഭൗതികത്തിനും, മറിച്ചും പ്രയോജനപ്പെടും.

കണഭൗതികം: മാനകമോഡലും അപ്പുറവും

ദ്രവ്യത്തെ സംബന്ധിച്ചുള്ള കാഴ്ചപ്പാടിനെ കണങ്ങളുടെയും മൗലിക ബലങ്ങളുടെയും ശാസ്ത്രമായി രേഖപ്പെടുത്താവുന്നതാണ്. ഇതിനൊരു മാനകമോഡൽ (Standard Model) വികസിപ്പിക്കപ്പെട്ടെങ്കിലും അവശേഷിക്കുന്ന വെല്ലുവിളികളെ നേരിടാനായി, വിപ്ലവകരമായ പല നിർദ്ദേശങ്ങളും പൊന്തിവന്നിട്ടുണ്ട്. ആദ്യം മാനകമോഡലിനെ പരിചയപ്പെടുത്താം.

ലെപ്ടോണുകളെന്നും ഹാഡ്രോണുകളെന്നും കണങ്ങളെ പൊതു

വിൽ വിഭജിക്കാം. ലെപ്ടോണുകൾക്ക് ഘടന ഇല്ലെന്ന് പൊതുമതം. മൊത്തം ആറ് ലെപ്ടോണുകളേ പ്രകൃതിയിലുള്ളൂ: ഇലക്ട്രോൺ, ഇലക്ട്രോൺ-ന്യൂട്രിനോ; മ്യൂവോൺ, മ്യൂവോൺ-ന്യൂട്രിനോ; ടൗ, ടൗ ന്യൂട്രിനോ. പ്രോട്ടോൺ, ന്യൂട്രോൺ, പയോൺ തുടങ്ങിയവ ഹാഡ്രോണുകളാണ്. ഹാഡ്രോണുകളും അവയുടെ ഉത്തേജിതാവസ്ഥകളും നിരവധിയാണ്. ഇവയോരോന്നിനും ഘടനയുണ്ട്. ആന്തരിക ഭ്രമണ സംവേഗം (Internal angular momentum) അല്ലെങ്കിൽ സ്പിൻ എന്ന ഭൗതിക പരിണാമത്തിന് പൂർണ്ണസംഖ്യയോ (integer : 0, 1, 2,.....) അർദ്ധ പൂർണ്ണസംഖ്യയോ (half-interior: ½, 3/2 .....) ആണ് സാദ്ധ്യമായ മൂല്യം. പൂർണ്ണസംഖ്യാ സ്പിന്നുള്ള കണങ്ങളെ ബോസണുകളെന്നും അർദ്ധ പൂർണ്ണസംഖ്യാ സ്പിന്നുള്ളവയെ ഫെർമിയോണുകളെന്നും വിളിക്കുന്നു. ലെപ്ടോണുകൾ ഫെർമിയോണുകളാണ്. ഹാഡ്രോണുകൾക്കിടയിൽ ബേരിയോണുകളെന്നും മിസോണുകളെന്നും വിഭജനമുണ്ട്. ബേരിയോണുകൾ ഫെർമിയോണുകളും മിസോണുകൾ ബോസണുകളും ആണ്. ഹാഡ്രോണുകളുടെ ഘടകങ്ങളായ ക്വാർക്കുകൾ ഫെർമിയോണുകളാണ്. ലെപ്ടോണുകളെപ്പോലെ ഇവയും ആറുതരത്തിലുണ്ട്. അപ്-ക്വാർക്ക്, ഡൗൺ - ക്വാർക്ക്; ചാം ക്വാർക്ക്, സ്ട്രേഞ്ച് ക്വാർക്ക്; ടോപ് ക്വാർക്ക്, ബ്യൂട്ടി അഥവാ ബോട്ടം ക്വാർക്ക്. ലെപ്ടോണുകളും ക്വാർക്കുകളും ജോടികളായി വർഗ്ഗീകരിക്കപ്പെട്ടിരിക്കുന്നു. ഒരു പ്രോട്ടോണിൽ രണ്ട് അപ്-ക്വാർക്കുകളും ഒരു ഡൗൺ-ക്വാർക്കും ഉണ്ട്. ന്യൂട്രോണിലാകട്ടെ, രണ്ട് ഡൗൺ-ക്വാർക്കുകളും ഒരു അപ്-ക്വാർക്കുമാണുള്ളത്. ക്വാർക്ക്-ആന്റി ക്വാർക്ക് ജോടികളായാണ് മിസോണുകൾ രൂപം കൊള്ളുക. ലെപ്ടോണുകളെയും ക്വാർക്കുകളെയും മൗലിക കണങ്ങളായി കരുതാം. ഹാഡ്രോണുകൾ മൗലികങ്ങളല്ല. ക്വാർക്കുകൾ സ്വതന്ത്രമായി വിഹരിക്കുന്നില്ല. ഹാഡ്രോണുകൾക്കുള്ളിൽ അവ തടങ്കലി (Confinment)ലാണ്.

പ്രകൃതിയിൽ നാല് മൗലിക ബലങ്ങളുണ്ട്: ഗുരുത്വാകർഷണം, വിദ്യുത്കാന്തികം (Electromagnetism), ക്ഷീണബലം (Weak force), തീവ്രബലം (Strong force). ഏറ്റവും ശക്തിഹീനമായ ബലം ഗുരുത്വാകർഷണവും ശക്തിമത്തായ ബലം തീവ്രബലവുമാണ്. ഐൻസ്റ്റൈന്റെ പ്രമാണിത്ത കാലത്ത് ഗുരുത്വാകർഷണവും വിദ്യുത്കാന്തിക ബലവും മാത്രമേ ശ്രദ്ധിക്കപ്പെട്ടിരുന്നുള്ളൂ. പ്രോട്ടോൺ, ന്യൂട്രോൺ എന്നീ ന്യൂക്ലിയർ കണങ്ങളെ പരസ്പരം ആകർഷിപ്പിച്ച് നിർത്തുന്ന ബലമാണ് തീവ്രബലം. മൗലിക ബലങ്ങൾ പ്രവർത്തിക്കുന്നത് കല്പിത (virtual) കണങ്ങളുടെ വിനിമയത്തിലൂടെയാണ്. കല്പിതം എന്നുവെച്ചാൽ, തോന്നിപ്പിക്കുന്നത് അല്ലെങ്കിൽ ഭാവനാപരം എന്നർത്ഥം. ഒരു വ്യൂഹം (System) ഒരു കല്പിത കണത്തെ ഉത്സർജ്ജിച്ചാൽ (emit) അത് നിരീക്ഷണവിധേയമാകുംമുമ്പെ, വേറൊരു വ്യൂഹമോ അല്ലെങ്കിൽ സ്രോതസ്സ് തന്നെയോ, അതിനെ അവശോഷിച്ചു (absorb) കളയുന്നു.

ഒരു ബാഹ്യ ഏജൻസിയുടെയും കണ്ടെത്തലിന് വഴങ്ങാതെ 'തെന്നി മാറുന്ന' കണങ്ങളാണ് കല്പിത കണങ്ങൾ. ക്വാണ്ടം മണ്ഡല (Quantum field) സിദ്ധാന്തം അവതരിപ്പിച്ച ഒരാശയമാണ് കല്പിത കണങ്ങളുടേത്. ഹാഡ്രോണുകളിൽ ക്വാർക്കുകളെ 'ചൊൽപ്പടിക്ക്' നിറുത്തുന്നത് കല്പിത കണങ്ങളായ ഗ്ലൂവോണുകളാകുന്നു. ഫോട്ടോണിനെ വിദ്യുത് കാന്തികത്തിന്റെ കല്പിത കണമായി ചിത്രീകരിക്കാം. ചില ഭാരമേറിയ ന്യൂക്ലിയസ്സുകളുടെ റേഡിയോ ആക്ടീവ് ജീർണ്ണന (decay)ത്തിന് കാരണം ക്ഷീണബലത്തിന്റെ പ്രവർത്തനമാണ്. ഇതിന് മൂന്നുതരം കല്പിതകണങ്ങളുണ്ട്. W-പ്ലസ്, W-മൈനസ്, Z - സീറോ. കല്പിത കണങ്ങൾക്ക് ഗേജ്ബോസണുകളെന്നും പറയാറുണ്ട്. വേണ്ടത്ര ഊർജ്ജം ലഭ്യമായാൽ കല്പിത കണങ്ങൾ വാസ്തവ (real) കണങ്ങളായി പ്രത്യക്ഷീഭവിക്കും. ക്വാർക്കുകളും ഗ്ലൂവോണുകളും ഏറെക്കുറെ സ്വതന്ത്ര വ്യൂഹങ്ങളായി മാറുന്നതിന് അത്യുന്നതമായ ഊർജ്ജം അല്ലെങ്കിൽ താപനിലകൾ ആവശ്യമാണ്. സ്വതന്ത്രമായി പ്രവഹിക്കുന്ന ക്വാർക്ക് - ഗ്ലൂവോൺ ദ്രവ്യരൂപത്തിന് ക്വാർക്ക് - ഗ്ലൂവോൺ പ്ലാസ്മയെന്ന് പറയുന്നു. ഗുരുത്വാകർഷണത്തിന് തൃപ്തികരമായ ഒരു ക്വാണ്ടം സിദ്ധാന്തം ഇതുവരെ ലഭിച്ചിട്ടില്ലെങ്കിലും ഒരു മൗലികബലമായ അതിനും ഒരു കല്പിത കണമുണ്ടത്രെ. ഇതാണ് ഗ്രാവിറ്റോൺ എന്ന് വിശേഷിപ്പിക്കുന്ന കണം.

പ്രകൃതിയിൽ ഒരേയൊരു മൗലികബലമേ ഉള്ളൂ എന്ന ആശയത്തെ ലോകസമക്ഷം അവതരിപ്പിച്ചത് ആൽബർട്ട് ഐൻസ്റ്റൈനാണ്. ദാർശനികവും സൗന്ദര്യശാസ്ത്രപരവുമായ പരിഗണനകളിലൂടെ, അദ്ദേഹം ഒരു ഏകീകൃത മണ്ഡല സിദ്ധാന്തത്തിന്റെ (Unified Field Theory) ആവിഷ്കാരത്തിനായി പതിറ്റാണ്ടുകൾ ചെലവിട്ടെങ്കിലും ഫലമുണ്ടായില്ല. ഗുരുത്വാകർഷണത്തെയും. വിദ്യുത്കാന്തികത്തെയും സമന്വയിപ്പിക്കുന്ന, ഗണിതപരമായ ഒരു രൂപരേഖ ആദ്യമായി ആവിഷ്കരിച്ചത് കലൂസയും ക്ലെയ്നുമാണ്. സ്ഥല-കാലത്തിന് (Space-time) അഞ്ചു മാന(dimension)ങ്ങളുണ്ടെന്ന് അവർ സങ്കല്പനം ചെയ്തു. ഇവയിൽ നാലെണ്ണം ഗുരുത്വാകർഷണത്തെയും അഞ്ചാമത്തേത്, വിദ്യുത് കാന്തിക ബലത്തെയും പ്രതിനിധാനം ചെയ്യുന്നു. അഞ്ചാമത്തെ മാനം വർത്തുള(circular)മത്രെ. ഈ വൃത്തത്തിന്റെ വ്യാസം വളരെ ചെറുതാകയാൽ സാധാരണ നിരീക്ഷണങ്ങളിൽ ഇത് ശ്രദ്ധിക്കപ്പെടില്ല. കേവലം ഗണിതപരമായ ഭാവനയായേ കലൂസ-ക്ലെയ്ൻ മോഡലിനെ പണ്ട് കരുതിയിരുന്നുള്ളൂ. മൗലിക ബലങ്ങളുടെ ഏകീകരണം സംബന്ധിച്ചുള്ള ആദ്യത്തെ കുതിപ്പുണ്ടാകുന്നത് 1967-71 കാലയളവിലാണ്. ഷെൽഡൺ ഗ്ലാഷോ, അബ്ദുസ്സലാം, സ്റ്റീവൻ വെയ്ൻ ബെർഗ് എന്നിവർ ക്ഷീണ, വിദ്യുത്കാന്തിക ബലങ്ങളെ ഒരു പൊതുസിദ്ധാന്തത്തിന്റെ ചട്ടക്കൂടിലൊതുക്കി. ഇതാണ് SU(2)xU(1) ഗേജ് സിദ്ധാന്തം അല്ലെങ്കിൽ ഇലക്ട്രോ-വീക്ക് ഡൈനാമിക്സ് എന്ന് വിശേഷിപ്പിക്കപ്പെടുന്ന

സിദ്ധാന്തം. ഒരു ക്വാണ്ടം സിദ്ധാന്തമായ ഇത് പരീക്ഷണഫലങ്ങളെ വിശദീകരിക്കുന്നതിലും പുത്തൻ പ്രതിഭാസങ്ങൾ പ്രവചിക്കുന്നതിലും അസൂയാവഹമായ വിജയം നേടി. ഹിഗ്ഗ്സ് മണ്ഡലം (Higgs Field) എന്ന് വിളിക്കുന്ന ഒരു സ്കേലർ (scalar : സ്പിൻ ०) മണ്ഡലത്തിന് ഇലക്ട്രോ-വീക്ക് സിദ്ധാന്തത്തിന്റെ മർമ്മപ്രധാനമായ സ്ഥാനമുണ്ട്. ഇതിന്റെ അനുബന്ധിത കണമാണ് മാദ്ധ്യമങ്ങളിലൂടെ ഇതിനകം പ്രശസ്തമായിട്ടുള്ള ഹിഗ്ഗ്സ് ബോസൺ. കണങ്ങളുടെ മാനകമോഡലിൽ ഉൾപ്പെടുത്തിയിട്ടുള്ള ഇതര കണങ്ങൾക്ക് (ദ്രവ്യകണങ്ങളും ഗേജുബോസണുകളും) ദ്രവ്യമാനം (mass) സമ്മാനിക്കുന്നത് ഹിഗ്ഗ്സ് ബോസണാണ്. ഇതിന്റെ തന്ത്രപരമായ പ്രാധാന്യത്തെ കണക്കിലെടുത്ത് ഇതിന് 'ദൈവകണം' (God Particle) എന്ന ഓമനപ്പേര് നല്കിയിട്ടുണ്ട്. ഗേജ് ബോസണുകളുടെ ദ്രവ്യമാനങ്ങളും ഇതര സവിശേഷതകളും ഇലക്ട്രോ-വീക്ക് സിദ്ധാന്തത്തിൽ നിന്ന് കണക്കുകൂട്ടിയെടുക്കാം. എന്നാൽ ഹിഗ്ഗ്സ് ബോസണിന്റെ ദ്രവ്യമാനം എത്രയെന്ന് ഇലക്ട്രോ-വീക്ക് മോഡൽ പ്രവചിക്കുന്നില്ല. വെയ്ൻ ബെർഗ്, *Dreams of a Final Theory* എന്ന തന്റെ പുസ്തകത്തിൽ പറയുന്നതുപോലെ, ഹിഗ്ഗ്സ് കണത്തിന്റെ ദ്രവ്യമാനം പൂജ്യമാണെങ്കിൽ ഇതര കണങ്ങൾക്ക് ദ്രവ്യമാനം ഉണ്ടാവില്ല. ഒരു പക്ഷേ, പ്രോട്ടോണിനെ അപേക്ഷിച്ച് ഒരു ലക്ഷം കോടി മടങ്ങ് വലുതായിരിക്കാം ഹിഗ്ഗ്സ് കണത്തിന്റെ ദ്രവ്യമാനം! ഈ TeV റേഞ്ചിലുള്ള ഊർജ്ജത്തെ പ്രതിനിധാനം ചെയ്യുന്നു. ഇങ്ങനെ ഒരു കണം വാസ്തവത്തിൽ ഉണ്ടോ എന്നും അദ്ദേഹം സംശയിക്കുന്നുണ്ട്! ഹിഗ്ഗ്സ് കണമെന്നൊന്നില്ലെങ്കിൽ, കണങ്ങളില്ലാത്ത മണ്ഡലമെന്നോ മറ്റോ പറയാമോ, ഹിഗ്ഗ്സ് മണ്ഡലത്തെപ്പറ്റി? ഇലക്ട്രോ-വീക്ക് മോഡലിനെ അവഗണിക്കാൻ വയ്യെന്നതിന് ഉപോൽബലമായ തെളിവ് താഴെ ചേർക്കുന്നു:

	ദ്രവ്യമാനം (GeV units)	
	പ്രവചിതം	നിരീക്ഷിതം
W-പ്ലസ് /	80.3900	80.398
W-മൈനസ്	± 0.018	±0.025
Z-സീറോ	91.1874	91.1876
	±0.0021	±0.0021

± സിംബൽ, ഗണനപരമായ അനിശ്ചിതത്വത്തെ കുറിക്കുന്നു. എത്ര ഗംഭീരമായ യോജിപ്പാണ് പ്രവചിതവും നിരീക്ഷിതവുമായ ദ്രവ്യമാന മൂല്യങ്ങൾ തമ്മിലെന്ന് ശ്രദ്ധിക്കുക! സത്യത്തിന്റെ ഒരു പാർശ്വവീക്ഷണമെങ്കിലും ഈ സിദ്ധാന്തത്തിൽ നിന്ന് കിട്ടുന്നില്ലേ? LHC യുടെ ദൗത്യങ്ങളിൽ വെച്ചേറ്റവും പ്രധാനം ഹിഗ്ഗ്സ് ബോസണിന്റെ കണ്ടുപിടിത്തമാണ്. കണ്ടുപിടിച്ചാലും നന്ന്, കണ്ടുപിടിച്ചില്ലെങ്കിലും നന്ന്! കണ്ടെത്തുന്നില്ലെങ്കിൽ, ഹിഗ്ഗ്സിനെ ഒരൊളികണം (Hidden Particle) ആയി വാഴ്ത്തിക്കൂടേ?

ഇലക്ട്രോ-വീക്ക് ഡൈനാമിക്സിലെന്നതുപോലെ, ഗേജ് സ്ഥിരത (Gauge invariance) എന്ന ഗണിതപരമായ ആശയത്തെ ആധാരമാക്കിയ മറ്റൊരു സിദ്ധാന്തമാണ് ക്വാണ്ടം ക്രോമോ ഡൈനാമിക്സ്. SU(3) എന്ന ലീ ഗ്രൂപ്പ് (Lie Group) ആണ് ഇതിന്റെ ഗണിതാവിഷ്കരണം. ക്വാർക്കുകളും ഗ്ലുവോണുകളും ഈ മോഡലിലെ അസംസ്കൃതവസ്തുക്കൾ. ഇവയെ ഭരിക്കുന്നത് തീവ്രബലമായതിനാൽ ഈ സിദ്ധാന്തത്തെ തീവ്രബലത്തിന്റെ സിദ്ധാന്തമായി കരുതാവുന്നതാണ്. ക്വാർക്കുകൾ അടുക്കുമ്പോൾ കുറയുകയും അകലുമ്പോൾ വർദ്ധിക്കുകയും ചെയ്യുന്ന സ്വഭാവമാണീ ബലത്തിന്. ക്വാർക്ക് തടങ്കലിന്റെ രഹസ്യവും ഇതാണ്. വളരെ ഉയർന്ന താപനിലകളിൽ ക്വാർക്കുകൾക്ക് പരസ്പരം അകന്നു നില്ക്കാനും കഴിയുന്നു. എന്നാൽ അപ്പോഴും കല്പിത ഗ്ലുവോണുകൾ അവയ്ക്കിടയിൽ നിരന്തരമായി ഷട്ടിൽ സഞ്ചാരം നടത്തിക്കൊണ്ടിരിക്കും. ഈ അവസ്ഥയാണ് ക്വാർക്ക്-ഗ്ലുവോൺ പ്ലാസ്മയ്ക്കുള്ളത്. ക്വാണ്ടം ക്രോമോഡൈനാമിക്സിന് സാധാരണ താപനിലകളിൽ സത്യാപനം ലഭിച്ചിട്ടുണ്ട്. ഇലക്ട്രോ-വീക്ക് ഡൈനാമിക്സിനോടൊപ്പം ഇതിനെക്കൂടി ചേർത്തുവെച്ചാൽ, നമുക്ക് ലഭിക്കുന്നത് SU(3)xSU(2)xU(1) എന്ന ബൃഹത്തായ ഗണിതസംവിധാനമാണ്. ഇത് മൊത്തത്തിൽ പറഞ്ഞാൽ ഒരേകീകൃത സിദ്ധാന്തല്ല. ഗുരുത്വാകർഷണത്തിന് ഈ മോഡലിൽ സ്ഥാനം പിടിക്കാൻ കഴിഞ്ഞിട്ടില്ല. ഐൻസ്റ്റൈന്റെ ഗുരുത്വാകർഷണ സിദ്ധാന്തത്തെ ക്വാണ്ടീകരിച്ചെങ്കിലേ (quantize), അതിനെ ഈ മോഡലിൽ ഇണക്കിച്ചേർക്കാൻ സാധിക്കൂ.

നേട്ടങ്ങളെ അഭിനന്ദിക്കുന്നതോടൊപ്പം കണഭൗതികത്തിന്റെ മാനകമോഡലിനെ വിമർശിക്കാതിരിക്കാനും വയ്യ. ഇതൊരു കൃത്രിമ മോഡലാണെന്ന് തോന്നുന്നു. പരീക്ഷണഫലങ്ങളെ ആശ്രയിച്ച് ക്ലിപ്തപ്പെടുത്തേണ്ട 18 പരാമീറ്ററുകൾ ഇതിലുണ്ട്. ഗുരുത്വാകർഷണ സ്ഥിരാങ്കം (Gravitational Constant), പ്രകാശവേഗത, പ്ലാങ്ക് സ്ഥിരാങ്കം എന്നിവയെക്കൂടി കണക്കിലെടുത്താൽ പരാമീറ്ററുകളുടെ മൊത്തം സംഖ്യ 21. ഇത്രവളരെ പരാമീറ്ററുകളുള്ള ഒരു മോഡലിനെ സിദ്ധാന്തമായി അഭിവൃദ്ധിപ്പിക്കാനുള്ള സാദ്ധ്യത മങ്ങുന്നു. മാനക മോഡലിൽ ന്യൂട്രിനോകൾക്ക് പൂജ്യം ദ്രവ്യമാനം നല്കിയിരിക്കുന്നു. ഈ നിശ്ചയിക്കൽ ഒരുപക്ഷേ, തെറ്റായിരിക്കാം. കാരണമെന്തെന്നോ? ന്യൂട്രിനോ ദോലനം (Neutrino oscillation) എന്ന ഒരു പ്രതിഭാസം നിരീക്ഷിക്കപ്പെട്ടിട്ടുണ്ട്. ന്യൂട്രിനോകൾ അവയുടെ ഐഡന്റിറ്റി മാറുന്നു എന്നാണ് ഇത് സൂചിപ്പിക്കുക. ഉദാഹരണമായി, ഇലക്ട്രോൺ-ന്യൂട്രിനോ മ്യൂവോൺ-ന്യൂട്രിനോ ആയോ, മറിച്ചോ വേഷം മാറുന്നതാണ് ഇതിന്റെ ഉള്ളടക്കം. ന്യൂട്രിനോ ദോലനത്തെ വിശദീകരിക്കണമെങ്കിൽ, ന്യൂട്രിനോകൾക്ക് അല്പമെങ്കിലും ദ്രവ്യമാനം ആരോപിക്കേണ്ടിവരും. ഇത്തരം കാര്യങ്ങളിന്മേൽ വെളിച്ചം വീശുക എന്നത് LHC പരീക്ഷണങ്ങളുടെ അജണ്ടയിൽപ്പെടുന്നു.

മാനകമല്ലാത്ത ഭാവനകളുടെ ശാദ്വലഭൂമിയാണ് സൂപ്പർസ്ട്രിങ് സിദ്ധാന്തം. ഗുരുത്വാകർഷണത്തിന് മാനക മോഡലിൽ കയറിക്കൂടാൻ കഴിഞ്ഞിട്ടില്ലെന്ന് പറഞ്ഞു. ഇതിനൊരു പരിഹാരമായി മാത്രമല്ല, ചതുർബലങ്ങളുടെ ക്വാണ്ടം സിദ്ധാന്തമായി അവകാശപ്പെട്ടുകൊണ്ടാണ് സൂപ്പർസ്ട്രിങ് സിദ്ധാന്തത്തിന്റെ വരവ്. ഫെർമിയോണുകൾക്കും ബോസണുകൾക്കും തുല്യസ്ഥാനം അനുവദിച്ചിട്ടുള്ള സിദ്ധാന്തമാണ് സൂപ്പർ സിമട്രിക് സിദ്ധാന്തം. സ്ട്രിങ് അഥവാ ചരട് ആന്ദോലനം (Oscillation) ചെയ്യുന്നതനുസരിച്ച് വ്യത്യസ്തമായ കണാവസ്ഥകൾ ഉല്പാദിപ്പിക്കപ്പെടുന്നുവെന്ന് സങ്കൽപ്പം. സൂപ്പർസിമട്രിക് സിദ്ധാന്തങ്ങളിൽ സാധാരണ കണങ്ങളെക്കൂടാതെ, അവയുടെ സൂപ്പർപങ്കാളികളും (Super partner) ഉണ്ടാവും. സൂപ്പർ സ്ട്രിങ് സിദ്ധാന്തത്തിന് 10 സ്ഥലമാനങ്ങളും ഒരു കാലമാനവും ആവശ്യമത്രെ. അധികമായി വരുന്ന ആറ് സ്ഥലമാനങ്ങളെപ്പറ്റി വല്ല സൂചനയും LHC തരുമോ? സെലക്ട്രോൺ, സ്പ്രോട്ടോൺ, സ്ന്യൂട്രോൺ, സ്ന്യൂട്രിനോ എന്നിവ യഥാക്രമം ഇലക്ട്രോൺ, പ്രോട്ടോൺ, ന്യൂട്രോൺ, ന്യൂട്രിനോ എന്നീ ഫെർമിയോണുകളുടെ ബോസണിക് പങ്കാളികളാണ്. ഇവിടെ സൂചിപ്പിച്ച ഫെർമിയോണുകൾ സ്പിൻ ½ കണങ്ങളും ബോസണുകൾ സ്പിൻ 0 (സ്കേലർ) കണങ്ങളുമാണെന്നോർക്കുക. സ്ക്വാർക്കുകളുടെ സംഘാതങ്ങളാണ് ഈ ബോസണുകൾ. സാധാരണ ബോസണുകളായ ഫോട്ടോൺ, ഗ്ലൂവോൺ, W ബോസണുകൾ, Z - സീറോ ബോസൺ എന്നിവയുടെ സൂപ്പർ പങ്കാളികളാണ് സ്പിൻ ½ ഫെർമിയോണുകളായ ഫോട്ടിനോ, ഗ്ലൂവിനോ, വിനോകൾ, സീനോ എന്നിവ. ഇവയ്ക്കും സ്ക്വാർക്ക് ഘടന ഉണ്ടെന്ന് സങ്കല്പനം ചെയ്തിട്ടുണ്ട്. സൂപ്പർ സിമട്രിക് കണങ്ങളെ കണ്ടെത്തുക അതീവ ദുഷ്കരമായ സാഹസമായിരിക്കും.

സൂപ്പർ സ്ട്രിങ് സിദ്ധാന്തം, ഐൻസ്റ്റൈൻ അന്വേഷിച്ചിട്ടും കണ്ടെത്താതെ പോയ ഏകീകൃത സിദ്ധാന്തം തന്നെയോ എന്ന് തീരുമാനിക്കാൻ LHC ഡാറ്റ ഉപകരിക്കുമോ എന്ന് കാത്തിരുന്നു കാണാം.

പ്രപഞ്ചശാസ്ത്രത്തിലെ പ്രഹേളികകൾ

ഉന്നത ഊർജ്ജഭൗതികവും അല്ലെങ്കിൽ കണഭൗതികവും പ്രപഞ്ചശാസ്ത്രവും, പോയ നൂറ്റാണ്ടിൽ പടർന്നുപന്തലിച്ച രണ്ട് വിജ്ഞാന ശാഖകളാണ്. സ്വതന്ത്രമായി പിറവിയെടുത്തെങ്കിലും ക്രമേണ, ഇവ കൈകോർത്ത് നീങ്ങിത്തുടങ്ങി. കണഭൗതികത്തിനെന്നപോലെ, പ്രപഞ്ചശാസ്ത്രത്തിനും ഒരു മാനകമോഡലുണ്ട്. ഇതിലെ ഒന്നാമത്തെ പ്രസ്താവം, 1370 കോടി കൊല്ലം മുമ്പ് സംഭവിച്ച മഹാസ്ഫോടന (Big Bang)ത്തിലാണ് പ്രപഞ്ചം ഉണ്ടായത് എന്നാണ്. ജനിച്ച ഉടനെതന്നെ പ്രപഞ്ച ശിശു വീർക്കാൻ തുടങ്ങി. വീർപ്പ് (Inflation) എന്ന് വിശേഷിപ്പിക്കപ്പെടുന്ന ഈ പ്രക്രിയയുടെ ഫലമായി, ഇന്ന് നമ്മൾ പ്രപഞ്ചത്തിൽ ദർശിക്കുന്ന ഏകാത്മകതയും (Homogeneity) സമദൈശികതയും (Isotropy) കൈവന്നു. കണഭൗതികത്തിലെ ഹിഗ്ഗ്സ് മണ്ഡലത്തെപ്പോലുള്ള ഒരു സ്കേലർ (സ്പിൻ 0) മണ്ഡലം വീർപ്പിനാവശ്യമായ ഊർജ്ജം നല്കി. കണഭൗതികജ്ഞർ അന്വേഷിക്കുന്ന ഹിഗ്ഗ്സ് മണ്ഡലം തന്നെയോ ഇത്? പ്രകാശവേഗതയെ അധികരിക്കുന്ന തരത്തിലാണത്രെ പ്രപഞ്ചം വീർത്തത്. വീർപ്പ് അനിശ്ചിതമായി തുടർന്നില്ലെന്നും അല്ല, അത് ഇപ്പോഴും തുടരുന്നെന്നും അഭിപ്രായങ്ങളുണ്ട്. ഏതാണ് ശരി?

ദ്രവ്യത്തിന്റെ ആദിരൂപമത്രെ ക്വാർക്ക്-ഗ്ലൂവോൺ പ്ലാസ്മ. സ്വതന്ത്രമായി വിഹരിക്കുന്ന ക്വാർക്കുകളുടെയും ഗ്ലൂവോണുകളുടെയും 'സൂപ്പ്'. പ്രപഞ്ചത്തിന്റെ താപനില താണതോടെ, ക്വാർക്കുകൾ തീവ്രബലം മണക്കുന്ന (sensitive) പ്രോട്ടോൺ, ന്യൂട്രോൺ തുടങ്ങിയ ഹാഡ്രോണുകളായി വേഷമിട്ടു. ഗാലക്സികൾ ആവിർഭവിച്ചപ്പോൾ പ്രപഞ്ചത്തിന്റെ വികാസവും പുതിയ രൂപത്തിൽ പ്രത്യക്ഷീഭവിക്കുന്നു. ഗാലക്സികൾ പരസ്പരം അകന്നുപോകുന്നു. ഈ രീതിയിലുള്ള വികാസനിരക്ക് കാലം ചെല്ലുന്തോറും കുറയുകയാണ് വേണ്ടത്. ഉല്പത്തിക്കു ശേഷം ഏതാനും ബില്യൻ വർഷത്തേക്ക് അങ്ങനെതന്നെ ആയിരുന്നു. എന്നാൽ ഒരു നിർണ്ണായക ഘട്ടത്തിൽ പ്രപഞ്ചം ത്വരിതഗതിയിൽ വികസിക്കാൻ ആരംഭിച്ചു.

പ്രപഞ്ചരഥം പ്രകാശവേഗത്തിലേക്ക് കൂപ്പുകുത്തുമോ? ഈ നിതാന്ത വികാസത്തിനു പിന്നിൽ പ്രവർത്തിക്കുന്നത്, ഇരുണ്ട ഊർജ്ജ (dark energy)മെന്ന് പറയുന്ന, അജ്ഞാതമായ ഊർജ്ജരൂപത്തിന്റെ അദൃശ്യകരങ്ങളാണെന്ന് വ്യാഖ്യാനം. പ്രപഞ്ചത്തിന്റെ 95 ശതമാനവും 'ഇരുണ്ട'തത്രെ. അതിൽ ഏകദേശം 25 ശതമാനം ഇരുണ്ട ദ്രവ്യ (dark matter)വും ബാക്കി ഇരുണ്ട ഊർജ്ജവുമാണ്. ഈ വിശദീകരണം ശരിയോ എന്ന് LHC ഉപയോഗിച്ചുള്ള പഠനങ്ങൾ കാണിക്കുമെന്നാണ് പ്രതീക്ഷ. കണഭൗതികവും പ്രപഞ്ചശാസ്ത്രവും സൂചിപ്പിക്കുന്നത്, പ്രപഞ്ച ജനനവേളയിൽ ഒരൊറ്റ (ഏകീകൃത) ബലമേ ഉണ്ടായിരുന്നുള്ളൂ എന്നാണ്. ഇതിന് പ്രസക്തമായ ഊർജ്ജനിലയാണ് പ്ലാങ്ക് ഊർജ്ജം (Planck Energy). ഏകദേശം ആയിരം മില്യൻ ബില്യൻ ബില്യൻ വോൾട്ട്! പ്ലാങ്ക് ഊർജ്ജത്തിൽ നിന്ന് പ്രപഞ്ചത്തിന്റെ താപനില പടിപടിയായി കുറഞ്ഞപ്പോൾ ഏകീകൃതബലം നാലായി പിരിഞ്ഞു.

LHCയുടെ പരിപാടി

സെപ്റ്റംബർ 10 ന് പ്രവർത്തനം തുടങ്ങിയ LHCയുടെ ഒരു പ്രോട്ടോൺ ബീമിനെ അയച്ചു. ഇതിനെത്തുടർന്ന് അല്പം കഴിഞ്ഞപ്പോൾ എതിർദിശയിൽ നിന്ന് വേറൊരു പ്രോട്ടോൺ ബീമിനെയും കാവിറ്റിയിലൂടെ പായിച്ചു. ആഴ്ചകൾക്കകം ആദ്യം ബീമുകളെ തമ്മിൽ ഉരസിപ്പിക്കുകയും തുടർന്ന് ഇടിപ്പിക്കുകയും ചെയ്യും. പ്രധാനമായും ആറ് പരീക്ഷണങ്ങളാണ് പ്ലാൻ ചെയ്തിട്ടുള്ളത്. പ്രോട്ടോണുകൾക്കു പുറമേ, ലെഡ് (Lead) അയണുകളെയും (Ion) പ്രവഹിപ്പിച്ച് സംഘട്ടനങ്ങളെ

സൃഷ്ടിക്കാൻ പദ്ധതിയുണ്ട്. ALICE (A Large Ion Collider Experiment) എന്ന് ഈ പരീക്ഷണത്തിന് പേരിട്ടിരിക്കുന്നു. ഇതിൽ ക്വാർക്ക്-ഗ്ലുവോൺ പ്ലാസ്മ ഉല്പാദിപ്പിക്കപ്പെട്ടേക്കും. സൂര്യനിലുള്ളതിന്റെ ലക്ഷം മടങ്ങ് തീവ്രമായ താപനില സംജാതമാകും. പക്ഷേ, പേടിക്കേണ്ട. വളരെ സൂക്ഷ്മമായ വ്യാപ്തത്തിനുള്ളിൽ ഒതുങ്ങുന്ന ഈ അവസ്ഥയെ തുരങ്കത്തിനുള്ളിലെ അതിശൈത്യം കൊന്നുകളയും. 28 രാജ്യങ്ങളിൽനിന്നുള്ള 1000 ൽപ്പരം ശാസ്ത്രജ്ഞർ ഈ പ്രോജക്ടിൽ സഹകരിക്കുന്നു.

ALICE നെ അപേക്ഷിച്ച് കൂടുതൽ സങ്കീർണ്ണമായ വിശകലന തന്ത്രങ്ങൾ ആവശ്യമുള്ള പരീക്ഷണമാണ് CMS (Compact Muon Solenoid). ഹിഗ്ഗ്സ് ബോസൺ, സൂപ്പർ സിമട്രിക് കണങ്ങൾ, അധികമാനങ്ങൾ (Extra dimension) തുടങ്ങിയവയുടെ കണ്ടുപിടിത്തമാണ് ഇതിന്റെ ഉദ്ദേശ്യം. ഇതിൽ ഉപയോഗിക്കുന്ന കണ ഡിറ്റക്ടർ വലിപ്പത്തിൽ ചെറുതാണെങ്കിലും മ്യൂവോൺ നിരീക്ഷണത്തിനായി പ്രത്യേകം ഡിസൈൻ ചെയ്തതാണ്. TeV സ്കെയിലിൽ നടക്കുന്ന പ്രോട്ടോൺ ഇടികളെയാവും രേഖപ്പെടുത്തുക. കഴിഞ്ഞ ദിവസം, 2600 അല്ലെങ്കിൽ ഗ്രീക്ക് സെക്യൂരിറ്റി എന്നറിയപ്പെടുന്ന ഒരുപറ്റം ഹാക്കറന്മാർ (hacker) ഇതിന്റെ ഒരു ഫയലിൽ കയറി കേടുവരുത്തിയെങ്കിലും അവർക്ക് മെയിൻ ഫയലിലേക്ക് പ്രവേശിക്കാൻ സാധിച്ചില്ല. 2000 ൽപ്പരം ഗവേഷകർ ഈ പരീക്ഷണത്തിൽ പങ്കാളികളാണ്. ബ്യൂട്ടി അല്ലെങ്കിൽ ബോട്ടം ക്വാർക്കുകളുടെ ഉല്പാദനം നിരീക്ഷിക്കുകയാവും LHCB (Large Hadron Collider Beauty) എന്ന പരീക്ഷണത്തിൽ ചെയ്യുക. ദ്രവ്യ-പ്രതിദ്രവ്യങ്ങളുടെ (matter-antimatter) വിതരണത്തിൽ കാണുന്ന വമ്പിച്ച അന്തരത്തിനൊരു വിശദീകരണം തേടുകയാണിതിന്റെ ലക്ഷ്യം.

'ഇടിപ്പരീക്ഷണ'ങ്ങളുടെ അവസാനവാക്കല്ല LHC പരീക്ഷണം. 'ഐൻസ്റ്റൈന്റെ ടെലസ്കോപ്പ്' എന്ന് നാമകരണം ചെയ്തിട്ടുള്ള ഒരു ഇന്റർനാഷണൽ ലീനിയർ കൊളൈഡർ (International Linear Collider - ILC) നിർമ്മിക്കാനുള്ള ഡിസൈനും മറ്റും തയ്യാറായിക്കൊണ്ടിരിക്കുകയാണ്. ILC നിർമ്മിക്കുക, LHC യുടെ പ്രവർത്തനത്തെ വിലയിരുത്തിയതിനുശേഷമാവും. ഇതിനകം 15 മില്യൻ പൗണ്ട് ILC യുടെ ഡിസൈനിങ്ങിന് ചെലവായിക്കഴിഞ്ഞു. 31 മൈൽ നീളമുള്ള രണ്ട് തോക്കുകളിലാവും (gun) ഇലക്ട്രോണുകളെയും പോസിട്രോണുകളെയും കൂട്ടിമുട്ടിക്കുന്നതിനു മുമ്പ് ത്വരിപ്പിക്കുക. ILCയുടെ പ്രവർത്തനം LHCയെ അപേക്ഷിച്ച് കൂടുതൽ കാര്യക്ഷമത ഉള്ളതാവും. അവശിഷ്ടമെന്ന് പറഞ്ഞ് തള്ളിക്കളയേണ്ട യാതൊന്നും ILC യുടെ പ്രവർത്തനഫലങ്ങളിൽ കാണില്ലത്രെ. നാലു ബില്യൻ പൗണ്ട് ചെലവിട്ട് തയ്യാറാക്കുന്ന ഈ ഉപകരണത്തിന്റെ അന്തിമ രൂപകല്പന 2012 ൽ തയ്യാറാവും.

ഈ കുറിപ്പിൽ വിവരിച്ച മഹാപരീക്ഷണങ്ങൾ അടിസ്ഥാന ശാസ്ത്രത്തിന് നേട്ടമുണ്ടാക്കുമെന്നല്ലാതെ, സാധാരണക്കാരന് എന്തു പ്രയോജനമെന്ന് പലരും ചോദിക്കുന്നു.

ഐസക് ന്യൂട്ടൺ ചലനനിയമങ്ങൾ കണ്ടുപിടിച്ചപ്പോൾ അവ

സ്പേസ് ടെക്നോളജിയിൽ പ്രയോഗിക്കപ്പെടുമെന്ന് ആരെങ്കിലും കരുതിയോ? അതുപോലെ, ഓട്ടോഫ്രിഷും ലിസി മെയ്റ്റ്നറും ആദ്യമായി പരീക്ഷണശാലയിൽ അണുഭേദനം നടത്തിയത് അണുയുഗപ്പിറവിക്ക് നിമിത്തമാകുമെന്ന് പ്രവചനമുണ്ടായോ? മൗലിക ശാസ്ത്രത്തിലെ കുതിപ്പുകൾ ക്രമേണ പ്രയുക്ത വിജ്ഞാനമായി ഭാഷാന്തരം ചെയ്യപ്പെടുന്നു എന്നാണ് അനുഭവം.

(2008)

പ്രപഞ്ചവായനയിൽ പുത്തനദ്ധ്യായം

ദൈവകണമെന്ന് വിശേഷിപ്പിക്കപ്പെടുന്ന ഹിഗ്ഗ്സ് കണ(Higgs Particle)ത്തിന്റെ കണ്ടുപിടിത്തം ലോകമെമ്പാടും കൗതുകത്തിരകൾ ഉയർത്തിയിരിക്കയാണല്ലോ. ലെയോൺ ലെഡർമാനെന്ന നൊബേൽ പുരസ്കാരജേതാവായ ശാസ്ത്രജ്ഞനും ഡിക്ക് ടെരേസി എന്ന ശാസ്ത്രമെഴുത്തുകാരനും ചേർന്ന് 1993 ൽ രചിച്ച ഒരു പുസ്തകത്തിന്റെ ശീർഷകം ഇതാണ്: *The God Particle: If the universe is the answer what is the question?* ദ്രവ്യത്തിന്റെ ആത്യന്തിക സ്വഭാവവും ഘടനയും ഭൗതികശാസ്ത്രപരമായി മനസ്സിലാക്കുന്നതിൽ ഹിഗ്ഗ്സ് കണത്തിനുള്ള തന്ത്രപ്രാധാന്യത്തെ അംഗീകരിച്ചാണ്, അതിന് താൻ ദൈവകണമെന്ന പേര് നിർദ്ദേശിക്കുന്നതെന്ന് ലെഡർമാൻ പറഞ്ഞു. പുസ്തകം വെളിച്ചം കണ്ടിട്ട് രണ്ടു പതിറ്റാണ്ടു പിന്നിട്ടെങ്കിലും ഹിഗ്ഗ്സ് കണത്തിന്റെ പ്രാധാന്യം ഒട്ടും കുറഞ്ഞിട്ടില്ല. ദ്രവ്യത്തിന് പിണ്ഡം (mass) സമ്മാനിക്കുന്നത് ഹിഗ്ഗ്സ് കണമാണ്. പിണ്ഡമുള്ള വസ്തുക്കൾക്കേ ഭാരമുള്ളൂ. പിണ്ഡമില്ലായിരുന്നെങ്കിൽ നാം പ്രകാശരേണുക്കളായി പ്രസരിച്ചേനെ!

2012 ജൂലൈ നാലിന് സേൺ എന്ന ജനീവയിലെ യൂറോപ്യൻ ഓർഗനൈസേഷൻ ഫോർ ന്യൂക്ലിയർ റിസേർച്ചിന്റെ ഡയറക്ടർ ജനറൽ, റോൾഫ്-ഡയറ്റർ ഹോയർ ഹിഗ്ഗ്സ് കണത്തിന്റെ കണ്ടുപിടിത്തത്തെപ്പറ്റി പറഞ്ഞത്, ഭൗതികശാസ്ത്രത്തിന് അത് നവീന ചക്രവാളങ്ങൾ അടയാളപ്പെടുത്തുമെന്നാണ്. അഞ്ച് പതിറ്റാണ്ടായി ഉന്നത ഊർജ്ജപരീക്ഷണങ്ങളിൽ ശാസ്ത്രജ്ഞർ അന്വേഷിച്ചിരുന്ന വസ്തു ഇതാ ഒടുവിൽ മറനീക്കി നമ്മുടെ മുന്നിൽ.

ഹിഗ്ഗ്സ് ബോസോൺ (Boson) എന്നാണ് ഹിഗ്ഗ്സ് കണം എന്നാണ്

ശാസ്ത്രലോകത്ത് വ്യവഹരിക്കപ്പെടുന്നത്. ബോസോൺ എന്നത് കണികാ ഭൗതിക (Particle Physics) ത്തിൽ ഒരു കൂട്ടം കണങ്ങൾക്ക് നല്കിയിട്ടുള്ള വർഗ്ഗനാമമാണ്. പ്രകാശകണമായ ഫോട്ടോൺ ഉൾപ്പെടെ ഒരുപറ്റം കണങ്ങളുടെ നൈസർഗ്ഗിക കോണീയ സംവേഗം (Intrinsic Angular Momentum) അല്ലെങ്കിൽ സ്പിൻ (Spin) പൂജ്യമോ, 1, 2, ... എന്നിങ്ങനെയുള്ള ഒരു പൂർണ്ണസംഖ്യയോ ആണ്. ഇവയ്ക്ക് ബോസോണുകളെന്ന് പറയുന്നു. പ്രശസ്ത ഇന്ത്യൻ ശാസ്ത്രജ്ഞനായ സത്യേന്ദ്രനാഥ് ബോസിന്റെ ബഹുമാനാർത്ഥം നിർമ്മിച്ച ഒരു പദം. 1924 ൽ അദ്ദേഹം ആവിഷ്കരിച്ച ഒരു മൗലിക സിദ്ധാന്തത്തിന്റെ ചുവടുപിടിച്ചാണ് നാമകരണം. ഐൻസ്റ്റൈന്റെ ആരാധകനായിരുന്ന അദ്ദേഹം തന്റെ ഗവേഷണപ്രബന്ധം ഐൻസ്റ്റൈന്റെ അഭിപ്രായത്തിനായി അയച്ചുകൊടുത്തു. ക്വാണ്ടം ഭൗതികത്തിലെ സമുന്നത സ്ഥാനീയരിൽ ഒരാളാണ് ബോസ്. ഹിഗ്ഗ്സ് ബോസോണിന് സ്പിന്നില്ല. സേൺ ശാസ്ത്രജ്ഞരുടെ റിപ്പോർട്ടു പ്രകാരം ഇതിന്റെ പിണ്ഡം ഏകദേശം 126GeV ആണ്. (1Gev=10^9 eV; 1eV=1 ഇലക്ട്രോൺ വോൾട്ട്: 1 വോൾട്ട് പൊട്ടൻഷ്യൽ അന്തരത്തിലൂടെ കടന്നുപോകുന്ന ഒരു ഇലക്ട്രോൺ സമ്പാദിക്കുന്ന ഊർജം. G എന്നത് ജിഗാ-giga-എന്ന് വായിക്കുക.) അറ്റ്ലസ് (ATLAS) എന്നും സി എം എസ് (CMS) എന്നും ചുരുക്കപ്പേരുകളിൽ അറിയപ്പെടുന്ന സേണിലെ രണ്ടു വിദഗ്ദ്ധ ടീമുകളുടെ സ്വതന്ത്ര പഠനങ്ങളുടെ പരിസമാപ്തിയാണീ കണ്ടുപിടിത്തം. 3000 പേരടങ്ങിയ അറ്റ്ലസ്ഗ്രൂപ്പിന് നേതൃത്വം നൽകുന്നത് ഫബിയോള ഗ്യാനോട്ടി എന്ന ശാസ്ത്രജ്ഞയും. 2100 പേരുടെ സി എം എസ് ഗ്രൂപ്പിന്റെ നേതാവ് ജോ ഇൻകാൻഡെല എന്ന ശാസ്ത്രജ്ഞനുമാണ്. ലാർജ് ഹഡ്രോൺ കൊളൈഡർ (LHC) എന്ന് വിളിക്കുന്ന ഒരു കണികാ ത്വരിത്രം (Particle Accelerator) 2008 സെപ്റ്റംബർ പത്തിന് പ്രവർത്തനം ആരംഭിച്ചു. ഇന്ത്യയുൾപ്പെടെ നൂറിൽപ്പരം രാജ്യങ്ങളിൽ നിന്നുള്ള പതിനായിരത്തോളം വിദഗ്ദ്ധരുടെ പത്തു വർഷത്തെ പ്രയത്നഫലം. ആയിരം കോടി ഡോളറാണ് ചെലവ്. സ്വിറ്റ്സർലൻഡിലെ ജനീവ നഗരത്തിനു സമീപം, ഫ്രഞ്ച് - സ്വിസ് അതിർത്തിയിൽ തറനിരപ്പിൽനിന്ന് 175 മീറ്റർ ആഴത്തിൽ, 27 കിലോമീറ്റർ ചുറ്റളവിൽ നിർമ്മിച്ച ഒരു ഭൂഗർഭ തുരങ്കമാണ് LHCയുടെ പ്രധാനഭാഗം. 7Tev (1Tev=1 Tera eV=1012eV) വരെ ഊർജ്ജമുള്ള പ്രോട്ടോൺ ബീമുകളെ ത്വരിപ്പി(Accelerate)ക്കാനും കൂട്ടി ഇടിപ്പിക്കാനുമുള്ള ഒരു സംവിധാനമാണിത്. പ്രവർത്തിച്ചു തുടങ്ങിയിട്ട് ഒമ്പതുനാൾ പിന്നിട്ടപ്പോൾ തികച്ചും അപ്രതീക്ഷിതമായി ഒരു വൻ തകരാറിന് LHC ഇരയായി. ഒരു വർഷം ദീർഘിച്ച റിപ്പയറിനുശേഷം 2009 നവംബർ ഒമ്പതിന് ഉപകരണം വീണ്ടും സ്വിച്ച് ഓൺ ചെയ്യപ്പെട്ടു. പ്രോട്ടോൺ ബീമുകൾ 'നേർക്കുനേർ നോക്കി' പ്രവഹിച്ചു. ക്രമേണ ഇവ കൂട്ടിയിടിക്കാനും ആരംഭിച്ചു. 2010 മാർച്ച് 30 ന് 3.5 TeV ഊർജ്ജമുള്ള രണ്ടു പ്രോട്ടോൺ ധാരകൾ തമ്മിലിടി നടന്നു. ഇത്രയും ഉയർന്ന ഊർജ്ജമുള്ള പ്രോട്ടോണു

കൾ തമ്മിലൊരു സംഘട്ടനം പരീക്ഷണശാലയിൽ മുമ്പൊരിക്കലും ഉണ്ടായിട്ടില്ല. കൂട്ടിയിടികൾ ആവർത്തിക്കവേ ധാരാളം കണങ്ങൾ ഉല്പാദിപ്പിക്കപ്പെട്ടു. മിക്കതും ക്വാർക്ക് ചേരുവയുള്ളവയായിരുന്നു. ഇത്തരം ചില സംഭവങ്ങളിൽ ഹിഗ്ഗ്സ് ബോസോണിന്റേതെന്ന് വിശ്വസിക്കപ്പെടുന്ന സിഗ്നലുകൾ ലഭിച്ചു. ഹിഗ്ഗ്സ് കണത്തിന്റെ കണ്ടുപിടിത്തം അന്താരാഷ്ട്ര സഹകരണത്തിലുള്ള ഗവേഷണത്തിന്റെ വിജയമാണ്. 1990 കളിൽ സേണിൽ പ്രവർത്തിപ്പിച്ചിരുന്ന ലാർജ്ജ് ഇലക്ട്രോൺ-പോസിട്രോൺ കൊളൈഡറിൽ ഒരുക്കിയ ഇലക്ട്രോൺ-പോസിട്രോൺ കൂട്ടിയിടി പരീക്ഷണങ്ങൾ 'ഹിഗ്ഗ്സി'നെ ഉല്പാദിപ്പിക്കുന്നതിൽ പരാജയപ്പെട്ടെങ്കിലും ഇമ്മാതിരിയൊരു കണം ഉണ്ടെങ്കിൽ അതിന്റെ പിണ്ഡം 115 GeV യിൽ കൂടുതലായിരിക്കുമെന്ന് അനുമാനിക്കാൻ സഹായിച്ചു. സേൺ ശാസ്ത്രജ്ഞരുടെ നേട്ടം സംബന്ധിച്ചുള്ള പ്രഖ്യാപനം വരുന്നതിന് രണ്ടുദിവസം മുമ്പ് അമേരിക്കയിലെ ഫെർമി ലാബിലുള്ള ടെവാട്രോൺ (Tevatron) ഉപയോഗിച്ചു നടത്തിയ പരീക്ഷണങ്ങളുടെ വിവരം പ്രസിദ്ധീകരിച്ചിരുന്നു. ഹിഗ്ഗ്സ് കണത്തിന്റെ പിണ്ഡം 115 GeVക്കും 135 GeVക്കും ഇടയിലാവുമെന്ന് അവർ അഭ്യൂഹിച്ചു. ഇതുപോലുള്ള കൊച്ചുകൊച്ചു നിരീക്ഷണങ്ങളുടെ പൂർണ്ണതയാണ് സേൺ ശാസ്ത്രജ്ഞരുടെ കണ്ടുപിടിത്തത്തിലൂടെ കൈവരിച്ചത്.

ബലങ്ങളുടെ ഏകീകരണം

ദ്രവ്യത്തെപ്പറ്റിയും പ്രപഞ്ചപരിണാമത്തെപ്പറ്റിയും പോയ നൂറ്റാണ്ടിന്റെ ഉത്തരാർദ്ധത്തിൽ ആവിഷ്കൃതമായ ചില ഏകീകൃത (Unified) സിദ്ധാന്തങ്ങളുടെ സമീപനത്തെ ശരിവെക്കുന്നു ഈ കണ്ടുപിടിത്തം. ഗുരുത്വം (Gravity), വിദ്യുത് കാന്തികം (Electro Magnetism), ക്ഷീണബലം (Weak force), തീവ്രബലം (Strong Force) എന്നിവയാണ്. മൗലികതലത്തിൽ പ്രകൃതിയിൽ സജീവമായിട്ടുള്ള നാലു ബലങ്ങൾ. സാധാരണ സാഹചര്യങ്ങളിൽ ഇവ വ്യത്യസ്തരീതികളിൽ പ്രവർത്തിക്കുകയാണ് കാണുക. എന്നാൽ, ലാളിത്യം, സുഭഗത തുടങ്ങിയ കലാപരമായ പരിഗണനകളുടെ അടിസ്ഥാനത്തിൽ ഗുരുത്വവും വിദ്യുത്കാന്തികവും ഒരേ ബലത്തിന്റെ ഭിന്നരൂപങ്ങളാവാമെന്ന ചിത്രം അവതരിപ്പിച്ചത് ആൽബർട്ട് ഐൻസ്റ്റൈനായിരുന്നു. ഇത്തരമൊരു സിദ്ധാന്തത്തെ ക്ലാസിക്കൽ ഭൗതികത്തിന്റെ മൂശയിൽ മെനഞ്ഞെടുക്കാൻ മരണം വരെ കഠിനമായി പ്രയത്നിച്ചെങ്കിലും അദ്ദേഹം വിജയിച്ചില്ല. ഏകീകരണശ്രമം ഭാഗികമായെങ്കിലും വിജയിക്കുന്നത് ക്വാണ്ടം ഫീൽഡ് സിദ്ധാന്തത്തിന്റെ തട്ടകത്തിലാണ്. അതിലേക്ക് കടക്കുന്നതിന് മുമ്പ് ദ്രവ്യത്തെപ്പറ്റി 1960 കളിൽ ഉരുത്തിരിഞ്ഞ ക്വാർക്ക് മോഡലിനെപ്പറ്റി ഒരു വാക്ക്. തീവ്രബലം പ്രദർശിപ്പിക്കുന്ന പ്രോട്ടോൺ, ന്യൂട്രോൺ, മിസോണുകൾ തുടങ്ങിയവയ്ക്ക് ഒരാന്തരികഘടനയുണ്ടെന്ന ആശയത്തിന് പ്രചാരം സിദ്ധിച്ചു. ക്വാർക്കു (Quark) കളെന്ന് ഇവയുടെ ഘടകങ്ങൾക്ക് പറയുന്നു. ക്വാർക്ക്

ചേരുവയുള്ള കണങ്ങൾക്ക് പൊതുവിൽ ഹഡ്രോണുകളെന്ന് (Hadron) പറയും. ചതുർബലങ്ങളോടും ഇവ പ്രതികരിക്കുന്നു. തീവ്രബലത്തോട് പ്രതികരണമില്ലാത്ത മൗലികകണങ്ങളാണ് ലെപ്ടോണു(Leptons)കൾ . ഇലക്ട്രോൺ, മ്യൂവോൺ, ടൗ എന്നിവയും അവയുടെ അനുബന്ധ ന്യൂട്രിനോകളും അടങ്ങുന്നതാണ് ലെപ്ടോൺ കുടുംബം. ക്വാർക്കുകളും മൗലികകണങ്ങളായി കരുതപ്പെടുന്നുണ്ടെങ്കിലും അവ സ്വതന്ത്രരായി സഞ്ചരിക്കുന്നില്ല. ക്വാർക്കുകളും ലെപ്ടോണുകളും ആറെണ്ണം വീതമുണ്ട്. ക്വാണ്ടം ഫീൽഡ് സിദ്ധാന്തമനുസരിച്ച് മൗലികകണങ്ങൾ അന്യോന്യം ഇടപെടുന്നത് അല്ലെങ്കിൽ 'അന്യോന്യക്രിയ' (Interaction) യിലേർപ്പെടുന്നത് ഗേജ് കണ (Guage Particle) ങ്ങളുടെ വിനിമയത്തിലൂടെയാണ്. ഇത്തരത്തിലുള്ള കണങ്ങളാണ് ഫോട്ടോൺ, ഗ്ലുവോണുകൾ, W ബോസോണുകൾ, Z ബോസോൺ, ഗ്രാവിറ്റോൺ എന്നിവ. വിനിമയം ചെയ്യപ്പെടുമ്പോൾ കല്പിത കണമായാണ് ഇവയോരോന്നും പെരുമാറുന്നത്. ഒരു ഉദാഹരണത്തിലൂടെ കല്പിത കണം എന്താണെന്ന് വിശദീകരിക്കാം. രണ്ടു ഇലക്ട്രോണുകൾ പരസ്പരം വികർഷിക്കുന്നത് ഒരു കല്പിത ഫോട്ടോണിനെ കൈമാറിയാണ്. ഒരു ഇലക്ട്രോൺ പുറപ്പെടുവിക്കുന്ന ഫോട്ടോണിനെ മറ്റേ ഇലക്ട്രോൺ ആഗിരണം ചെയ്യുന്നു. കല്പിത കണങ്ങളെ നിരീക്ഷിക്കുക അസാദ്ധ്യമാണ്. ഇലക്ട്രോണുകളുടെ വികർഷണത്തിനു കാരണമായ ഫോട്ടോണുകളും ഇങ്ങനെതന്നെ. ആവശ്യമുള്ള ഊർജ്ജം ലഭ്യമാണെങ്കിൽ കല്പിത കണങ്ങൾ വാസ്തവകണങ്ങളായി മാറി നിരീക്ഷണയോഗ്യമാകുന്നു. ഇലക്ട്രോണും പോസിട്രോണും കൂട്ടിമുട്ടുമ്പോൾ അന്യോന്യം സംഹരിച്ച് രണ്ടു ഫോട്ടോണുകളെ മോചിപ്പിക്കാറുണ്ട്. വാസ്തവ ഫോട്ടോണുകളാണിവയെങ്കിലും മുമ്പ് കല്പിത ഫോട്ടോണുകളായിരുന്നു. ഉന്നത ഊർജ്ജ ഇലക്ട്രോൺ-പോസിട്രോൺ സംഘട്ടനങ്ങളിൽ ഫോട്ടോണുകൾക്കുപുറമേ ഹഡ്രോണുകളും ഉല്പാദിപ്പിക്കുന്നു. പ്രോട്ടോൺ-പ്രോട്ടോൺ കൂട്ടിയിടിയിൽ ഹിഗ്ഗ്സ് ബോസോൺ ഉല്പാദിപ്പിക്കപ്പെട്ടതിന്റെ വിശദീകരണം സങ്കീർണ്ണമാണെങ്കിലും തത്ത്വത്തിൽ ഭിന്നമല്ല. ആദ്യത്തെ വിജയകരമായ ഏകീകൃത സിദ്ധാന്തം ക്ഷീണബലത്തെയും വിദ്യുത് കാന്തിക ബലത്തെയും സമന്വയിപ്പിച്ചുള്ള ഒന്നാണ്. ഇലക്ട്രോണുകളുടെയും ഫോട്ടോണുകളുടെയും അന്യോന്യക്രിയകളുടെ ക്വാണ്ടം സിദ്ധാന്തമാണിത്. ക്വാണ്ടം ഇലക്ട്രോ ഡൈനാമിക്സ് ഇതിലെ ഗേജ് കണമായ ഫോട്ടോണിന്റെ പിണ്ഡം പൂജ്യവും പ്രവർത്തനദൂരം അല്ലെങ്കിൽ റേഞ്ച് അനന്തതയുമാണെങ്കിലും കണക്കുകൂട്ടലുകളിൽ ഒഴിവാക്കാനാവാത്ത അനന്തതകൾ പ്രത്യക്ഷപ്പെടാറില്ല. എന്നാൽ, ക്ഷീണബല സംബന്ധമായ പ്രതിഭാസങ്ങൾക്കായി ഇതുപോലൊരു സിദ്ധാന്തം രൂപവല്ക്കരിക്കാനുള്ള എൻറിക്കോ ഫെർമി, റോബേർട്ട് മാർഷാക്ക്, ജോർജ്ജ് സുദർശൻ തുടങ്ങിയവരുടെ ഉദ്യമങ്ങൾ പൂർണ്ണമായി വിജയിച്ചില്ല. ക്ഷീണബലത്തിന്റെ പ്രവർത്തനദൂരം പരമേയ (finite)മായതിനാൽ പിണ്ഡമുള്ള കണങ്ങൾക്കേ അതിന്റെ വാഹിനികളാവാൻ കഴിയൂ. അവയ്ക്ക് വൈദ്യുത ചാർജ്ജ് ആവശ്യമാണുതാനും. ഈ വ്യവസ്ഥകളെല്ലാം പാലിച്ചുകൊണ്ട്, അനന്തതകളില്ലാത്ത ഒരു ക്ഷീണ ബലസിദ്ധാന്തം കണ്ടുപിടിക്കാൻ പലരും വിയർപ്പൊഴുക്കി. മെരുക്കാനാവാത്തതരത്തിലുള്ള അനന്തതകളാണ് പിണ്ഡമുള്ള ഗേജ് ഫീൽഡുകളിലുള്ളതിനാൽ, നിരാശയായിരുന്നു ഫലം.

ഈ ദശാസന്ധിയിലാണ്, 1964 ൽ പീറ്റർ ഹിഗ്സെന്ന ബ്രിട്ടീഷ് ശാസ്ത്രജ്ഞൻ ഒരു പുതിയ പ്രതിഭാസം പ്രദർശിപ്പിക്കുന്ന ഒരു ക്വാണ്ടം ഫീൽഡ് സിദ്ധാന്തം കണ്ടുപിടിച്ചത്. സാധാരണ ക്വാണ്ടം ഫീൽഡുകളുടെ ഏറ്റവും കുറഞ്ഞ ഊർജ്ജാവസ്ഥയാണ് ശൂന്യത. കല്പിത കണങ്ങൾക്ക് വിഹരിക്കാമെങ്കിലും ശൂന്യാവസ്ഥയിൽ ഒരു ക്വാണ്ടം ഫീൽഡിൽ വാസ്തവകണങ്ങൾ ഉണ്ടാവില്ല. അതുപോലെ, ശൂന്യാവസ്ഥയിലുള്ള ക്വാണ്ടം ഫീൽഡിന്റെ ശരാശരി മൂല്യം പൂജ്യമാണ്. എന്നാൽ, ഫീൽഡിന്റെ ശരാശരി മൂല്യം പൂജ്യമാകാതെ നില്ക്കുന്ന, രണ്ടു ശൂന്യാവസ്ഥകളുള്ള, സ്പിന്നില്ലാത്ത അല്ലെങ്കിൽ സ്കാലർ (Scalar) ഫീൽഡിനെ നിർവ്വചിച്ചു, ഹിഗ്ഗ്സ്. ഇതിനെ പിണ്ഡമില്ലാത്ത ഒരു ഗേജ് ഫീൽഡുമായി ബന്ധിച്ചാൽ ഗേജ് കണങ്ങൾക്ക് പിണ്ഡം ഉണ്ടാകുമെന്ന് അദ്ദേഹം നിരീക്ഷിച്ചു. ഗേജ് ഫീൽഡിനോട് പിണ്ഡരഹിതമായ ഒരു ദ്രവ്യഫീൽഡിനെ ബന്ധിപ്പിക്കുകയും ചെയ്താൽ, ഗേജ് കണങ്ങൾക്ക് പുറമേ ദ്രവ്യകണങ്ങൾക്കും പിണ്ഡം ലഭിക്കുന്നു. ഹിഗ്ഗ്സിന്റെ സൈദ്ധാന്തിക കണ്ടുപിടിത്തത്തിന് ഹിഗ്ഗ്സ് മെക്കാനിസം എന്ന പേർ വീണുകിട്ടി. ഹിഗ്ഗ്സിനെക്കൂടാതെ ബ്രൗട്ട്, എംഗ്ളെർട്ട്, ഗുരാൽനിക്ക്, ഹേഗൻ, കിബിൾ എന്നിവരും ഈ ദൃശപഠനങ്ങൾ നടത്തിയിരുന്നെങ്കിലും മുഖ്യ ക്രെഡിറ്റ് ഹിഗ്ഗ്സിന് അവകാശപ്പെട്ടതാണ്. ഹിഗ്ഗ്സ് മെക്കാനിസത്തിന് അടിസ്ഥാനമായ സ്കാലർ ഫീൽഡ് ഹിഗ്ഗ്സ് ഫീൽഡെന്ന് അറിയപ്പെടുന്നു. ഹിഗ്ഗ്സ് മെക്കാനിസത്തിൽ ഗേജ് ഫീൽഡിന്റെ ഗേജ് സവിശേഷത നഷ്ടപ്പെടുമെങ്കിലും അനന്തതയുടെ വികൃതികളിലല്ല. ആശ്വാസം.

1967 മുതലുള്ള ഏതാനും വർഷത്തിനുള്ളിൽ വിജയകരമായ ആദ്യത്തെ ഏകീകൃത സിദ്ധാന്തം പിറന്നുവീണു. സ്റ്റീവൻ വെയ്ൻ ബെർഗ്ഗ്, അബ്ദുസ് സലാം, ഷെൽഡെൺ ഗ്ലാഷൊ തുടങ്ങിയവരാണ് ഇതിന്റെ ഉപജ്ഞാതാക്കൾ. ക്ഷീണബലവും വിദ്യുത് കാന്തിക ബലവും സമന്വയിക്കുന്ന ഒരേകീകൃത സിദ്ധാന്തമാണത്. ഗേജ് ഫീൽഡുകളും ഹിഗ്ഗ്സ് ഫീൽഡുകളും ഹിഗ്ഗ്സ് മെക്കാനിസവുമൊക്കെ ഉപയോഗിച്ചുള്ള ഒരു ഫീൽഡ് സിദ്ധാന്തം. അതിന്റെ പ്രവചനങ്ങൾ ഒന്നൊന്നായി സ്ഥിരീകരിക്കപ്പെട്ടു. ഈ മോഡലിൽ ഫോട്ടോണിന് മാത്രം പിണ്ഡമില്ല. ക്വാർക്കുകൾ, ലെപ്ടോണുകൾ എന്നിവയ്ക്കും ഗേജ് ബോസോണുകൾക്കും പിണ്ഡം സമ്മാനിക്കുന്നത് ഹിഗ്ഗ്സ് ഫീൽഡാണ്. വെയ്ൻ ബെർഗ്ഗ്, സലാം, ഗ്ലാഷോ എന്നിവർക്ക് അവരുടെ മോഡലിനെപ്രതി നൊബേൽ

സമ്മാനം ലഭിച്ചു. എന്നാൽ, തന്ത്രപ്രധാനമായ ആശയത്തിന്റെ കർത്താക്കളായ ഹിഗ്ഗ്സിനും കൂട്ടർക്കും അംഗീകാരവും നന്ദിയും. സജീവ ഗവേഷണത്തിൽ നിന്ന് പിൻവാങ്ങിയ ഹിഗ്ഗ്സ്, ദൈവകണത്തിന്റെ പ്രഖ്യാപനം പൊടിപൊടിക്കവേ, ആ മുറിയിലൊരു കോണിലിരുന്ന് ആനന്ദാശ്രുക്കൾ പൊഴിച്ചതായി റിപ്പോർട്ട്. ഒരേ കണ്ടുപിടിത്തത്തിന് മൂന്നിലേറെ കർത്താക്കളുണ്ടെങ്കിൽ, അവർക്ക് നൊബേൽ പുരസ്കാരം കൊടുക്കുന്ന പതിവില്ലെന്ന് ഒരു ചോദ്യത്തിനുത്തരമായി അദ്ദേഹം പറഞ്ഞു.

തീവ്രബലത്തെ പുരസ്കരിച്ചുള്ള ക്വാണ്ടം ക്രോമോഡൈനാമിക്സ് എന്ന സിദ്ധാന്തവും ഒരു ഗേജ് സിദ്ധാന്തമാണ്. ക്വാർക്ക് ഫീൽഡുകളും ഗേജ് ഫീൽഡുകളായ ഗ്ലുവോൺ ഫീൽഡുകളും തമ്മിലാണ് അന്യോന്യ ക്രിയകൾ നടക്കുന്നത്. ഹിഗ്സ് മെക്കാനിസത്തിലൂടെ പിണ്ഡം ലഭിച്ച ക്വാർക്കുകളുടെ കൂട്ടങ്ങളായി ന്യൂക്ലിയർ കണങ്ങളും മറ്റും പ്രത്യക്ഷ പ്പെടുന്നു. ക്ഷീണ-വിദ്യുത്ബലങ്ങളുടെ ഏകീകൃത സിദ്ധാന്തത്തിന്റെ പേർ ഇലക്ട്രോ വീക്ക് ഡൈനാമിക്സ് എന്നാണ്. ഇതും ക്രോമോഡൈ നാമിക്സും ഒരുമിച്ചുള്ള മോഡലിന് മാനകമോഡൽ എന്നു പറയും. ഇതിന്റെ മിക്കവാറും എല്ലാ പ്രവചനങ്ങളും സത്യാപിതമാണ്. ഹിഗ്ഗ്സ് കണമായിരുന്നു കുഴക്കിയിരുന്നത്. അതും ഇപ്പോൾ കണ്ടുപിടിക്കപ്പെട്ടി രിക്കുന്നു. പക്ഷേ, ഇത് സമ്പൂർണ്ണമായ ഒരേകീകൃതചിത്രം തരുന്നില്ല. ഗുരുത്വബലത്തെക്കൂടി ഈ ചട്ടക്കൂടിലേക്ക് കൊണ്ടുവരേണ്ടിയിരിക്കുന്നു. മഹാ ഏകീകൃത മോഡലുകൾ, സൂപ്പർ സ്ട്രിങ് സിദ്ധാന്തങ്ങൾ തുടങ്ങി പലതും ഇതിനകം മാർക്കറ്റിലിറങ്ങിയിട്ടുണ്ടെങ്കിലും ഇവയുടെ പല പ്രവചനങ്ങളും അസാദ്ധ്യമോ അസ്വാഭാവികമോ ആണെന്ന് തോന്നും.

പ്രപഞ്ച വർത്തമാനം

പ്രപഞ്ചത്തിന്റെ ഉല്പത്തി, പരിണാമം, ഭാവി തുടങ്ങിയ വിഷയ ങ്ങളുടെ പഠനമാണ് കോസ്മോളജി. മഹാസ്ഫോടനത്തിൽ (Big Bang) പ്രപഞ്ചം ഉത്ഭവിച്ചുവെന്നതാണ് കോസ്മോളജിയിലെ പ്രഥമപഠനം. ഇത് ദൈവവിശ്വാസത്തിനെതിരല്ല. കോസ്മിക് മൈക്രോവേവ് പശ്ചാത്തല വികിരണം, ഭാരം കുറഞ്ഞ മൂലകങ്ങളുടെ പ്രകൃതിയിലെ അനുപാതം തുടങ്ങിയ പ്രവചനങ്ങൾ ശരിവെക്കപ്പെട്ടതോടെ മഹാസ്ഫോടനത്തിന്റെ പ്രസക്തി വർദ്ധിച്ചു. പ്രപഞ്ചസൃഷ്ടിക്ക് ശേഷം ഹിഗ്ഗ്സ് ഫീൽഡ് സ്വിച്ച് ഓൺ ചെയ്തതോടെ കണങ്ങൾക്ക് പിണ്ഡം ലഭിച്ചെന്ന് വാദിക്കുന്നത് തെറ്റിദ്ധാരണാജനകമാണ്. പ്രപഞ്ചം ആവിർഭവിച്ച നിമിഷത്തിൽത്തന്നെ ഹിഗ്ഗ്സ് ഫീൽഡ് ഉൾപ്പെടെയുള്ള എല്ലാ ക്വാണ്ടം ഫീൽഡുകളും രംഗത്തുവന്നു. പക്ഷേ, അപ്പോഴത്തെ അത്യുന്നതമായ താപനിലകളിൽ ഹിഗ്ഗ്സ് ഫീൽഡിന്റെ ശരാശരി മൂല്യം പൂജ്യമായിരുന്നതിനാൽ എല്ലാ കണങ്ങളും പിണ്ഡരഹിതമായിരുന്നു. ചതുർബലങ്ങൾ സമന്വയിച്ച്, ഒരേകീകൃത ബലമായി പ്രവർത്തിച്ച മുഹൂർത്തമായിരുന്നു അത്.

അതിസുന്ദരമായ ഈ സിമ്മട്രിക് അവസ്ഥയ്ക്ക് പല ഘട്ടങ്ങളിലായി തകർച്ചനേരിടുന്നു. പ്രപഞ്ചം തണുത്തതാണ് കാരണം. ആദ്യം ഗുരുത്വബലം വേർപിരിഞ്ഞു. തുടർന്ന്, തീവ്രബലം, ഒടുവിൽ ക്ഷീണ ബലവും വിദ്യുത്കാന്തിക ബലവും പരസ്പരം സ്വതന്ത്രമാകുന്നു. ഹിഗ്ഗ്സ് ഫീൽഡുകളുടെ പെരുമാറ്റ സവിശേഷതകളാവാം ഈ സിമ്മ ട്രിക് തകർച്ചയ്ക്ക് നിദാനം.

പ്രപഞ്ചപരിണാമത്തിന്റെ ആദ്യഘട്ടത്തിൽ ഏകദേശം 10^{-35} സെക്കൻഡിൽ പ്രപഞ്ചം ഒരു ലക്ഷം മടങ്ങ് വലുതായി. ഈ വികാ സത്തിന് മഹാവികാസം അല്ലെങ്കിൽ ഇൻഫ്ളേഷൻ എന്നു പറയുന്നു. അലൻ ഗുത്ത് എന്ന യുവ ശാസ്ത്രജ്ഞനാണ് 1980 ൽ ഇൻഫ്ളേഷ നെന്ന ആശയം അവതരിപ്പിക്കുകയും കോസ്മോളജിയിലെ ചില സങ്കീർണ്ണപ്രശ്നങ്ങൾക്ക് ഉത്തരം കണ്ടുപിടിക്കുകയും ചെയ്തത്. ഇൻഫ്ളേഷനെ ഡ്രൈവ് ചെയ്യുന്നത് ഹിഗ്ഗ്സ് ഫീൽഡാണത്രെ. ഇൻഫ്ളേഷൻ സംബന്ധിച്ച് ഒന്നിലേറെ മോഡലുകളിന്ന് ലഭ്യമാണ്. ഇവ യിലേതാണ് ശരിയെന്ന് തീർത്തുപറയാനാവില്ല. ഇൻഫ്ളേഷൻ നട ന്നിട്ടുണ്ടെന്നതിന് ഉപോദ്ബലകമായ തെളിവുകൾ അടുത്തകാലത്ത് ലഭിച്ചിട്ടുണ്ട്.

ഭാവി

ശുദ്ധ ഭൗതികത്തിന്റെ ശാഖകളായ പാർട്ടിക്കിൾ ഫിസിക്സും കോസ്മോളജിയും കൈകോർത്തുള്ള പ്രയാണത്തിൽ ഇനിയും അത്ഭുത ങ്ങൾ കണ്ടെത്തിയേക്കാം. ഹിഗ്ഗ്സ് മെക്കാനിസം പിണ്ഡം നല്കി; പിണ്ഡ മുള്ള കണങ്ങൾ അണുക്കളുടെ ഭാഗമായി; അണുക്കൾ തന്മാത്രകൾക്ക് കാരണമായി; തന്മാത്രകൾ ചേർന്ന ദ്രവ്യവും ദ്രവ്യത്തിൽ നിന്ന് കോശങ്ങളും കോശങ്ങൾ ചേർന്ന് ശരീരങ്ങളും ഒക്കെ പ്രത്യക്ഷപ്പെടുന്നു. ഈ മുന്നേറ്റത്തിലെത്തിയപ്പോഴാണ് ജീവനും ബുദ്ധിയും വിവേകവു മൊക്കെ യാഥാർത്ഥ്യമായത്.

(2012)

ഹാ, കൃത്രിമ ജീവൻ തുടിക്കുന്നു!

കൃത്രിമ ജൈവരൂപങ്ങൾ സയൻസ് ഫിക്ഷന്റെ സുതാര്യമായ ആകാശത്ത് വിഹരിക്കുകയായിരുന്നു ഇത്രയും കാലം. എന്നാൽ, ഇപ്പോഴിതാ, പ്രകൃതിയിൽ മുമ്പ് ഇല്ലാതിരുന്ന ഒരു ബാക്ടീരിയത്തെ ഭാഗികമായി ശാസ്ത്രജ്ഞർ നിർമ്മിച്ചിരിക്കുന്നു. പത്തുവർഷം മുമ്പ്, മനുഷ്യജിനോമിന്റെ അല്ലെങ്കിൽ ജനിതക ശൃംഖലയുടെ ഘടന ആദ്യമായി അനാവരണം ചെയ്ത സെല്ലറാ ജിനോമിക്സ് എന്ന സ്വകാര്യ കമ്പനിയുടെ തലവനായിരുന്ന ജെ ക്രെയ്ഗ് വെന്ററാണ് ഈ നേട്ടത്തിനും നേതൃത്വം കൊടുത്തിരിക്കുന്നത്. ഇപ്പോൾ അദ്ദേഹം സ്വന്തം പേരിൽ സ്ഥാപിച്ചിട്ടുള്ള ഗവേഷണ സ്ഥാപനത്തിന്റെ അമരക്കാരനാണ്.

എന്താണ് സംഭവം?

മേയ് 20 ന് ഇറങ്ങിയ സയൻസ് എന്ന ശാസ്ത്രജേർണലിന്റെ ഓൺലൈൻ പതിപ്പിൽ, ക്രെയ്ഗ് വെന്റർ ഉൾപ്പെടെ 22 ശാസ്ത്രഗവേഷകർ ചേർന്ന് രചിച്ച ലേഖനത്തിന്റെ മുഖക്കുറിപ്പിൽ പറയുന്നു:

> മൈക്കോ പ്ലാസ്മ മൈക്കോഡിസ് (Mycoplasma mycodes) JCI-syn 1.0 എന്ന ജീവിയുടെ രൂപകല്പന, ഉദ്ഗ്രഥനം, കൂട്ടിയിണക്കൽ എന്നീ പ്രക്രിയകൾ എങ്ങനെ ഞങ്ങൾ നിർവ്വഹിച്ചുവെന്ന് വിവരിക്കുന്നു. കമ്പ്യൂട്ടറിൽ രൂപകല്പന ചെയ്ത ജനിതക ശൃംഖലയെ, ജനിതക ഉള്ളടക്കം നീക്കിയ മൈക്കോപ്ലാസ്മ കാപ്രിക്കോലം (Mycoplasma Capricolum) എന്ന ബാക്ടീരിയത്തിന്റെ കോശത്തിൽ നിക്ഷേപിച്ചൊരുക്കിയ പുതിയ കോശം ഒരു പുതിയ ബാക്ടീരിയം ആണ്. ഉദ്ഗ്രഥിത ഡി എൻ എ ശ്രേണിയല്ലാതെ വേറെ ഡി എൻ എ ഖണ്ഡങ്ങളൊന്നും ഈ കോശത്തിലില്ല. സ്വയം പെരുകൽ ഉൾപ്പെടെ, ഒരു പുതിയ ജീവിയുടെ സർവ്വ ലക്ഷണങ്ങളും ഇതിനുണ്ട്....

ഈ ഗവേഷണത്തെ സംബന്ധിച്ചുള്ള വാർത്തകളും കഥകളും കുറേ മാസങ്ങളായി ശാസ്ത്രവൃത്തങ്ങളിൽ പ്രചരിക്കുന്നുണ്ടായിരുന്നു. *സയന്റിഫിക് അമേരിക്കൻ* മാസികയുടെ ഫെബ്രുവരി ലക്കത്തിൽ, ലോറൻസ് ക്രൗസ് എന്ന പ്രശസ്ത സൈദ്ധാന്തിക ഭൗതിക ശാസ്ത്രജ്ഞൻ, കൃത്രിമ ജീവികളുടെ യുഗം ഉടനെ പിറക്കുമെന്ന് മുന്നറിയിപ്പ് നല്കി. അക്ഷരമാലാക്രമം പാലിച്ച്, ഇവിടെ സൂചിപ്പിച്ച ലേഖനത്തിന്റെ കർത്താക്കളുടെ പട്ടികയിൽ, വെന്ററുടെ പേര് അവസാനമായിട്ടാണ് ചേർത്തിരിക്കുന്നത്. ഇന്ത്യാക്കാരയ സഞ്ജയ് വാഷി, രാധ കൃഷ്ണ കുമാർ എന്നിവരും ലേഖകരുടെ ഗണത്തിലുണ്ട്.

ഇപ്പോഴത്തെ ഉജ്ജ്വല നേട്ടത്തിനു പിന്നിൽ, വെന്ററുടെയും സഹ പ്രവർത്തകരുടെയും ഒരു ദശാബ്ദക്കാലത്തെ കഠിന പ്രയത്നമുണ്ട്. 2003 ൽ അദ്ദേഹവും കൂട്ടരും ഫി എക്സ് 174 എന്ന വൈറസിനെ നിർമ്മിച്ച് അന്താരാഷ്ട്ര പ്രശസ്തി ആർജ്ജിച്ചതാണ്. ബാക്ടീരിയയെ ആക്രമിച്ചു കയറി പെരുകുന്ന ഇത് ബാക്ടീരിയോഫേജ് എന്ന വിഭാഗത്തിൽ പെടുന്നു. ഓളിഗോ ന്യൂക്ലിയോ റൈഡുകൾ എന്നു വിളിക്കുന്ന രാസ വസ്തുക്കൾ കടയിൽ നിന്ന് വാങ്ങി, തയ്ച്ചുപിടിപ്പിച്ചാണ് ഫി എക്സിന്റെ ജനിതകശൃംഖല ഉണ്ടാക്കിയത്. അതിന്റെ ശരീരവും ജനിതക ശൃംഖലയും ഒന്നായിരുന്നു! ഏതു വൈറസിനും പെരുകാനൊരിടമായി ആതിഥേയകോശങ്ങൾ ആവശ്യമാണ്. ബാക്ടീരിയത്തിന് അതാവശ്യ മില്ല. ഏകകോശ ജീവികളായ ബാക്ടീരിയയ്ക്ക്, അവയുടെ കോശത്തി നകത്ത് ജനിതകശൃംഖല അടക്കം ചെയ്തിരിക്കുന്നു. ന്യൂക്ലിയസ് ഇല്ലാത്ത ഇവ, സ്വയം ഇരട്ടിച്ച് പ്രത്യുല്പാദനം നടത്തുന്നു.

2007 ജൂണിൽ വെന്ററിന്റെ നേതൃത്വത്തിൽ ഒരു സംഘം മൈക്കോ പ്ലാസ്മ മൈക്കോഡിസ് ബാക്ടീരിയത്തിന്റെ സ്വാഭാവിക ഡി എൻ എ യെ (ജനിതക ശൃംഖല) ഒരു മൈക്കോപ്ലാസ്മ കാപ്രിക്കോലം കോശത്തി ലേക്ക് പറിച്ചുനട്ടു. ഇങ്ങനെ തയ്യാറാക്കിയ പുതിയ കോശം മൈക്കോ പ്ലാസ്മ മൈക്കോഡിസിനെപ്പോലെ പെരുമാറാൻ തുടങ്ങി. കാപ്രിക്കോ ലത്തിന്റെ ഡി എൻ എ യെ ബഹിഷ്കരിച്ചതിനു ശേഷമാണ് ഈ ഓപ്പ റേഷൻ നടത്തിയതെന്ന് പ്രത്യേകിച്ച് പറയേണ്ടതില്ലല്ലോ. അതേവർഷം ഒക്ടോബറിൽ വെന്റർ വേറൊരു പരീക്ഷണവും നടത്തി. മൈക്കോപ്ലാസ്മ ജനിറ്റാലിയം (M. genitalium) എന്ന ബാക്ടീരിയത്തിന്റെ ഒരു ക്രോമ സോമി – ജീനുകളടങ്ങിയത് – ന്റെ ഒരു പരിഷ്കരിച്ച രൂപം രാസവസ്തു ക്കൾ ഉപയോഗിച്ച് അദ്ദേഹം നിർമ്മിച്ചു. ജീവൻ നിലനിർത്തുന്നതിന് അത്യാവശ്യമില്ലാത്ത ജീനുകളെയെല്ലാമാണ് ക്രോമസോമിൽ നിന്ന് എടുത്തു കളഞ്ഞത്. മിനിമൽ ജിനോം പ്രോജക്ട് എന്ന് വിശേഷിപ്പി ക്കാവുന്ന ഒരു പരീക്ഷണമാണ് വെന്റർ അടുത്തതായി പ്ലാൻ ചെയ്തത്. ഡി എൻ എ നീക്കം ചെയ്ത, വേറൊരു സ്പീഷിസ് ബാക്ടീരിയൽ കോശത്തിലേക്ക് ജനിറ്റാലിയത്തിന്റെ പരിഷ്കരിച്ച ക്രോമസോമിനെ കടത്തിവിട്ട്, മൈക്കോ പ്ലാസ്മ ലാബറട്ടോറിയം (M. laboratorium) എന്ന

ഒരു പുതിയ ബാക്ടീരിയത്തെ നിർമ്മിക്കുകയാണ് ലക്ഷ്യം. പാറ്റ് മൂണെ എന്ന കനേഡിയൻ ബയോ എത്തിസിസ്റ്റ് പറഞ്ഞത്, വെന്ററുടെ പദ്ധതി വിജയിച്ചാൽ, ഏതുതരം ജീവിയെ വേണമെങ്കിലും ഭാവിയിൽ നിർമ്മിക്കാൻ കഴിയുമെന്നാണ്.

ഏതായാലും വെന്ററുടെ ആ സ്വപ്നനിരീക്ഷണം ഇതുവരെ നടന്നിട്ടില്ല, നടക്കാനിരിക്കുന്നതേയുള്ളൂ. ഇതിനിടയിലാണ് ക്രെയ്ഗിന്റെ മനസ്സിൽ മറ്റൊരു പരീക്ഷണത്തിന്റെ ആശയം പൊട്ടിവിരിഞ്ഞതും ആമുഖത്തിൽ സൂചിപ്പിച്ച വൻനേട്ടം കൈവരിച്ചതും.

ക്രെയ്ഗിന്റെ സംഘം ഒരു പുതുജീവിയെ സൃഷ്ടിച്ചുവെന്നു പറയുന്നത് അബദ്ധമാണ്. കൃത്രിമമായി കൂട്ടിയിണക്കിയ ജനിതകശൃംഖല ഉപയോഗിച്ച്, ഒരു ബാക്ടീരിയത്തിന്റെ ഐഡന്റിറ്റിയിൽ സമൂലമാറ്റം വരുത്തിയെന്ന് പറയുന്നതാവും ശരി. അതിന്റെ ജനിതക ശൃംഖല ഒഴികെയുള്ള ശരീരഭാഗങ്ങളെ അതേപടി നിലനിർത്തിക്കൊണ്ടാണ് പരിവർത്തനം നടത്തിയത്. ഈ ഗംഭീര നേട്ടത്തെ ആധുനിക ജീവശാസ്ത്രത്തിലെ ഒരു സുപ്രധാന നാഴികക്കല്ലായി വാഴ്ത്താവുന്നതാണ്. ഡിസൈനർ ജീവികളിലേക്കുള്ള ദൂരം വളരെ കുറഞ്ഞിരിക്കുന്നു.

ജീനുകളുടെ മൊത്തം സംഘാതമാണ് ജനിതകശൃംഖല. ഡി എൻ എ എന്ന ഇരട്ടച്ചുറ്റ് (double helix) ആകൃതിയിലുള്ള നെടുങ്കൻ തന്മാത്രയുടെ ഖണ്ഡങ്ങളാണ് ജീനുകളെന്ന് സങ്കല്പിക്കാം. അഡനിൻ (A), ഗുവാനിൻ (G), സൈറ്റോസിൻ (C), തയമിൻ (T) എന്ന നാല് ക്ഷാര (base)ങ്ങളെ ഡി എൻ എ തന്മാത്രയുടെ ഇരുവശങ്ങളിലായി സംവിധാനം ചെയ്തിരിക്കുന്നു. A, G, C, T എന്നിവ ഒരു ഭാഷയിലെ അക്ഷരങ്ങളെപ്പോലെ പെരുമാറുന്നു. ഇവയുടെ ശ്രേണികൾ പ്രോട്ടീൻ നിർമ്മിതിക്കും സന്ദേശങ്ങളായി വ്യാഖ്യാനിക്കപ്പെടുന്നു. കോശദ്രവ്യ (Cytoplasm)-ത്തിലുള്ള റിബോസോമിലാണ് പ്രോട്ടീൻ ഉല്പാദനം നിർവ്വഹിക്കുന്നത്. പ്രക്രിയകൾക്കാവശ്യമായ ഊർജ്ജവും അവിടെത്തന്നെ ലഭ്യമാണ്.

മൈക്കോപ്ലാസ്മ കാപ്രിക്കോലത്തിന്റെ ജനിതകശൃംഖലയ്ക്കു പകരം, രോഗകാരി ജീനുകളെന്ന് തീർച്ചപ്പെടുത്തിയ ചില ജീനുകളെ നീക്കം ചെയ്ത്, കൃത്രിമമായി നിർമ്മിച്ച മൈക്കോ പ്ലാസ്മ മൈക്കോഡിസിന്റെ ജനിതകശൃംഖല നിക്ഷേപിക്കുകയാണ് വെന്റർ-ടീം ചെയ്തത്. പത്തുലക്ഷം ക്ഷാരജോടികൾ വഹിക്കുന്ന ഡി എൻ എ തന്മാത്രയുടെ ഘടന ആദ്യം അവർ കമ്പ്യൂട്ടറിൽ എഴുതി. എഡിറ്റിങ്ങിനുശേഷം, വാഷിങ്ടൺ സ്റ്റേറ്റിലെ ബോത്തെല്ലിലൂടെ ബ്ലൂ ഹെറോൺ ബയോ എന്ന ഡി എൻ എ ശ്രേണീകരണ (Sequencing) കമ്പനിയിലേക്ക് അയച്ചു. അവർ അതിനെ ആധാരമാക്കി ഡി എൻ എ യുടെ നൂറുകണക്കിന് ചെറിയ ഖണ്ഡങ്ങൾ ഉണ്ടാക്കി. ഈ ഖണ്ഡങ്ങളെ ചേർത്തുപിടിപ്പിക്കുന്ന അത്യന്തം ശ്രമകരമായ ജോലി ചെയ്തത് വെന്റർ ഗ്രൂപ്പാണ്. യീസ്റ്റിന്റെയും (Yeast) മറ്റു പല ബാക്ടീരിയയുടെയും ജീനുകളെപ്പറ്റി

വിശദമായി പഠിച്ചതിനുശേഷം, മൈക്കോഡിസിന്റെ പരിഷ്കരിച്ച ജനിതക ശൃംഖല അവർ സംവിധാനം ചെയ്തു. നാലു കുപ്പി രാസവസ്തുക്കളേ വേണ്ടിവന്നുള്ളൂ ഈ പ്രക്രിയയ്ക്ക്. മൈക്കോപ്ലാസ്മ മൈക്കോഡിസ് പ്രകൃതിയിലുള്ള ഒരു സ്പീഷിസാണ്. ആടുകളിൽ മാസ്റ്റിസ് (Mastis) രോഗം പരത്തുന്ന ബാക്ടീരിയം. ഇതിലെ രോഗകാരി ജീനുകളെ ഉപേക്ഷിച്ചതിനാൽ, വെന്റർ ഗ്രൂപ്പിന്റെ ഉല്പന്നം ഒരു പുതിയ സ്പീഷിസാണെന്ന് അവകാശപ്പെടുന്നു. ഇക്കാര്യം സൂചിപ്പിക്കുന്നത്, പേരിനോട് കൂട്ടിച്ചേർത്തിട്ടുള്ള കോഡ് നമ്പറാണ് (JCI - syn 1.0) പേറ്റന്റ് എടുക്കാനുള്ള ലക്ഷ്യത്തോടെ ആവാം, ഉദ്ഗ്രഥിത മൈക്കോപ്ലാസ്മ ജനിതക ശൃംഖലയിൽ ഡി എൻ എ ക്ഷാരജോടികളുടെ പ്രത്യേക സംവിധാനത്തിലൂടെ താഴെ ചേർക്കുന്ന കോഡ് സന്ദേശം വാട്ടർമാർക്കുകളായി കൊടുത്തിട്ടുണ്ട്:

VENTER INSTITVTE
CRAIG VENTER
HAMSMITH
CINDIANCLYDE
GLASS AND CLYDE

ഇവിടെ U എന്ന അക്ഷരത്തിനു പകരം V ഉപയോഗിച്ചിരിക്കുന്നതു ശ്രദ്ധിക്കുക. U എന്ന അക്ഷരം സൂചിപ്പിക്കുന്ന അമിനോ ആസിഡുകളില്ലാത്തതാണ് കാരണം.

ചരിത്രത്തിലെ ആദ്യത്തെ കൃത്രിമ കോശമാണ് തങ്ങൾ നിർമ്മിച്ചതെന്നുള്ള വെന്റർ പ്രഭൃതികളുടെ അവകാശവാദത്തെ അതേപടി അംഗീകരിച്ചുകൂടാ. ജനിതക ശൃംഖല നീക്കം ചെയ്ത ഒരു കോശത്തിൽ ഒരു പുതിയ ജനിതക ശൃംഖല നിക്ഷേപിച്ച്, അതിനെ വീണ്ടും സചേതനമാക്കുകയാണ് അവർ ചെയ്തത്. പുതിയ ജനിതക ശൃംഖലയെ പഴയ കോശം തിരസ്കരിക്കരുതെന്ന് കരുതിയാണ് ഒരേ ജനുസിൽപ്പെട്ട– മൈക്കോപ്ലാസ്മ – ബാക്ടീരിയയെ ഈ പരീക്ഷണത്തിനായി തെരഞ്ഞെടുത്തത്. കാപ്രിക്കോലത്തെ മൈക്കോഡിസായി പരിവർത്തനം ചെയ്ത വെന്ററുടെ നേട്ടത്തെ വിലയിടിച്ചു കാണുകയല്ല, ശരിയായ അർത്ഥത്തിൽ വിലയിരുത്തുകയാണ് ചെയ്യുന്നത്. കോശത്തിന്റെ പ്രവർത്തനദ്രാവകമായ സൈറ്റോപ്ലാസം, പ്രോട്ടീൻ നിർമ്മിതകേന്ദ്രമായ റിബോസോം തുടങ്ങിയ ഘടകങ്ങൾക്കു പകരംവെച്ചിട്ടില്ല. ഏകദേശം സദൃശമായ നടപടികൾ ക്ലോണിങ് തന്ത്രത്തിലും കൈക്കൊള്ളാറുണ്ട്. ക്ലോൺ ചെയ്യപ്പെടുന്ന ജീവിയുടെ ഒരു സാധാരണ കോശത്തിനുള്ളിൽ നിന്ന് ജനിതക ശൃംഖല എടുത്ത്, അത് നീക്കിയ ഒരു അണ്ഡകോശത്തിലെ ന്യൂക്ലിയസിൽ നിക്ഷേപിക്കുകയും അണ്ഡകോശത്തെ ഒരു ഗർഭപാത്രത്തിൽ സൂക്ഷിച്ച്, വളർച്ച പൂർത്തിയാക്കാൻ അനുവദിക്കുകയും ചെയ്യുന്നു. ന്യൂക്ലിയസില്ലാത്ത പ്രോക്കാരിയോട്ട് എന്ന വിഭാഗത്തിൽപ്പെട്ട ഏകകോശജീവികളാണ് ബാക്ടീരിയ. പ്രത്യുല്പാദനം

സ്വയംവിഭജനത്തിലൂടെയും. ജനിതകശൃംഖലയുടെ കൈമാറ്റം ഒരു സാമാന്യ സാങ്കേതിക വിദ്യയാണെന്ന് വ്യക്തമാണ്. എന്നാൽ, ക്ലോണിങ്ങിലെപ്പോലെ, കൃത്രിമ ജീവന്റെ നിർമ്മിതിയിൽ ഒരു ഗർഭകാലം ഇല്ലെന്ന വ്യത്യാസമുണ്ട്.

ഉദ്ഗ്രഥനപര ജീവശാസ്ത്രം (Synthetic Biology) ഒരത്യാധുനിക പഠനവിഷയമാണ്. ധാരാളം വ്യവസായ സാദ്ധ്യതകളുള്ള ഒരു മേഖല. Exxon Mobil എന്ന പെട്രോളിയം ഭീമന്റെ പ്രോജക്ടിൽ കുറെക്കാലമായി വെന്റർ ഗവേഷണം നടത്തുന്നു. ലോകസഞ്ചാരത്തിനും പര്യവേക്ഷണങ്ങൾക്കുമായി ഒരു ചെറിയ കപ്പലും അദ്ദേഹത്തിനുണ്ട്. ജലാശയങ്ങളിലും സമുദ്രങ്ങളിലുമൊക്കെ വളരുന്ന ആൾഗേയെ (Algae)പ്പറ്റിയാണ് ഗവേഷണം. പൂവില്ലാത്ത കളയോ, ഏകകോശ സസ്യമോ ആണ് ആൾഗ. ആൾഗേ-ബഹുവചനം. പുതിയ സങ്കേതങ്ങളുടെ സഹായത്തോടെ, പെട്രോളിയം പോലുള്ള ഇന്ധനങ്ങൾ ഉല്പാദിപ്പിക്കുന്ന ജീവികളെ നിർമ്മിക്കാൻ കഴിയുമെന്ന് പ്രതീക്ഷ. കൊളസ്റ്ററോൾ ആഹരിക്കുന്നവ, അല്ലെങ്കിൽ കാർബൺഡൈയോക്സൈഡ്, മിഥേൻ തുടങ്ങിയ ഹരിതഗൃഹ വാതകങ്ങളെ വലിച്ചെടുക്കുന്നവ എന്നിങ്ങനെ വ്യത്യസ്ത ധർമ്മങ്ങൾ അനുഷ്ഠിക്കുന്ന സൂക്ഷ്മജീവികളെ രൂപകല്പന ചെയ്ത് ആവിഷ്കരിക്കാൻ സാധിച്ചേക്കുമെന്ന് വേറൊരു സ്വപ്നം. വെയിലും മഴയും കാറ്റും ഒക്കെ ഏറ്റ് ദ്രവിച്ചുപോകാത്തതരം പ്ലാസ്റ്റിക് കെട്ടിടനിർമ്മാണത്തിനായി നിർദ്ദേശിക്കപ്പെട്ടിട്ടുണ്ട്. ഇത്തരം പ്ലാസ്റ്റിക് ഉല്പാദിപ്പിക്കുന്ന സൂക്ഷ്മജീവികളെ രൂപകല്പന ചെയ്തുകൂടേ എന്ന് എഞ്ചിനീയർമാർ ചോദിച്ചു തുടങ്ങിയിട്ടുണ്ട്. കാൻസർ കോശങ്ങളെ തെരഞ്ഞുപിടിച്ച് സംഹരിക്കുന്ന സൂക്ഷ്മജീവികളെ ഉണ്ടാക്കാമെന്നും പ്രത്യാശ. എന്നാൽ, അപകടകാരികളായ കൃത്രിമജീവികളും നിർമ്മിക്കപ്പെടില്ലെന്ന് പറഞ്ഞുകൂടാ. തീവ്രവാദികളും യുദ്ധക്കൊതിയന്മാരും പുതിയ ടെക്നോളജിയാൽ ആകൃഷ്ടരായിട്ടുണ്ടാവും! ജനിതക ശൃംഖലയെന്ന് വിശേഷിപ്പിക്കുന്നത്, അടിസ്ഥാനപരമായി കമ്പ്യൂട്ടറിൽ സംവിധാനം ചെയ്യാവുന്ന സോഫ്റ്റ് വെയറാണ്. കമ്പ്യൂട്ടർ വൈറസുകളെപ്പോലെ, ജിനോമിക് വൈറസുകളെയും തലതിരിഞ്ഞ ഹാക്കറന്മാർ (Hacker) നിർമ്മിച്ചില്ലെങ്കിൽ അത്ഭുതമായിരിക്കും. സൈബർ കുറ്റങ്ങളെക്കാൾ തലവേദന സംഭാവന ചെയ്യുക, ജിനോമിക് കുറ്റങ്ങളാവും. പുതിയൊരു പഠനമേഖലയായി ജിനോമിക് സെക്യൂരിറ്റി പരിലസിക്കും. മൈക്കോപ്ലാസ്മയുടെ ജനിതക ശൃംഖലയെ അപേക്ഷിച്ച് കൂടുതൽ ലളിതമായ ജനിതക ശൃംഖലകൾ — ഉദാ: എബോള വൈറസ്, 1918 ലെ ഫ്ളൂ വൈറസ് — ഭീകരന്മാർ ഉണ്ടാക്കി ഭൂമിയെ മരണക്കളമാക്കിത്തീർക്കുമോ എന്നും മറ്റുമുള്ള ഭീതി അടിസ്ഥാനരഹിതമാണെന്ന് വിധിയെഴുതുന്നത് ശരിയല്ല. ഇപ്പോൾ ഉപദ്രവകാരികളല്ലാത്ത ചിലതരം സൂക്ഷ്മജീവികളുടെ ഏതാനും ജീനുകളെ മാത്രം പരിഷ്കരിച്ചോ മാറ്റിവെച്ചോ ഇതരജീവികളുടെ ശത്രുക്കളാക്കി പരിവർത്തിപ്പിക്കാനും കഴിയും. ഉദാഹരണമായി ബൊറേലിയ

ബർഗ് ഡോർഫെറി (Borrelia burgdorferi) എന്നൊരു ബാക്ടീരിയം ഉണ്ട്. മിക്കവാറും എല്ലായിടത്തും ഇത് കുടിപാർക്കുന്നു. അടുത്തകാലം വരെ, ആരും ഇതിനെ ശ്രദ്ധിച്ചിട്ടേയില്ല. ലൈം (Lyme) എന്നൊരു രോഗം മനുഷ്യരെ ആക്രമിച്ചപ്പോഴാണ് ഇതിനെപ്പറ്റി ഉത്കണ്ഠപ്പെടാൻ ആരംഭിച്ചത്. ലഭ്യമായിട്ടുള്ള വാക്സിനുകളോ ആന്റിബയോട്ടിക്കുകളോ ഒന്നും ഇതിനെ അമർത്താൻ പോരാ. മനുഷ്യരാശി ഒന്നടങ്കം അപ്രത്യക്ഷമായാലും പിന്നെയും വളരെ, വളരെക്കാലം ഭൂമുഖത്ത് ബർഗ്ഡോർഫെറി അലഞ്ഞുതിരിയും. നിലവിലുള്ളതിനേക്കാൾ അപകടകാരികളായ ബൊറേലിയ സ്പീഷിസിനെ നിർമ്മിച്ചാൽ?

ഗവേഷണത്തിന്റെ പേരിൽ എന്തും ചെയ്യാനുള്ള ലൈസൻസ് അനുവദനീയമോ എന്ന് പരിശോധിക്കേണ്ട സമയം അതിക്രമിച്ചിരിക്കുന്നു. വെന്ററും മറ്റും നിയന്ത്രണങ്ങൾക്കെതിരാണ്. ഗവേഷണ സമൂഹം തന്നെ അച്ചടക്കബോധത്തോടെ പെരുമാറിക്കൊള്ളുമെന്നാണ് അവരുടെ അഭിപ്രായം. ഗവേഷകർ എത്ര പുണ്യാളന്മാരായാൽക്കൂടി, വ്യവസായികളുടെയോ സർക്കാരുകളുടെയോ ദയാദാക്ഷിണ്യങ്ങളെ ആശ്രയിക്കുന്നവരാണ്. എന്തും വിറ്റ് കാശാക്കുക എന്ന സമകാലിക സമൂഹത്തിന്റെ സമവാക്യം, കൂട്ടത്തോടെയുള്ള ജീവനാശത്തിലേക്ക് നമ്മെ നയിക്കുമോ? പ്രസക്തമായ ഗവേഷണം തുടങ്ങുന്നതിനു മുമ്പേ, വെന്ററും സഹപ്രവർത്തകരും പലതട്ടുകളിൽ വിശദമായ ചർച്ചകൾ നടത്തിയിരുന്നു. അമേരിക്കൻ സർക്കാരിന്റെ ഉദ്യോഗസ്ഥരുൾപ്പെടെ എല്ലാവരും കണ്ടെത്തിയത്, ഗവേഷണത്തിന്റെ പ്രയോജനങ്ങൾ ഉപദ്രവങ്ങളെ അധികരിക്കുമെന്നതിനാൽ പ്രോജക്ട് ഏറ്റെടുക്കാമെന്നാണ്. തുടർന്നുള്ള സംഭവപരമ്പര ഇതാ ഇവിടെവരെ. പുതിയ ജൈവരൂപങ്ങൾ, വിചാരിക്കുന്നതുപോലെ ആപത്കാരികളല്ലെന്നു പറയുന്നവരുടെ പ്രധാന വാദം, പ്രകൃതിയിൽ സന്തുലിതത്വം ഉണ്ടെന്നാണ്. പരസ്പരാശ്രയത്വത്തെ ആസ്പദമാക്കി നിലനില്ക്കുന്ന ഒന്നാണ് ഇപ്പോഴത്തെ ജൈവവ്യൂഹമെന്ന് സാരം. അതിനാൽ പുതിയ ജീവികൾ സ്വാഭാവികമായി ആവിർഭവിക്കുന്നതിന് സാദ്ധ്യതയില്ലാത്തതുപോലെ, കൃത്രിമമായി നിർമ്മിക്കപ്പെടുന്ന ജീവികൾക്കും രക്ഷയില്ലത്രെ. ഒരു സന്തുലിത പരിസ്ഥിതിയിൽ അവയ്ക്ക് അതിജീവനം അസാദ്ധ്യമാണ്. ഇതിനൊരു മറുവാദമുണ്ട്: ആഗോളതാപനവും കാലാവസ്ഥാ വ്യതിയാനവുംമൂലം ആയിരക്കണക്കിന് ജൈവസ്പീഷിസ് വർഷന്തോറും അപ്രത്യക്ഷമായിക്കൊണ്ടിരിക്കുന്നത്, പ്രകൃതിക്ക് സന്തുലിതത്വം നഷ്ടപ്പെട്ടതിന്റെ അടയാളമല്ലേ? അപ്രത്യക്ഷമാകൽ യാഥാർത്ഥ്യമാണെങ്കിൽ, മാറിക്കൊണ്ടിരിക്കുന്ന പരിതോവസ്ഥയിൽ പുത്തൻ സ്പീഷിസിന് നിലനില്ക്കാനും സാധിക്കുമെന്ന് സമ്മതിക്കണം. സത്യത്തെ ലളിതവല്ക്കരിക്കാൻ ശ്രമിക്കുകയാണ് ചിലരിപ്പോൾ. ഈ മേഖലയിൽ നിയന്ത്രണം ആവശ്യമാണെന്നനുമാനം.

ഇപ്പോഴത്തെ നേട്ടം മികച്ചതാണ്. മനുഷ്യന് സൂക്ഷ്മജീവികളുടെ ജനിതകശൃംഖല നിർമ്മിക്കാനുള്ള ത്രാണി കൈവന്നിരിക്കുന്നു. നൂറു

കണക്കിനു ജീനുകളടങ്ങിയ ജനിതക ശൃംഖലകളാണിവ. മുപ്പതിനായിരത്തിൽപ്പരം ജീനുകളുള്ള മനുഷ്യന്റെ ജനിതക ശൃംഖലയിലേക്കുള്ള പ്രയാണം അസാദ്ധ്യമെന്ന് വിധിയെഴുതാൻ വരട്ടെ. കോശങ്ങളെ പൂർണ്ണമായി നിർമ്മിക്കുകയെന്ന വെല്ലുവിളിയുമുണ്ട്. ജീനും ക്രോമസോമുമൊക്കെ പരീക്ഷണശാലയിൽ ശാസ്ത്രജ്ഞർ നിർമ്മിച്ചിട്ടുണ്ട്. 1972 ൽ ഇന്ത്യാക്കാരനായ ഹർഗോബിന്ദ് ഖൊറാനയുടെ സംഘമാണ് ആദ്യമായി ഒരു ജീനിനെ ഉണ്ടാക്കിയതെന്നോർക്കുക. ഇപ്പോഴത്തെ അടിപൊടി നേട്ടവും അതിന്റെയൊക്കെ സ്വാഭാവികമായ പരിണതിയാണ്. ജീവന്റെ സോഫ്റ്റ് വെയർ സജ്ജമാക്കാനുള്ള സിദ്ധിയേ ഇപ്പോൾ മനുഷ്യന് കരഗതമായിട്ടുള്ളൂ. ആരെന്തു പറഞ്ഞാലും ശാസ്ത്രം മുന്നോട്ട്, മുന്നോട്ട്.....

(2010)

സമാന്തരലോകങ്ങളിൽ സമാന്തര ജീവൻ

ലോകം, പ്രപഞ്ചം എന്നൊക്കെ പറഞ്ഞാൽ എല്ലാ വസ്തുക്കളും അടങ്ങിയിട്ടുള്ള പ്രദേശം എന്നാണല്ലോ സങ്കല്പം. ഗ്രീക്ക് ഭാഷയിൽ കോസ്മോസ് (Kosmos) എന്ന് വ്യവഹരിക്കപ്പെടുന്ന യൂനിവേഴ്സിന്റെ അല്ലെങ്കിൽ പ്രപഞ്ചത്തിന്റെ പഠനമാണ് കോസ്മോളജി (Cosmology) എന്ന് ഇംഗ്ലീഷിൽ അറിയപ്പെടുന്ന പ്രപഞ്ചശാസ്ത്രം. ഏകദേശം 1375 കോടി കൊല്ലംമുമ്പ് സംഭവിച്ച മഹാസ്ഫോടന (Big Bang) ത്തിലൂടെ ആണ് പ്രപഞ്ചം സൃഷ്ടിക്കപ്പെട്ടതെന്നതിന് ശക്തമായ തെളിവുകളുണ്ട്. ആൽബെർട്ട് ഐൻസ്റ്റൈന്റെ പൊതു ആപേക്ഷികതാ സിദ്ധാന്തവും പ്രപഞ്ചത്തിന് ഈ രീതിയിലുള്ള ഉല്പത്തിയാണ് വിഭാവനം ചെയ്യുന്നത്. ശൂന്യത (Vacuum)യിൽ നിന്നാണ് പ്രപഞ്ചം മുളപൊട്ടിയത്. അന്നേരം ഒരു മുള മാത്രമേ പൊട്ടിയുള്ളോ?

മഹാസ്ഫോടനത്തിൽ പ്രത്യക്ഷപ്പെട്ട പ്രപഞ്ചം കോസ്മിക് സമയം 10^{-36} സെക്കൻഡ് മുതൽ 10^{-33} സെക്കൻഡ് വരെ അതിഭീമമായ ഒരു വികാസത്തിന് അല്ലെങ്കിൽ വീർപ്പിന് (Inflation) ഇരയായി. (കോസ്മിക് ക്ലോക് ഒരു ശാസ്ത്രഭാവനയാണ്. മഹാസ്ഫോടന നിമിഷമാണ് ഇതിലെ പൂജ്യം സമയം). ഇൻഫ്ളേഷനിൽ പ്രപഞ്ചം ഏകദേശം 10^{78} ഇരട്ടി (1നു ശേഷം 78 പൂജ്യങ്ങൾ) വികസിച്ചു. പ്രകാശത്തെ അധികരിക്കുന്ന വേഗത്തിൽ സ്പേസ് വികസിച്ചു എന്ന് സങ്കല്പം. ഇൻഫ്ളേഷൻ എന്ന് വിശേഷിപ്പിക്കപ്പെടുന്ന ഈ സിദ്ധാന്തത്തിന്റെ പ്രവചനങ്ങൾ സ്ഥിരീകരിക്കപ്പെട്ടിരിക്കയാണ്. പ്രപഞ്ചം പരന്നതും ഏകാത്മകവും സമദൈശികവും (flat, homogeneous and isotropic) കാരണബന്ധിതവും (causally connected) ആയതെങ്ങനെയെന്ന് വിശദീകരിക്കുന്നു. കൂടാതെ, പ്രപഞ്ചശിശുവിന് നേരിട്ട ക്വാണ്ടം അസ്വസ്ഥതകൾ വളർന്ന് വലുതായി,

നമ്മുടെ മില്ക്കി വേ (Milk way) ഉൾപ്പെടെ അസംഖ്യം വമ്പൻ നക്ഷത്രജാലങ്ങൾ അഥവാ ഗ്യാലക്സി (Galaxy) കളായിത്തീർന്നതും ഇൻഫ്ളേഷൻ സിദ്ധാന്തത്തിന്റെ പ്രവചനങ്ങളെ സാധൂകരിക്കുന്നു. ഈ സംഭവപരമ്പരകൾ ഒരിക്കൽ മാത്രമേ അരങ്ങേറൂ എന്ന ശാഠ്യം നിരീക്ഷണാധിഷ്ഠിതവും സൈദ്ധാന്തിക ബലവുമുള്ള ആധുനിക കോസ്മോളജിക്കില്ല. നിർദ്ദിഷ്ട സാഹചര്യങ്ങൾ എവിടെ, എപ്പോൾ ഉണ്ടായാലും അവയുടെ പരിണതി ഒരുപോലെ ആയിരിക്കുമെന്നത് ശാസ്ത്രത്തിന്റെ ഒരു മഹത്തായ ആക്സിയം (Axiom) ആണ്. മഹാസ്ഫോടനത്തിൽത്തന്നെ ഒന്നിലേറെ പ്രപഞ്ചക്കുഞ്ഞുങ്ങൾ ജനിച്ചിട്ടുണ്ടാവാം. അല്ലെങ്കിൽ, അതിനുമുമ്പോ ശേഷമോ വേറെ പ്രപഞ്ചങ്ങൾ അവതരിച്ചിട്ടുണ്ടാവാം.

എന്തായാലും, പ്രപഞ്ചം ഒരൊറ്റയാനല്ല. ഒത്തിരി, ഒത്തിരി പ്രപഞ്ചങ്ങൾ സ്പേസിൽ തത്തിക്കളിക്കുന്നു. പ്രപഞ്ച ബഹുത്വം വിഭാവനം ചെയ്യുന്ന സിദ്ധാന്തമാണ് മൾട്ടിവേഴ്സ് (Multiverse) സിദ്ധാന്തം. സ്ട്രിങ് അല്ലെങ്കിൽ എം തിയറിക്കാർ പറയുന്നത്, 10^{500} (ഒന്നിനുശേഷം 500 പൂജ്യങ്ങൾ) പ്രപഞ്ചങ്ങൾ ആകാശത്ത് വിലസുന്നു എന്നാണ്. എന്തുകൊണ്ട് നാം ഇവയുടെ സംഖ്യ പരിമിതപ്പെടുത്തണം? സമാന്തര ലോകങ്ങളെന്നും വിശേഷിപ്പിക്കുന്ന, ഈ പ്രപഞ്ച ബഹുത്വത്തിന് അനന്തതയാണ് അനുയോജ്യമായ എണ്ണമെന്ന് തോന്നുന്നു.

സമാന്തരപ്രപഞ്ചങ്ങളിൽ ജീവൻ സാധ്യമാണെന്ന സുപ്രധാന കണ്ടുപിടിത്തവുമായി അലെഹാൻദ്രോ, ജെങ്കിൻസ്, ഗിലാദ് പെരെസ് (Alenjandro, Jenkins, Gilad Perez) എന്നീ യുവശാസ്ത്രജ്ഞർ മുന്നോട്ടു വന്നിരിക്കുകയാണ്. ഇതൊരു സൈദ്ധാന്തിക കണ്ടെത്തലാണെന്ന് ഓർക്കുക. ജെങ്കിൻസ് ഒരു ഗവേഷണ വിദ്യാർത്ഥിയും പെരെസ് യുവാവായ ഒരു അധ്യാപകനും ആണ്. ഇവർ പ്രവർത്തിക്കുന്നത് വ്യത്യസ്ത സ്വപ്നങ്ങളെ ശാസ്ത്രലോകം ഗൗരവമായി എടുക്കാൻ തുടങ്ങിയിട്ടുണ്ടെന്നതിന് തെളിവാണ്, ഇവരുടെ ഒരു ലേഖനം സയന്റിഫിക് അമേരിക്കൻ മാസികയിൽ 2010 ജനുവരി ലക്കത്തിൽ കവർ സ്റ്റോറിയായി കൊടുത്തിട്ടുണ്ട്.

ലോകവും ജീവനും ആവിഷ്കാര വൈവിദ്ധ്യം

സമാന്തര ലോകങ്ങളെ സംബന്ധിച്ച് നാലുതരം സിദ്ധാന്തങ്ങൾ നിർദ്ദേശിക്കപ്പെട്ടിട്ടുണ്ട്. മാക്സ് ടെഗ്മാർക് എന്ന ശാസ്ത്രദാർശനികൻ (Philosopher of Science) ഇവയെ ലെവൽ I, ലെവൽ II, ലെവൽ III, ലെവൽ IV എന്നീ ജനുസ്സുകളായി വിഭജിക്കുന്നു. ഓരോ തരത്തിലുള്ള സിദ്ധാന്തവും ഒരു പ്രത്യേക വിഭാഗത്തിലുള്ള പ്രപഞ്ചങ്ങളെയാണ് സൂചിപ്പിക്കുന്നത്. ഇൻഫ്ളേഷൻ സിദ്ധാന്തപ്രകാരം, മഹാസ്ഫോടനത്തിന് വിശേഷിച്ചൊരുപറ്റം പ്രാരംഭിക വ്യവസ്ഥകളാവശ്യമില്ല. എന്നുവെച്ചാൽ, മൗലികമായ ഭൗതിക സ്ഥിരാങ്കങ്ങൾക്ക് (ഉദാ: പ്രകാശവേഗത, പ്ലാങ്കിന്റെ

സ്ഥിരാങ്കം, ഗുരുത്വാകർഷണ സ്ഥിരാങ്കം, ഇലക്ട്രോണിന്റെ ചാർജ്ജ്) എന്ത് മൂല്യങ്ങളും ആരംഭത്തിൽ സ്വീകരിക്കാമെന്നർത്ഥം. ലെവൽ I സിദ്ധാന്തത്തിൽ, പ്രാരംഭിക വ്യവസ്ഥകളുടെ ഏതൊരു ഗണത്തിനും (set) അനുസൃതമായി ഒരു ഇൻഫ്ളേഷൻ പരമ്പര സൃഷ്ടിക്കാൻ കഴിയും, അതിനാൽ, പ്രപഞ്ചങ്ങളുടെ സംഖ്യ അനിശ്ചിതമാണ്. അല്ലെങ്കിൽ അനന്തമാണ്. ഓരോ പ്രപഞ്ചവും ഒരു നിർദ്ദിഷ്ടപറ്റം പ്രാരംഭിക വ്യവസ്ഥകളെ കുറിക്കുന്നു. വിഭിന്ന പ്രപഞ്ചങ്ങളിൽ ഒരേതരം വസ്തുക്കൾ ഉണ്ടാവാം. നമ്മുടെ ഏറ്റവും സമീപത്ത് സ്ഥിതി ചെയ്യുന്ന വേറൊരു പ്രപഞ്ചത്തിൽ നമ്മുടെ ഐഡന്റിക്കൽ കോപ്പികൾ കണ്ടേക്കാം. ഈ ലേഖനം വായിക്കുന്ന ഓരോരുത്തരുടെയും ഇരട്ട കോപ്പികൾ $10^{10^{20}}$ മീറ്ററെങ്കിലും ദൂരത്തിലാണത്രെ ഇരിക്കുന്നത്! കയോട്ടിക് ഇൻഫ്ളേഷൻ (Chaotic Inflation) എന്ന പ്രക്രിയയെ ആധാരമാക്കിയുള്ളതാണ് ലെവൽ II. ഈ സമീപനത്തിൽ, വ്യത്യസ്ത പ്രദേശങ്ങളിൽ ഭൗതിക സ്ഥിരാങ്കങ്ങൾ വ്യത്യസ്ത മൂല്യങ്ങൾ കൈക്കൊള്ളുന്നുവെന്ന് സങ്കല്പനം ചെയ്യുന്നു. ഓരോ പ്രദേശവും ഒരു പ്രത്യേക പ്രപഞ്ചമായി പെരുമാറും. ലെവൽ III ക്വാണ്ടം ബലതന്ത്രത്തെ അടിസ്ഥാനമാക്കുന്നു. ഒരു വസ്തുവിന്റെ ക്വാണ്ടം അവസ്ഥയെക്കുറിക്കുന്നത് അതിന്റെ തരംഗഫലനം (Wave function) ആണ്. ലെവൽ III സിദ്ധാന്തപ്രകാരം, തരംഗഫലനത്തിന്റെ ഓരോ ശാഖയിലും ഒരേ വസ്തുവിന്റെ ഐഡന്റിക്കൽ കോപ്പി ഉണ്ടാവും. തരംഗഫലനത്തിന്റെ ശാഖകൾ വിഭിന്ന പ്രപഞ്ചങ്ങളെ പ്രതിനിധാനം ചെയ്യുന്നുവെന്ന് ഹ്യൂ എവററ്റ് III (Hugh Everet III) തന്റെ പ്രിൻസ്ടൺ പി എച്ച് ഡി പ്രബന്ധത്തിൽ വാദിച്ചു. ഇമ്മാതിരിയുള്ള പ്രപഞ്ചങ്ങളിൽ പുതുമകൾ ദുർലഭമാണ്. എല്ലാ എവററ്റ് പ്രപഞ്ചങ്ങളും സർവ്വസമമാണെന്ന് അനുമാനം. നമ്മുടേതിൽനിന്ന് വിഭിന്നമായ ഗണിതസിദ്ധാന്തങ്ങളും ഘടനകളും സമീകരണ(Equation)ങ്ങളുമൊക്കെയാണ് ലെവൽ നാലിൽ മൾട്ടിവേഴ്സിലെ പ്രപഞ്ചങ്ങളിൽ ആവിഷ്കൃതമാവുക.

ലെവൽ I സിദ്ധാന്തത്തോട് അത്ര വലിയ എതിർപ്പൊന്നും ശാസ്ത്ര സമൂഹത്തിൽ നിന്ന് ഉയർന്നു വന്നിട്ടില്ല. ഒരു വ്യൂഹ(System)ത്തിന്റെ ചരിത്രം രേഖപ്പെടുത്തുന്നതിന് ഉപയോഗിക്കുന്ന പ്രാരംഭിക വ്യവസ്ഥകൾ അനന്യ (Unique)മല്ലെന്നത് ഭൗതിക ശാസ്ത്രത്തിന്റെ ആധാര സങ്കല്പമാണ്. എന്നാൽ, ആന്ത്രോപിക് തത്ത്വം (Anthropic Principle) അനുശാസിക്കുന്നത്, ജീവനുള്ള നിരീക്ഷകർ (Observers) ഉണ്ടായിരിക്കാൻ ഇടയാക്കുന്നവിധത്തിലുള്ള ഭൗതികസ്ഥിരാങ്കങ്ങളും ഇതര സവിശേഷതകളും വേണം ഒരു പ്രപഞ്ചത്തിന്റെ കാര്യത്തിൽ തെരഞ്ഞെടുക്കേണ്ടത് എന്നാണ്. ഭൗതിക സ്ഥിരാങ്കങ്ങളുടെ സൂക്ഷ്മ ട്യൂണിങ് (Fine tuning) എന്ന് ഇതിനു പറയും. ട്യൂണിങ് അല്പം തെറ്റിയാൽ സംഗതി കുളമാവും! ഉദാഹരണമായി, ഇലക്ട്രോണിക് ചാർജ്ജോ, ഗുരുത്വാകർഷണ സ്ഥിരാങ്കമോ, അല്പം വ്യത്യാസപ്പെടുത്തുന്നപക്ഷം, അണുക്കളും തന്മാത്രകളും രൂപംകൊള്ളില്ല. തത്ഫലമായി, ഗ്രഹങ്ങളും

നക്ഷത്രങ്ങളും ഇല്ലാത്ത, 'ഊഷര'മായ ഒരു പ്രപഞ്ചമാവും ഉല്പാദിപ്പിക്കപ്പെടുക. ആന്ത്രോപിക് തത്ത്വം മൾട്ടിവേഴ്സ് സിദ്ധാന്തത്തിന് അടുത്ത കാലം വരെ ഭീഷണി ആയിരുന്നു. നിരീക്ഷകർ ഇല്ലാത്ത ഒരു പ്രപഞ്ചത്തിനും സ്ഥിരതയോടെ നിലനില്ക്കാനാവില്ലെന്ന് ക്വാണ്ടം ബലതന്ത്രത്തെ ആസ്പദമാക്കി ചിലർ വാദിച്ചു. ജെങ്കിൻസും പെരെസും ആന്ത്രോപിക് തത്ത്വത്തിന്റെ വിലക്കിനെ വിദഗ്ദ്ധമായി മറികടന്നതിന്റെ വിശേഷങ്ങൾ പിറകെ പങ്കുവെയ്ക്കാം.

നമ്മുടെ നിരീക്ഷണപരിധിയെ നിർണ്ണയിക്കുക, 1375 കോടി കൊല്ലത്തിൽ പ്രകാശം സഞ്ചരിച്ച ദൂരമാണ്. പ്രപഞ്ചം വികസിക്കുന്നതിനാൽ വസ്തുക്കൾ പ്രകാശം ഉതിർത്തതിനുശേഷം നമ്മോട് കൂടുതൽ അടുത്തുവരുന്ന പ്രതീതി. ഈ പ്രഭാവത്തെക്കൂടി കണക്കിലെടുത്താൽ, നിരീക്ഷണപരിധി ഏകദേശം 1000 കോടി വർഷമാണെന്നു വരുന്നു. ഇത് സൂചിപ്പിക്കുന്ന ദൂരം വ്യാസാർദ്ധമായി എടുത്ത് ഒരു ഗോളം (Sphere) നിർവ്വചിക്കുക. ഈ ഗോളത്തിന് ഹബ്ബിൾ വ്യാപ്തമെന്ന് (Hubble volume) പറയുന്നു. നമ്മെ സംബന്ധിച്ചിടത്തോളം ഹബ്ബിൾ വ്യാപ്തമാണ് ചക്രവാളവ്യാപ്തം (Horizon volume) അല്ലെങ്കിൽ, നമ്മുടെ പ്രപഞ്ചം. ഇതിനുവെളിയിൽ, ഇതേ വ്യാപ്തമുള്ള ഒരു പ്രദേശത്തെ മറ്റൊരു പ്രപഞ്ചമായി കരുതാവുന്നതാണ്. ഒരു സമാന്തരലോകം. അതിലെ വസ്തുക്കളുമായി കാര്യകാരണബന്ധമില്ല, നമുക്ക്. അവയെ നിരീക്ഷിക്കാൻ പോലും കഴിയില്ല. ലെവൽ I പ്രപഞ്ചങ്ങളിൽ പാർക്കുന്നവർ നമ്മുടെ പ്രപഞ്ചത്തിലെ ഭൗതിക നിയമങ്ങൾ തന്നെയാവും ഗവേഷണത്തിലൂടെ കണ്ടെത്തുക. പക്ഷേ, നമ്മുടെ ഹബ്ബിൾ വ്യാപ്തത്തിന്റേതിൽനിന്നും വ്യത്യസ്തമായ പ്രാരംഭിക വ്യവസ്ഥകളാണ് അവിടെ യുക്തമായിട്ടുള്ളത്. ക്വാണ്ടം അസ്വസ്ഥതകൾ (Quantum fluctuation) അല്ലെങ്കിൽ ക്വാണ്ടം അസ്ഥിരതകൾ ക്രമരഹിത (Random) മായതിനാൽ, അവ ഉല്പാദിപ്പിക്കുന്ന സാന്ദ്രതാ വ്യതിയാനങ്ങളും നിയമബന്ധിതമല്ലായിരിക്കാം. ചുരുക്കിപ്പറഞ്ഞാൽ, ലെവൽ I പ്രപഞ്ചങ്ങൾ ഒരു ക്രമരഹിത സമുച്ചയത്തിലെ അംഗങ്ങളാണ്. ഇവിടെ സംഭവിക്കുന്നതെല്ലാം ഇതര പ്രപഞ്ചങ്ങളിലും സംഭവിക്കുമെന്ന് ലെവൽ I സിദ്ധാന്തക്കാർ വിചാരിക്കുന്നു. ഇവിടെ കെട്ടപ്പെടുന്നത്, സമാന്തര ലോകങ്ങളിലും....

കയോട്ടിക് ഇൻഫ്ളേഷനെന്ന പ്രക്രിയയാണ് ലെവൽ II പ്രപഞ്ചങ്ങളുടെ ഉല്പാദനത്തിന് നിമിത്തമാവുക എന്നു പറഞ്ഞല്ലോ. ഇൻഫ്ളേഷൻ തുടങ്ങുന്നത് അനേകം (അനന്തം) കുമിളകളുടെ ആവിർഭാവത്തോടെയാണ്. സോപ്പുകുമിളകളെപ്പോലെ കുമിളകളിൽ നിന്ന് വേറെ കുമിളകൾ വിരിഞ്ഞെന്നും വരും. ഓരോ കുമിളയിലും ഇൻഫ്ളേഷൻ നടക്കുന്നത് ഓരോ നിരക്കിലാവാം. എല്ലാ കുമിളകളുടെയും മാനം (Dimension) ഒന്നുതന്നെ ആവണമെന്നില്ല. ഭൗതിക സ്ഥിരാങ്കങ്ങളുടെ വ്യത്യാസംമൂലം, ചില കുമിളകളിൽ ജീവോല്പത്തിക്ക് സഹായകമായ വ്യവസ്ഥകൾ ഉരുത്തിരിഞ്ഞെന്നു വരാം. ഇൻഫ്ളേഷൻ അവസാനിച്ച

കുമിളകളിലാവും ഇതു സംഭവിക്കുക. ഓരോ കുമിളയും അനന്തവും കുമിളകൾ അനന്തവുമാണ്. ഈ ചിത്രത്തിൽ കാലത്തിന് തുടക്കമില്ല. മഹാസ്ഫോടനമെന്നൊരു സംഭവം നടക്കുന്നതേയില്ല. കുമിളകളുടെ വരവുംപോക്കും മാത്രം. കയോട്ടിക് ഇൻഫ്ളേഷൻ ഒരു തുടർപ്രക്രിയ യാണെന്ന് വിഭാവനം ചെയ്യപ്പെടുന്നു. ലെവൽ II ചിത്രത്തിൽ പ്രപഞ്ച ങ്ങളുടെ എണ്ണം അനന്തമാണ്. ഇൻഫ്ളേഷൻ നിലയ്ക്കുന്ന മുറയ്ക്ക് ചിലതിൽ ജീവൻ തുടിച്ചുതുടങ്ങും. ഇതൊരാകസ്മിക സംഭവമായ തിനാൽ നേരത്തെ സൂചിപ്പിച്ച സൂക്ഷ്മ ട്യൂണിങ് ആവശ്യമില്ല.

ക്വാണ്ടം ഭൗതികത്തിലെ അദ്ധ്യാരോപതത്ത്വം (Superposition Principle) ആണ് ലെവൽ III യുടെ അടിസ്ഥാനം. കേവലം, ഗണിതപരമായ ഒരു കൗതുകമെന്നതിലുപരി ഈ മോഡലിന് കാര്യമായ പ്രാധാന്യമില്ല. ടെഗ്മാർക്കിന്റെ വർഗ്ഗീകരണക്രമം അനുസരിച്ച്, ലെവൽ IV മോഡലിന് ഏറെ പ്രസക്തിയുണ്ട്. രണ്ട് സങ്കല്പനങ്ങളാണ് ഇതിന്റെ ആധാരം.

1. ഭൗതികലോകം ഒരു ഗണിതഘടന (Mathematical Structure) യാണ്.

2. എല്ലാത്തരം ഗണിതഘടകങ്ങൾക്കും തുല്യപ്രാധാന്യമുള്ളതി നാൽ, ഓരോ ഘടനയ്ക്കും സ്വതന്ത്രമായ നിലനില്പുണ്ട്. ഗണിതപര ജനാധിപത്യം എന്ന് ഈ ചിന്തയെ വിശേഷിപ്പിക്കുന്നു. ദാർശനികച്ചുവ യുള്ള ഈ പ്രമാണങ്ങളുടെ അർത്ഥം ഗണിതസങ്കല്പങ്ങളും സിദ്ധാന്ത ങ്ങളും അനന്യമല്ലെന്നും അനന്തവൈവിദ്ധ്യം അവക്കിടയിൽ സാദ്ധ്യ മാണെന്നുമാണ്. ഉദാഹരണമായി, സുപരിചിതമായ സങ്കലനം, ഗുണനം എന്നീ ക്രിയകൾക്കുപകരം വേറെ ക്രിയകൾ പ്രസക്തമാവുന്നതരം സംഖ്യകൾ ഇല്ലെന്ന് പറഞ്ഞുകൂടാ. അപരിചിതമായ അങ്കഗണിത ത്തിന്റെ അരങ്ങുകളായ പ്രപഞ്ചങ്ങൾ. മനോരാജ്യത്തിൽ പറന്നു യർന്നോളൂ...

ജെങ്കിൻസ്, പെരെസ് നിനവുകൾ

ജെങ്കിൻസ് കോസ്റ്ററീക്കക്കാരനും പെരെസ് ഇസ്രായേലിയും ആണ്. ജീവൻ നിലനില്ക്കാൻ സാദ്ധ്യതയുള്ള സമാന്തരലോകങ്ങൾ കാണുമെന്ന് ഇവർ വ്യത്യസ്ത സമീപനങ്ങളിലൂടെ വാദിക്കുന്നു.

പ്രോട്ടോൺ, ന്യൂട്രോൺ തുടങ്ങിയ കണികകളുടെ ചേരുവകളായ ക്വാർക്കു (Quark) കളുടെ നാല് അടിസ്ഥാന ബലങ്ങളുടെ തീവ്രതകൾ തുടങ്ങിയവയുടെ മൂല്യങ്ങളെ സൂക്ഷ്മ ട്യൂണിങ് ചെയ്ത് മാത്രമേ ജീവൻ ഉല്പാദിപ്പിക്കാൻ കഴിയൂ എന്നാണ് സാമ്പ്രദായിക വിശ്വാസം. ജെങ്കിൻസും പെരെസും ഈ സങ്കല്പനത്തെ ചോദ്യം ചെയ്യുന്നു. സ്ഥിരാ ങ്കങ്ങളുടെയും പിണ്ഡങ്ങളുടെയും മൂല്യങ്ങളെ വ്യത്യാസപ്പെടുത്തി, ജീവന് അനിവാര്യമായ ഓർഗാനിക് രസതന്ത്രത്തിന് വഴിയൊരുക്കാമെന്ന് ഇവർ കാണിക്കുന്നു. ഇതരലോകങ്ങളിൽ ഓർഗാനിക് രസതന്ത്രം പ്രവർത്തി ക്കുന്നത് വ്യത്യസ്തരീതികളിലാണെന്നു മാത്രം. എന്നാൽ, സ്ഥിരാങ്ക

ങ്ങളുടെ എല്ലാത്തരം ക്രമീകരണങ്ങളും കാർബൺ രസതന്ത്രത്തിന് യോജിച്ചതല്ലെന്നും ഇവരുടെ പഠനങ്ങൾ തെളിയിക്കുന്നു.

പെരെസിന്റെ ഗ്രൂപ്പ് അവരുടെ ഗവേഷണപഠനം ആരംഭിച്ചത് ചതുർബലങ്ങളിൽ ഒന്നായ ക്ഷീണബലം (Weak force) ഇല്ലെന്ന സങ്കല്പനത്തോടെയാണ്. മറ്റ് മൂന്നു ബലങ്ങൾ (ന്യൂക്ലിയർ ബലം, വിദ്യുത്കാന്തികം, ഗുരുത്വാകർഷണം) മാത്രമുള്ള പരിണാമം അവർ പഠിച്ചു. കമ്പ്യൂട്ടർ സിമുലേഷനിലാണ് ഇത് നിർവ്വഹിച്ചതെന്ന് പ്രത്യേകം പറയേണ്ടതില്ലല്ലോ. നമ്മുടെ പ്രപഞ്ചത്തിൽ, ക്ഷീണബലത്തിന്റെ ഇടപെടലിലൂടെ ന്യൂട്രോണുകൾ പ്രോട്ടോണുകളായും മറിച്ചും രൂപാന്തരപ്പെടുന്നു. മഹാസ്ഫോടനത്തിനു ശേഷമുള്ള ആദ്യനിമിഷങ്ങളിൽ, മുമ്മൂന്ന് ക്വാർക്കുകൾ ചേർന്ന് പ്രോട്ടോണുകളും ന്യൂട്രോണുകളും ഉണ്ടായി. ക്ഷീണബലം ഇല്ലായിരുന്നെങ്കിൽ, പ്രോട്ടോണുകളോ ന്യൂട്രോണുകളോ മാത്രം അടങ്ങിയ ന്യൂക്ലിയസുകളായിരുന്നു രൂപംകൊണ്ടിരിക്കുക. ഹൈഡ്രജൻ ന്യൂക്ലിയസ് പ്രോട്ടോൺ തന്നെ. അടുത്ത മൂലകമായ ഹീലിയത്തിന്റെ ന്യൂക്ലിയസിൽ രണ്ടു പ്രോട്ടോണുകളും രണ്ട് ന്യൂട്രോണുകളും ആണുള്ളത്. നാലു പ്രോട്ടോണുകളോ നാലു ന്യൂട്രോണുകളോ മാത്രമടങ്ങിയ ന്യൂക്ലിയസുകളും അണുക്കളും പ്രകൃതിയിൽ ഇല്ലാത്തത്, അവയുടെ നിലനില്പിന് അനിവാര്യമായ സ്ഥിരത അല്ലെങ്കിൽ ദൃഢത (Stability) ഇല്ലാത്തതുകൊണ്ടാണ്. പ്രോട്ടോണുകൾ ഇല്ലെങ്കിൽ ഹൈഡ്രജനും ഉണ്ടാവില്ല. ഇത്തരം സാഹചര്യങ്ങളിൽ, ഹൈഡ്രജനും ഹീലിയവും സംയോജന പ്രതിപ്രവർത്തനങ്ങളിലേർപ്പെട്ട് (Fusion fuction) നക്ഷത്രങ്ങളിൽ ഭാരമുള്ള മൂലകങ്ങൾ ഉല്പാദിപ്പിക്കില്ലതാനും. ക്ഷീണബലത്തിന് നമ്മുടെ പ്രപഞ്ചത്തിലുള്ള മൗലിക പ്രാധാന്യം ഇതിൽ നിന്ന് മനസ്സിലാക്കാം. എന്നാൽ, 2006 ൽ ക്ഷീണബലമില്ലാത്ത പല പ്രപഞ്ചങ്ങളും ഉണ്ടാവാമെന്ന് പെരെസ് ഗ്രൂപ്പ് കണക്കുകളിലൂടെ കാണിച്ചു. ക്ഷീണബലത്തിന്റെ ഇടപെടലില്ലാതെ, നക്ഷത്രങ്ങളിൽ ഭാരമുള്ള ന്യൂക്ലിയസുകൾ പാചകം ചെയ്യുന്നതിനുള്ള ഒരു രീതി അവർ കണ്ടുപിടിച്ചു. ഏറെ സരളവും എന്നാൽ സമർത്ഥവുമായ ഒരാശയമാണ് അത്. നമ്മുടെ പ്രപഞ്ചത്തിൽ പ്രതിദ്രവ്യത്തെ (Antimatter) അപേക്ഷിച്ച്, എത്രയോ കൂടുതലാണ് ദ്രവ്യം. ദ്രവ്യ-പ്രതിദ്രവ്യങ്ങളുടെ വിതരണത്തിലുള്ള ഈ അസന്തുലിതത്വത്തെ നിർണ്ണയിക്കുന്ന ഒരു മൂല്യത്തെ അല്ലെങ്കിൽ പാരാമീറ്ററിനെ (Parameter) ക്രമീകരിക്കുന്നപക്ഷം, പ്രോട്ടോണിനെ കൂടാതെ, ഹൈഡ്രജന്റെ ഭാരമേറിയ ഐസോട്ടോപ്പായ (isotope) ഡ്യൂട്ടീരിയവും (Deuterium) നിർമ്മിക്കപ്പെടും. ഡ്യൂട്ടീരിയം ന്യൂക്ലിയസും സംയോജിച്ച് ഹീലിയം-3 എന്ന ഹീലിയത്തിന്റെ ഐസോടോപ്പ് ഉണ്ടാകാവുന്നതാണ്. ഈ സംയോജന പ്രതിപ്രവർത്തനത്തിൽ മോചിക്കപ്പെടുന്ന ഊർജ്ജം മതി നക്ഷത്രങ്ങൾ ജ്വലിച്ച് പ്രകാശം പരത്താൻ. നമ്മുടെ നക്ഷത്രങ്ങളെ അപേക്ഷിച്ച് ചെറുതും പ്രകാശ ക്ഷമതകുറവും ആണ് ഇവയ്ക്ക്. സംയോജന പ്രതിപ്രവർത്തനങ്ങളിലൂടെ ഇരുമ്പു വരെയുള്ള മൂലകങ്ങളേ ക്ഷീണ

ബലമില്ലാതെ നിർമ്മിക്കാൻ കഴിയൂ. സൂപ്പർനോവകളും സ്ഫോടനങ്ങളും ഉണ്ടാകും. അങ്ങനെ ഇരുമ്പുവരെയുള്ള മൂലകങ്ങൾ സ്പേസിലേക്ക് വിതറപ്പെടും. അവ ഉരുണ്ടുകൂടി ഗ്രഹങ്ങളും നക്ഷത്രങ്ങളെ കേന്ദ്രമാക്കി ചലിക്കുന്ന ഗ്രഹവ്യൂഹങ്ങളും ഉണ്ടാവാം. ഈ സാങ്കല്പിക ലോകത്തിലെ ഭൂമി അതിന്റെ സൂര്യനോട് വളരെ അടുത്തിരിക്കും. എന്നുവെച്ചാൽ, ഭൂമി-സൂര്യൻ അകലത്തിന്റെ ആറിലൊന്ന് മാത്രം അകലമേ സാങ്കല്പിക ഭൂമി-സൂര്യൻ ജോടിക്കിടയിൽ കാണൂ. സാങ്കല്പിക ഭൂമിയിലും നമ്മുടെ ഭൂമിയിലെ രസതന്ത്രത്തോട് സാമ്യമുള്ള രസതന്ത്രം സാദ്ധ്യമാണ്. കാർബൺ ഉള്ളതിനാൽ സാങ്കല്പിക ഭൂമിയിലും ജീവൻ ആവിർഭവിക്കുകയും പരിണാമചക്രം ഉരുളുകയും ചെയ്യും. ഇപ്പറഞ്ഞതൊക്കെ ഒരു ഫാന്റസി ആയി തോന്നുന്നുണ്ടാവും. ശരിയാണ്, ഇതര ലോകങ്ങൾ ഇപ്പോൾ ഫാന്റസി മാത്രമാണ്. പക്ഷേ, അവ ഉണ്ടായിക്കൂടെന്നില്ലെന്നാണ് ശാസ്ത്രം കാണിക്കുന്നത്.

ഇനി മറ്റൊരു സാങ്കല്പികചിത്രം പരിശോധിക്കാം. നമ്മുടെ ലോകത്ത് പ്രോട്ടോണിനെക്കാൾ 0.1 ശതമാനം ഭാരക്കൂടുതലുണ്ട് ന്യൂട്രോണിന്. ക്വാർക്ക് പിണ്ഡങ്ങളെ വ്യത്യാസപ്പെടുത്തിയാൽ ഇവയുടെ പിണ്ഡങ്ങളും മാറുമെന്ന് ജെങ്കിൻസും കൂട്ടരും നിരീക്ഷിച്ചു. ന്യൂട്രോണിന്റെ ഭാരം രണ്ടു ശതമാനം വർദ്ധിക്കാൻ അനുവദിച്ചാൽ, ദൃഢതയുള്ള കാർബണോ, ഓക്സിജനോ ഉല്പാദിപ്പിക്കപ്പെടില്ലത്രെ. ന്യൂട്രോണിനു പകരം പ്രോട്ടോണിന്റെ ഭാരം വർദ്ധിപ്പിച്ചാൽ പ്രോട്ടോൺ ഇലക്ട്രോണിനെ പിടിച്ചെടുത്ത് ന്യൂട്രോണായി രൂപാന്തരപ്പെടും. ഹൈഡ്രജനില്ലാത്ത ഒരു രംഗമാവും അത്. എങ്കിലും ഹൈഡ്രജന്റെ ഭാരം കൂടിയ ഐസോട്ടോപ്പുകളായ ഡ്യൂട്ടീരിയ (ഹൈഡ്രജൻ-2)വും ട്രിഷ്യ (ഹൈഡ്രജൻ-3)വും സ്ഥിരതയോടെ സന്നിഹിതമാവും. ഇതുപോലുള്ള പ്രക്രിയകളിലൂടെ ഓക്സിജന്റെയും കാർബണിന്റെയും ചില ഐസോട്ടോപ്പുകളും ഉല്പാദിപ്പിക്കപ്പെടാവുന്നതാണ്. ഹെവിവാട്ടർ (ഡ്യൂട്ടീരിയം ഓക്സൈഡ്) അല്ലെങ്കിൽ ട്രിഷ്യം ഓക്സൈഡ് നിറഞ്ഞ കടലും കായലുമൊക്കെ ഈ ഭാവനാലോകത്തെ ഭൂസദൃശഗ്രഹങ്ങളിൽ കണ്ടേക്കാം. ജീവനും അവിടെ ഉണ്ടാവും.

സ്ട്രിങ് അല്ലെങ്കിൽ എം സിദ്ധാന്തങ്ങളെ ആധാരമാക്കിയും മൾട്ടിവേഴ്സ് മോഡലുകൾ നിർദ്ദേശിക്കപ്പെട്ടിട്ടുണ്ട്. എന്നാൽ, സ്ട്രിങ് സിദ്ധാന്തങ്ങൾക്ക് അനുകൂലമായ ഒരു തെളിവും ഇതുവരെ ലഭിച്ചിട്ടില്ല. മാനക കണികാ സിദ്ധാന്തത്തിലെ (Standard Particle Model) ചില പാരാമീറ്ററുകളുടെ മൂല്യങ്ങളിൽ നേരിയ വ്യത്യാസമേ പെരെസും ജെങ്കിൻസും വരുത്തി സമാന്തര പ്രപഞ്ച മോഡലുകൾ നിർമ്മിച്ചുള്ളൂ. നമ്മുടേതിൽ നിന്ന് വ്യതിരിക്തമായ സവിശേഷതകളോടെ, സമാന്തര ലോകങ്ങളും സമാന്തര ജീവനും നിലനില്ക്കുന്നതിന് മൗലികമായ തടസ്സങ്ങളൊന്നും ഇല്ലെന്ന് അവർ കാണിച്ചു. അഭൗമജീവി പര്യവേക്ഷണങ്ങൾക്ക് പുതുജീവൻ പകരാൻ ഈ ഗവേഷണം മതിയോ?

സുപ്രസിദ്ധ സൈദ്ധാന്തിക ഭൗതിക ശാസ്ത്രജ്ഞനായ മിഷിയോ കാക്കു (Michio Kaku) യൂ ട്യൂബിൽ കൊടുത്തിട്ടുള്ള ഒരു ഇന്റർവ്യൂവിൽ, സമാന്തര ലോകസിദ്ധാന്തം എന്താണെന്ന് വിശദീകരിക്കുന്നുണ്ട്. ഒരു പുതിയ കോപ്പർനിക്കൻ വിപ്ലവമായിട്ടാണ് ഇതിനെ അദ്ദേഹം പരിഗണിക്കുന്നത്. പ്രകൃതിയിൽ എല്ലാം അനുവർത്തിക്കുന്നതായി കാണാം – ഗ്രഹങ്ങൾ, നക്ഷത്രങ്ങൾ, ഗ്യാലക്സികൾ, ഗ്യാലക്സി ക്ലസ്റ്ററുകൾ, സൂപ്പർ ക്ലസ്റ്ററുകൾ... എല്ലാം. ഇതിന്റെ യുക്തി കടമെടുത്താൽ, പ്രപഞ്ചവും ആവർത്തിക്കപ്പെടേണ്ടേ? യൂനിവേഴ്സല്ല, മൾട്ടിവേഴ്സാണ് സത്യം.

(2011)

രണ്ടായിരത്തി അമ്പത്

നാലു പതിറ്റാണ്ടുകൾക്കപ്പുറം ലോകം എങ്ങനെയായിരിക്കും? ഒന്നോ രണ്ടോ നൂറ്റാണ്ടുകൾക്കു മുമ്പാണീ ചോദ്യമുയർന്നതെങ്കിലും ആത്മവിശ്വാസം സ്ഫുരിക്കുന്ന പലതരം മറുപടികൾ കിട്ടിയേനെ. അക്കാലങ്ങളിൽ ഒച്ചുവേഗത്തിലാണ് ലോകം മാറിയിരുന്നത്. 'പഞ്ഞം പടവസന്ത'കൾ യാദൃച്ഛിക അതിഥികളായി വന്നിരുന്നെങ്കിലും വിശ്വസമൂഹത്തെ അടിമുടി ഇളക്കി മറിക്കുന്ന ഭൂകമ്പങ്ങൾ നന്നേ കുറവായിരുന്നു. ജീവിതരീതിയിലോ ആചാരങ്ങളിലോ വിശ്വാസങ്ങളിലോ പരിസ്ഥിതിയിലോ ഒന്നും വ്യതിയാനം സാദ്ധ്യമാണെന്നുപോലും ആരും ചിന്തിച്ചിരുന്നില്ല.

20-ാം ശതകത്തിന്റെ ആരംഭം തൊട്ടേ മാറ്റത്തിനു വേഗത കൈവന്നു. ശാസ്ത്രവും സാങ്കേതികവിദ്യയും ചേർന്ന് അഭൂതപൂർവ്വമായ പുരോഗതിയുടെ പാതയിലേക്ക് മനുഷ്യരാശിയെ എടുത്തിട്ടു. രണ്ടു മഹായുദ്ധങ്ങളും അനേകം ചെറുയുദ്ധങ്ങളും ഈ കാലഘട്ടത്തെ കരിതേച്ചെങ്കിലും ചരിത്രത്തിലാദ്യമായി പുരോഗതിയുടെ ഉന്നതശീർഷങ്ങളിലേക്കു ലോകം പിടിച്ചുകയറിയത് ഇപ്പോഴാണ്. വിവിധ ടെക്നോളജികളുടെ ആവിർഭാവം ഇതിനെ അവിസ്മരണീയമാക്കുന്നു.

ഇലക്ട്രോണിക്സ്, ലേസർ, സൂപ്പർ കണ്ടക്ടിവിറ്റി, ന്യൂക്ലിയർ ഭൗതികം തുടങ്ങിയ നാമങ്ങളിൽ അറിയപ്പെടുന്ന ടെക്നോളജികൾ ഭൗതിക ശാസ്ത്രത്തിന്റെ ഉജ്ജ്വല സംഭാവനകളായി പ്രത്യക്ഷപ്പെട്ടു. ബയോടെക്നോളജി, നാനോ ടെക്നോളജി, ഇൻഫർമേഷൻ ടെക്നോളജി തുടങ്ങിയ നൂതന വിഷയങ്ങൾക്കാണിപ്പോൾ വികസനപ്പനി ബാധിച്ചിരിക്കുന്നത്. ഈ മേഖലകളിൽ നിത്യേന ഉണ്ടായിക്കൊണ്ടിരിക്കുന്ന കണ്ടുപിടിത്തങ്ങളുടെ ആഘാതത്തെ പൂർണ്ണമായി ഉൾക്കൊള്ളാൻ

ലോകസംസ്കൃതിക്കു സാധിച്ചിട്ടില്ലെന്നതാണ് വാസ്തവം. ഒരു ഹൈടെക് വിജ്ഞാനശാഖയായി പരിണമിച്ചുകൊണ്ടിരിക്കുന്ന വൈദ്യശാസ്ത്രത്തിൽ ജനിതക എഞ്ചിനീയറിങ്ങിന്റെ സ്വാധീനം കണ്ടു തുടങ്ങിയിട്ടേയുള്ളൂ.

വൃദ്ധരുടെ എണ്ണം പെരുകും

2050 ആകുമ്പോഴേക്കും ശാസ്ത്രസാങ്കേതിക പുരോഗതി ലോകത്തെ ഏതു കൊടുമുടിയിൽ എത്തിക്കുമെന്ന് ആലോചിക്കുന്നത് രസമുള്ള പണിയാണ്. തീർത്തും അപ്രതീക്ഷിതമായ വിപര്യയങ്ങൾക്കുള്ള സാദ്ധ്യത അവഗണിച്ചാൽ അടുത്ത നാലഞ്ചു പതിറ്റാണ്ടുകളിൽ സംഭവിച്ചേക്കാവുന്ന പ്രധാന മാറ്റങ്ങളെ സംബന്ധിച്ച് ഒരു നിഷ്പക്ഷ വിശകലനം നടത്താവുന്നതാണ്. ആകാശപ്പാറ പോലുള്ള കൂറ്റൻ വസ്തുക്കൾ പൊടുന്നനെ ഭൂമിയിൽ വന്നിടിക്കുക, ആഗോളതാപനത്തിൽ ഭൂമി വെന്തുരുകുക, മൂന്നാം ലോകയുദ്ധം സർവ്വനാശത്തിൽ കലാശിക്കുക തുടങ്ങിയ കെടുതികളെ ഈ പ്രവചനോദ്യമത്തിന്റെ പരിധിയിൽ നിന്നൊഴിവാക്കുകയാണ്. നാം ഭയപ്പെടുന്ന ഊർജ്ജപ്രതിസന്ധിക്കു ന്യൂക്ലിയർ ഫ്യൂഷനെ ആസ്പദമാക്കി സ്ഥായിയായ പരിഹാരം ഉണ്ടാവുമെന്നു പ്രതീക്ഷിക്കാം. ലോകജനസംഖ്യയുടെ ഏകതാനമായ വളർച്ച കൊടുംഭീഷണിയാണ് ഉയർത്തുന്നത്. 1950 ൽ ലോകജനസംഖ്യ 250 ൽപ്പരം കോടിയായിരുന്നെങ്കിൽ ഇപ്പോൾ 660 കോടിയുടെ സമീപത്താണെന്ന് അമേരിക്കൻ സെൻസസ് ബ്യൂറോ 2000 ൽ പുറത്തുവിട്ട കണക്കുകൾ സൂചിപ്പിക്കുന്നു. ഇപ്പോൾ വാസ്തവത്തിലുള്ള ജനസംഖ്യ 630 കോടിയായതിനാൽ ഇത്തരം പ്രവചനങ്ങളെ 95 ശതമാനം ഉറപ്പോടെ സ്വീകരിക്കാമെന്നു വരുന്നു. ഈ നൂറ്റാണ്ടിന്റെ പകുതിയോടെ 900 കോടി ജനങ്ങൾ ഭൂമുഖത്തുണ്ടാവുമെന്നാണ് കണക്കുക്കൂട്ടൽ. ഇപ്പോഴത്തെ ജനസംഖ്യയുടെ ഒന്നരയിരട്ടി! അപ്പോഴും ജനപ്പെരുപ്പനിരക്കു പ്രതിവർഷം 0.5 ശതമാനമായിരിക്കും. ഇപ്പോഴത്തെ നിരക്ക് 1.17 ശതമാനമാണ്. യു എന്നിന്റെ ജനസംഖ്യാപഠനവിഭാഗം നടത്തിയ പഠനങ്ങൾ ആധാരമാക്കി 1999 ൽ പ്രസിദ്ധീകരിച്ച റിപ്പോർട്ടിലെ കണ്ടെത്തലുകൾ ശ്രദ്ധേയമാണ്. പ്രായമാകൽ ഒരാഗോള പ്രതിഭാസമാണ്. 60 വയസ്സിനു മുകളിലുള്ളവരുടെ സംഖ്യ അനുദിനം വർദ്ധിക്കുന്നു. 1950 ൽ 8 ശതമാനവും 2000 ൽ 10 ശതമാനവും പേരാണ് ഈ വിഭാഗത്തിൽ പെട്ടിരിക്കുന്നത്. എന്നാൽ 2050 ൽ ലോകജനസംഖ്യയുടെ 21 ശതമാനം വൃദ്ധജനങ്ങളായിരിക്കും. ഇവരുടെ പെൻഷൻ, ആരോഗ്യസംരക്ഷണം തുടങ്ങിയ പ്രശ്നങ്ങൾ രാഷ്ട്രത്തിന്റെ സാമ്പത്തിക ഭദ്രതയെത്തന്നെ ബാധിച്ചേക്കും. 80 കടന്നവരുടെ എണ്ണത്തിലും സാരമായ വർദ്ധനവുണ്ട്. ഈ നൂറ്റാണ്ടിന്റെ മദ്ധ്യത്തിൽ ഈ വിഭാഗക്കാർ വൃദ്ധജനങ്ങളുടെ 20 ശതമാനം വരുമെന്നാണ് പ്രവചനം. തൊഴിൽക്ഷമത ഏറ്റവും കുറവുള്ള ഇവരിൽ ഭൂരിപക്ഷവും സ്ത്രീകളായിരിക്കും.

സംഘർഷമല്ല, സഹവർത്തിത്വവും സഹകരണവുമാണ് അതിജീവനത്തിനുള്ള സരളമാർഗ്ഗമെന്നതിനെ ആന്തരികവല്ക്കരിക്കാതെ മനുഷ്യരാശിക്കു ഭാവിയില്ല. ലോകരാഷ്ട്രീയത്തിൽ നിലവിലുള്ള ഏകധ്രുവ വ്യവസ്ഥയിലേക്കൊരു ചുവടുമാറ്റം ക്രമേണ ഉണ്ടാകും. അമേരിക്ക, ചൈന, ഇന്ത്യ എന്നീ ത്രിമൂർത്തികളുടെ കൈകളിലേക്കു ലോകനേതൃത്വം വഴുതിപ്പോകുമെന്ന് അഭിപ്രായമുണ്ട്. ഇതിന്റെയർത്ഥം അമേരിക്കയ്ക്കു ലോകരാഷ്ട്രങ്ങളുടെ ഇടയിൽ ഇപ്പോഴുള്ള പ്രാധാന്യത്തിന് ഇടിച്ചിൽ തട്ടുമെന്നാണ്. ഇതിന്റെ ലക്ഷണങ്ങൾ കണ്ടുതുടങ്ങിയോ?

ലോകത്തുള്ള നാഗരികരുടെ മൊത്തം സംഖ്യ ഗ്രാമീണരുടെ മൊത്തം സംഖ്യയെ അധികരിച്ചത് ഈ വർഷമാണ്. പഴയ ലോകത്ത് ഗ്രാമങ്ങളും കൃഷിയുമാണ് യാഥാർത്ഥ്യമെങ്കിൽ പുതിയ ലോകത്തു നഗരങ്ങളും ബിസിനസുമാണ് ആ സ്ഥാനം കൈക്കലാക്കിയിട്ടുള്ളത്. ഗ്രാമങ്ങളുടെ പാർശ്വവല്ക്കരണം ഭയങ്കരപ്രശ്നങ്ങൾ സൃഷ്ടിക്കുമെന്നു തീർച്ച. നഗരങ്ങളിലെ സ്ഫോടനാത്മകമായ ജനപ്പെരുപ്പത്തെ നേരിടാൻ കെല്പുള്ള മെഗാ നഗരങ്ങളുടെ ആശയവല്ക്കരണവും രൂപകല്പനയും പാശ്ചാത്യലോകത്ത് ആരംഭിച്ചുകഴിഞ്ഞു. വികസ്വര രാജ്യങ്ങളിൽ നഗരവല്ക്കരണമെന്നതു മിക്കവാറും ചേരിവല്ക്കരണമായിട്ടാണ് കാണുക. സാംക്രമിക രോഗങ്ങളുടെ ഇഷ്ടതാവളമാണ് ചേരികൾ.

അവയവങ്ങൾ മാറ്റിവയ്ക്കാം

ആഗോളവല്ക്കരണത്തിന്റെയും ഉദാരവല്ക്കരണത്തിന്റെയും സദ്ഫലങ്ങൾ ഒരു ന്യൂനപക്ഷ മുതലാളിത്തത്തിന്റെ പിടിയിലാണല്ലോ. നിർഭാഗ്യവശാൽ പാവപ്പെട്ടവരെ അവഗണിച്ചുകൊണ്ടിരുന്നാൽ കനത്ത വില നല്കേണ്ടിവരുമെന്നോർക്കുക. ലോക സാമ്പത്തിക വ്യവസ്ഥയെ തകർക്കാനുള്ള ശക്തി ഇവരുടെ പക്കലുണ്ട്. മാറ്റത്തിനു വഴങ്ങാതിരുന്നാൽ ഇന്നത്തെ ആഗോളവല്കൃത സമൂഹം അസ്ഥിരതയെ പുൽകേണ്ടിവരും. സർവ്വരംഗങ്ങളിലും തളർച്ചയോ, തകർച്ചയോ ആവും അനുഭവപ്പെടുക.

ശാസ്ത്രസാങ്കേതിക മേഖലയുടെ പരിണാമസാദ്ധ്യതകളെപ്പറ്റി അല്പം ആലോചിക്കാം. കൃഷി, വ്യവസായം, വൈദ്യശാസ്ത്രം തുടങ്ങിയ രംഗങ്ങളിൽ ബയോടെക്നോളജിക്കു വൻതോതിലുള്ള പ്രായോഗിക സാദ്ധ്യതകൾ തെളിഞ്ഞിട്ടുണ്ട്. ജനിതക എഞ്ചിനീയറിങ് മൂലകോശ ഗവേഷണം മുതലായ വിഷയങ്ങളിൽ പ്രശംസനീയമായ പുരോഗതി ദൃശ്യമാണ്. മൂലകോശ(stem cell)ങ്ങളിൽ നിന്നു കലകളും (tissue) അവയവങ്ങളും വളർത്തിയെടുക്കുന്ന ടെക്നോളജി അടുത്ത ദശകത്തിൽ പക്വതയിലെത്തുമെന്നു പ്രതീക്ഷിക്കുന്നു. കേടാവുന്ന ശരീരഭാഗങ്ങൾക്കു പകരം വയ്ക്കാമെന്നുവന്നാൽ മനുഷ്യായുസ്സ് നീണ്ടുനീണ്ടു പോകും. മസ്തിഷ്കത്തിന്റെ ഏതാനും ഭാഗങ്ങളൊഴികെ, ശരീരത്തിലെ ഏതവയവവും മാറ്റിവയ്ക്കാവുന്ന സാഹചര്യത്തിൽ പോലും മനുഷ്യന്റെ

ഐഡന്റിറ്റിക്കു വ്യത്യാസം വരില്ലത്രേ!

ഒരു അതിനൂതന ഗവേഷണമേഖലയാണ് നാനോ ടെക്നോളജി. അണുക്കളുടെയും തന്മാത്രകളുടെയും തലത്തിൽ പ്രവർത്തിപ്പിക്കാവുന്ന ഉല്പൽപ്പാദനതന്ത്രങ്ങൾ ഇതിന്റെ പ്രധാന സവിശേഷതയാണ്. 'തന്മാത്രീയ കൂട്ടിച്ചേർക്കൽ' എന്നറിയപ്പെടുന്ന രീതിയിൽ തന്മാത്രകളെ കൂട്ടിയിണക്കിയാണ് ഉല്പാദനം നിർവ്വഹിക്കുക. ഒരു മീറ്ററിന്റെ നൂറുകോടിയിലൊരംശം അല്ലെങ്കിൽ ഒരു തലമുടിയുടെ എൺപതിനായിരത്തിൽ ഒരു ഭാഗമാണ് ഒരു നാനോ മീറ്റർ. ഭക്ഷ്യപേയങ്ങളും വസ്ത്രങ്ങളും തൊട്ടു വാഹനങ്ങളും കെട്ടിടഭാഗങ്ങളും വരെ തന്മാത്രകളുടെ ഭിന്ന ചേരുവകളിൽ നിന്നു മെനഞ്ഞെടുക്കുന്നതിനെപ്പറ്റി മനോരാജ്യം കൊള്ളുക. സാധാരണ കരിയും വജ്രവും കാർബൺ അണുക്കളുടെ വ്യത്യസ്തമായ സംവിധാനങ്ങളാണ്. കാർബൺ ബോണ്ടുകളുടെ ദൈർഘ്യത്തിലുള്ള അന്തരം ഈ വസ്തുക്കൾക്കു ഭിന്ന ഭൗതികഗുണങ്ങൾ സമ്മാനിക്കുന്നു.

സമീപകാലത്തു നാനോ ഗവേഷണത്തിൽ നിന്നു ലഭിച്ച മറ്റൊരു കാർബൺ രൂപമാണു ഗ്രാഫീൻ. ഗ്രാഫൈറ്റിന്റെ ദ്വിമാന രൂപമെന്നു വേണമെങ്കിൽ ഇതിനെ വിശേഷിപ്പിക്കാം. ഇതുകൊണ്ട് മുറിയുടെ താപനിലയിൽ പ്രവർത്തിക്കുന്ന ട്രാൻസിസ്റ്റർ നിർമ്മിക്കാമത്രേ. നാനോ ടെക്നോളജിയുടെ മുന്നേറ്റത്തോടെ ഉല്പാദനത്തിന്റെ സാമ്പ്രദായിക തന്ത്രങ്ങൾ പിൻവലിയും. അസംസ്കൃത സാമഗ്രികളുടെ വൻശേഖരമോ സങ്കീർണ്ണമായ യന്ത്രസംവിധാനങ്ങളോ വിദഗ്ദ്ധ മാനേജ്മെന്റ് തന്ത്രങ്ങളോ ഒന്നും ആവശ്യമില്ലാതെ വന്നേക്കാം.

ഐ ടി മേഖലയിലും സുപ്രധാന നേട്ടങ്ങൾ പ്രതീക്ഷിക്കുന്നുണ്ട്. നാനോ തന്ത്രങ്ങൾ ഉപയോഗിച്ച് അതിസൂക്ഷ്മവും ശക്തവുമായ ചിപ്പുകൾ നിർമ്മിക്കപ്പെടും. എന്നുവച്ചാൽ അത്യധിക ത്രാണി പേറുന്ന 'കുഞ്ഞികുഞ്ഞി' കമ്പ്യൂട്ടറുകൾ ആവിഷ്കൃതമാവുമെന്നു പ്രതീക്ഷിക്കുന്നു. സാമ്പ്രദായിക കമ്പ്യൂട്ടറുകൾ അവയുടെ കമ്പ്യൂട്ടിങ് കാര്യക്ഷമതയുടെ സീമകളെ അതിവേഗം സമീപിക്കുകയാണ്. നാനോ ചിപ്പുകൾ പ്രവർത്തിക്കുക ക്വാണ്ടം സിദ്ധാന്തത്തിന്റെ ഭ്രമാത്മകമായ തത്ത്വങ്ങൾ അനുസരിച്ചാവും. അടുത്ത ഏതാനും പതിറ്റാണ്ടുകളിൽ ക്വാണ്ടം കമ്പ്യൂട്ടറുകൾ വിപണിയിലിറങ്ങുമെന്നാണ് പ്രവചനം. ഭാവനാതീതമെന്നു പറയാവുന്ന തരം ഗണനശക്തി അവയ്ക്കുണ്ടാകും. ഒരു വലിയ ഗ്രന്ഥശാലയിലെ ലക്ഷകണക്കിനുള്ള പുസ്തകങ്ങളെ മുഴുവനും ഇത്തരമൊരു ഉപകരണത്തിന്റെ ഡേറ്റാ ബേസിൽ സൂക്ഷിക്കാനായേക്കും. കാലാവസ്ഥ, സാമ്പത്തിക വളർച്ച, ജനപ്പെരുപ്പം, പരിസ്ഥിതി തുടങ്ങിയ സങ്കീർണ്ണ വ്യവസ്ഥകളെ സ്പർശിക്കുന്ന പ്രവചനങ്ങൾ മോശമല്ലാത്ത കൃത്യതയോടെ നടത്താൻ ഇവ സഹായകമാവും. ഒരു യുദ്ധം പൊരുതും മുമ്പേ അതിന്റെ ഫലം അറിയണമോ? ചെസ്സും ക്രിക്കറ്റും ഫുട്ബോളും ഹോക്കിയും പോലുള്ള കളികൾ കളിക്കുംമുമ്പേ ജയാപചയ വിചാരം

നടത്താമോ? ഈ മേഖലകളിലെല്ലാം ക്വാണ്ടം കമ്പ്യൂട്ടറുകളുടെ സ്പർശം അനുഭവപ്പെടും. ഈ ഘട്ടത്തിൽ ഇവയുടെ 'മഹൽസിദ്ധി' കളെപ്പറ്റി മനക്കോട്ടകൾ പണിയാനേ നമുക്കു കഴിയൂ.

വരും പതിറ്റാണ്ടുകളിലെ ശാസ്ത്ര ഗവേഷണമൊക്കെയും മനുഷ്യോപകാരപ്രദമായിരിക്കുമെന്നു കരുതിക്കൂടാ. സൃഷ്ടിയും സംഹാരവും ശാസ്ത്രമെന്ന നാണയത്തിന്റെ ഇരുവശങ്ങളാണ്. ഉദാഹരണമായി, തലച്ചോറിൽ നാനോചിപ്പുകൾ ഘടിപ്പിച്ച് ഓർമ്മയും ബുദ്ധിയും സമ്പുഷ്ടമാക്കാനുള്ള ഉദ്യമം നടക്കും. മണ്ടനെ മിടുക്കനും ഭീരുവിനെ ധീരനും മടിയനെ ഉത്സാഹിയും ഒക്കെയാക്കാനുള്ള വിദ്യകൾ ഉരുത്തിരിഞ്ഞേക്കും. പക്ഷേ, ഇതേ ചിപ്പുകൾ ഉപയോഗിച്ചു ഭരണാധികാരികളുടെ നിതാന്ത ജാഗ്രതയിൽ മനുഷ്യനെ നിർത്താനും കഴിയുമെന്നതു ഞെട്ടലുണ്ടാക്കുന്നു.

ശ്രദ്ധേയമായ വികസനം സംഭവിച്ചുകൊണ്ടിരിക്കുന്ന ഒരു ഗവേഷണ മണ്ഡലമാണ് റോബോട്ടിക്സ്. വിദൂര നിയന്ത്രണത്തിൽ പ്രവർത്തിപ്പിക്കാവുന്ന പലതരം റോബോട്ടുകൾ അന്താരാഷ്ട്ര വിപണിയിൽ ലഭ്യമാണ്. അദ്ധ്വാനക്കൂടുതലോ മുഷിപ്പോ ഉള്ള ജോലികൾക്കു റോബോട്ടുകളെ നിയോഗിക്കുന്നു. അപകടസാദ്ധ്യതയുള്ള വ്യവസായം അല്ലെങ്കിൽ ഗവേഷണ പ്രക്രിയകളിലും നിരീക്ഷണത്തിനായി ഇവയെ ഉപയോഗിക്കുന്നുണ്ട്. റിയാക്ടറുകളിൽ ഇറങ്ങിച്ചെന്നു റിപ്പയർ നടത്താൻ റോബോട്ടുകളെ ആശ്രയിക്കുക പതിവായിട്ടുണ്ട്. ഒരു പരിധി വരെ 'യുക്തി'യുപയോഗിക്കാനും ചില റോബോട്ടുകൾക്കു കഴിയും. നാനോ റോബോട്ടുകളുടെയും സ്വയം പ്രോഗ്രാം ചെയ്യുന്ന റോബോട്ടുകളുടെയും കാലം പിറക്കാനിരിക്കുന്നു.

വൈദ്യശാസ്ത്രത്തിലാവും നാനോ റോബോട്ടുകളെ ആദ്യം അവതരിപ്പിക്കുക. ഇവയുടെ സഹായത്തോടെ കാൻസറും മറ്റും മുളയിലേ കണ്ടെത്തി ചികിത്സിച്ചു സുഖപ്പെടുത്താമെന്നാണ് പ്രത്യാശ. കാൻസർ കോശങ്ങളെ തിരഞ്ഞുപിടിച്ചു നശിപ്പിക്കാൻ ഇവയ്ക്കു കഴിയും. ഈ പ്രക്രിയ ഒരുതരത്തിലും സാധാരണ കോശങ്ങളെ ബാധിക്കില്ല. ഇത്തരം പ്രവർത്തനങ്ങൾക്കായി തന്മാത്രീയ റോബോട്ടുകളെ രൂപകല്പന ചെയ്യണം. സ്വയം പ്രവർത്തന സ്വഭാവമുള്ള നാനോവ്യൂഹങ്ങളാണിവ. നശീകരണ പ്രവർത്തനങ്ങൾക്കുള്ള ആജ്ഞ ഇവയ്ക്കു നല്കിയാൽ...? കൃത്രിമമായി വൈറസുകളെ നിർമ്മിക്കാമെന്നു തെളിഞ്ഞിട്ടുണ്ട്. അതിനാൽ അണു-ജൈവായുധങ്ങളെയപേക്ഷിച്ച് വർദ്ധിച്ച കാര്യക്ഷമതയോടെ വൈറസുകളെന്ന നാനോയന്ത്രങ്ങൾ അവയുടെ വേല നിർവ്വഹിക്കും. മനുഷ്യവർഗ്ഗത്തെ ഒന്നടങ്കം തുടച്ചുനീക്കാനുള്ള നാരകീയ ശക്തി ഇവയിൽ സംഭരിക്കപ്പെടുമോ? സാമ്രാജ്യത്വശക്തികളുടെയും ഭീകരവാദികളുടെയും കൈകളിൽ ഇവ ഒരുപോലെ അപകടകാരികളാണ്.

തലച്ചോറിൽ കൃത്രിമ കമ്പ്യൂട്ടിങ് ചിപ്പുകളുമായി നടക്കുന്ന മനു

ഷ്യനും സ്വയം പ്രോഗ്രാമിങ് സിദ്ധിയുള്ള റോബോട്ടുകളും തമ്മിലെന്താണ് വ്യത്യാസം? മനുഷ്യനും റോബോട്ടുകളും പരസ്പരം തോളുരുമ്മുകയോ പോരാടുകയോ ചെയ്യുന്ന കാഴ്ചയാവും 2050 ൽ കാണുക. റോബോട്ടുകൾ നിത്യയൗവനത്തിലും മനുഷ്യരിൽ നല്ലൊരുഭാഗം കടുത്ത വാർദ്ധക്യത്തിലും നീന്തിത്തുടിക്കുന്ന ചിത്രം! റോബോട്ടിനെ പ്രണയിക്കുന്ന കാലം...! സാഹിത്യം രചിക്കുകയും ശില്പം തീർക്കുകയും ചിത്രം വരയ്ക്കുകയും സംഗീതം പൊഴിക്കുകയും നർത്തനമാടുകയും ചെയ്യുമോ നാളത്തെ റോബോട്ടുകൾ? കാടുകയറുന്ന ചിന്തയോ സ്വപ്നമോ അല്ലിത്. ശതകാർദ്ധം വരെ ജീവിക്കാൻ സാധിക്കുന്നവർ അന്നു സാക്ഷ്യം പറയട്ടെ.

(2007)

കണക്കിനെ പേടി ആർക്ക്?

മിക്കവർക്കും പേടിയാണ് കണക്കിനെ. താണ ക്ലാസുകളിൽ വച്ചാരംഭിക്കുന്ന ഈ ഭയം പലർക്കും ഒരാജീവനാന്ത പ്രശ്നമായിത്തീരുന്നു. പത്തിലെ പരീക്ഷയ്ക്കിരിക്കുന്ന കുട്ടികളോട് അന്വേഷിച്ചാൽ, അവർക്ക് ഇംഗ്ലീഷിനെയും കണക്കിനെയും ഭയങ്കര പേടിയാണെന്ന് പറയും. ഇംഗ്ലീഷ് മാധ്യമ വിദ്യാർത്ഥികൾ കണക്കിനെ മാത്രം ഭയക്കുന്നു. ഈ വിഷയങ്ങളിൽ ട്യൂഷൻ നല്കുന്നവർക്ക് ഭയങ്കര കൊയ്ത്താണിപ്പോൾ! ലോകഭാഷയായ ഇംഗ്ലീഷ് കൈകാര്യം ചെയ്യാനറിയില്ലെങ്കിൽ 'തുലഞ്ഞെ'ന്ന് ഒരവബോധം ജനങ്ങളുടെ ഇടയിൽ ഉണ്ടായിട്ടുണ്ട്. സ്പോക്കൺ ഇംഗ്ലീഷ്, കമ്യൂണിക്കേറ്റീവ് ഇംഗ്ലീഷ് തുടങ്ങിയ വിവിധ ലേബലുകളിൽ ആംഗല ഭാഷണത്തിന്റെ തന്ത്രങ്ങളും കുതന്ത്രങ്ങളും പരിശീലിപ്പിക്കുന്ന ധാരാളം പേരുണ്ട്. വ്യക്തിത്വവികസനമെന്ന ബ്രാന്റിലും പ്രായോഗിക ഇംഗ്ലീഷ് വിപണിയിലെത്തുന്നു. ആംഗല ഉച്ചാരണത്തിൽ 'മലയാലം' പറയുന്നത് ഫാഷനായി കൊണ്ടുനടക്കുന്ന പൊങ്ങച്ചക്കാരുടെ കാലം!

ഭാഷയുടെയത്ര പ്രാധാന്യം ഗണിതത്തിന് നല്കാൻ ലോകത്തൊരിടത്തും സമൂഹം തയ്യാറായിട്ടില്ല. പരീക്ഷകൾ ജയിക്കുന്നതിനും ദൈനംദിന ജീവിതത്തിനും അനിവാര്യമായ അറിവുമതി ഈ വിഷയത്തിലെന്ന മനോഭാവമാണ് പൊതുവിലുള്ളത്. ഇംഗ്ലീഷിനോടുള്ള അഭിനിവേശത്തിൽ നിന്നു വ്യതിരിക്തമായി കാണണം ഈ തണുപ്പൻ സമീപനത്തെ. കണക്കിൽ വാസനയില്ലെന്ന് സ്വയം കരുതുന്നവർ കടുത്ത ശത്രുതയോടെ ആവും ആ വിഷയം പഠിക്കാൻ ശ്രമിക്കുക. പത്താം ക്ലാസെന്ന കടമ്പ കടക്കാനായാൽ, എന്നെന്നേക്കുമായി കണക്കിനെ അവഗണിക്കാൻ വയ്യ, എഞ്ചിനീയറിങ് വിദ്യാർത്ഥികൾക്ക്. ആദ്യത്തെ നാലോ അഞ്ചോ സെമസ്റ്ററുകളിലെങ്കിലും ഉയർന്ന ഗണിതവുമായി അവർ

'മൽപ്പിടി'ക്കേണ്ടിവരുന്നു. അടിസ്ഥാന ശാസ്ത്രവിഷയങ്ങളോ ധനതത്ത്വശാസ്ത്രമോ, ധനവിനിമയ ശാസ്ത്രമോ, മാനേജ്മെന്റോ ഒക്കെ എടുത്ത് പഠിക്കുന്നവരും ഗണിതപരിജ്ഞാനം അഭിവൃദ്ധിപ്പെടുത്തിക്കൊണ്ടിരിക്കണം.

കണക്കറിഞ്ഞില്ലെങ്കിലും ഒരു ചുക്കും വരാനില്ലെന്ന് കരുതുന്ന ഒട്ടേറെപ്പേരുണ്ട്. എന്നാൽ പ്രായോഗിക ജീവിതത്തിൽ ഏറെ പ്രാധാന്യം കൈവന്നിട്ടുള്ള വിഷയമാണിത്. ആധുനിക സാങ്കേതികവിദ്യയുടെ സംഭാവനയായ നാനാതരത്തിലുള്ള ഉപകരണങ്ങളുടെ രൂപകല്പന, നിർമ്മിതി, പ്രവർത്തനം തുടങ്ങിയ സംഗതികളിൽ ഗണിതം വഹിക്കുന്ന പങ്ക് ഭാവനാതീതമാണ്. ഇലക്ട്രോണിക്സ്, കമ്പ്യൂട്ടർ സയൻസ് തുടങ്ങിയ എഞ്ചിനീയറിങ് / അടിസ്ഥാന ശാസ്ത്രവിഷയങ്ങൾ തൊട്ട് മാനവിക വിഷയങ്ങൾ വരെ വ്യാപിച്ചു കിടക്കുന്ന, അതിവിപുലമായ പ്രയോഗമേഖല ഗണിതത്തിനുണ്ട്. പ്രത്യേക വൈദഗ്ദ്ധ്യം സമ്പാദിക്കുന്ന രംഗം ഏതുമാവട്ടെ, കണക്കിൽ സാമാന്യം ഉന്നതനിലവാരത്തിലുള്ള വിവരം ഉണ്ടാകുന്നത് വളരെ നല്ലതാണ്. പ്രായോഗിക പരിഗണനകളുടെ പേരിലല്ലാതെ വെറുതെ കണക്കിനെ സ്നേഹിക്കുന്ന ന്യൂനപക്ഷം സമൂഹത്തിൽ ഉണ്ടെന്നത് മറക്കുന്നില്ല. ഇവരിൽ ചിലർ ശുദ്ധഗണിതത്തിൽ അത്ഭുതങ്ങൾ സൃഷ്ടിക്കുന്നു. ആര്യഭടൻ, മഹാവീരൻ, ഭാസ്കരൻ, മാധവൻ, നീലകണ്ഠൻ, രാമാനുജൻ തുടങ്ങിയ ഗണിതജ്ഞരുടെ ഉയരങ്ങളിലേക്ക് വളരാൻ സാധിക്കുന്നില്ലെങ്കിലും ഗണിതമെന്ന മഹാവൃക്ഷത്തെ പരിപോഷിപ്പിക്കുന്ന കണ്ടുപിടിത്തങ്ങൾ ഇവരും നടത്തുന്നു. എസ് എസ് പിള്ള, ആർ ബാലസുബ്രഹ്മണിയൻ, എം എസ് നരസിംഹൻ, സി എസ് ശേഷാദ്രി, എം എസ് രഘുനാഥൻ തുടങ്ങിയവർ ആധുനിക കാലത്ത് ഭാരതത്തിൽ ഗണിതഗവേഷണത്തിലേർപ്പെട്ട് മഹത്തായ സംഭാവനകൾ നല്കിയവരാണ്. ക്രിപ്ടോഗ്രഫിയെന്ന വിഷയത്തിന് ഐ ടി മേഖലയിൽ വമ്പിച്ച പ്രാധാന്യം കരഗതമായിട്ടുണ്ട്. ഇതിൽ വലിയ പ്രയോഗസാദ്ധ്യതയുള്ള ഒരു കണ്ടുപിടിത്തം 2006 ൽ മണീന്ദ്ര അഗർവാൾ സംഖ്യാസിദ്ധാന്തത്തിൽ നടത്തി. ലോകപ്രശസ്തിക്ക് അദ്ദേഹം അർഹനായെന്ന് പ്രത്യേകം പറയേണ്ടതില്ലല്ലോ. ഇവരെപ്പോലുള്ള ശുദ്ധഗണിതജ്ഞർ കണക്കിന്റെ നൈസർഗ്ഗിക സൗന്ദര്യത്തിൽ മുഗ്ദ്ധരാകുന്നു. യൂക്ലിഡിയനല്ലാത്ത ജ്യാമിതികൾ, ഉയർന്ന മാനസ്പേസുകൾ, ഗണസിദ്ധാന്തം, ന്യായസിദ്ധാന്തം ഇങ്ങനെ എത്രയെത്ര മണ്ഡലങ്ങളിലേക്ക് ആധുനിക ഗണിതം വ്യാപനം നടത്തിയിരിക്കുന്നു! സർഗ്ഗാത്മകതയുടെ കൈയൊപ്പ് പേറുന്ന ചില ഭ്രാന്തൻരചനകൾക്ക് ഗണിതത്തിന്റെ പരിവേഷം സമ്മാനിക്കുമ്പോൾ പ്രായോഗികലോകത്ത് അവ പ്രസക്തമാവുന്നതിന്റെ നിരവധി ദൃഷ്ടാന്തങ്ങളുണ്ട്. വളരെ പ്രസിദ്ധി ആർജ്ജിച്ച ഐൻസ്റ്റൈന്റെ ഗുരുത്വാകർഷണ സിദ്ധാന്തം എടുക്കുക. സ്ഥലകാലനൈരന്തര്യത്തിന്റെ വക്രതമൂലം ഉണ്ടാകുന്ന പ്രതിഭാസമാണ് ഗുരുത്വാകർഷണമായി സാധാരണ വ്യാഖ്യാനിക്കുക എന്ന്

ഈ സിദ്ധാന്തം പറയുന്നു. ബെർണാർഡ് റീമാൻ എന്ന ജർമ്മൻ ഗണിതശാസ്ത്രജ്ഞൻ 19-ാം നൂറ്റാണ്ടിൽ ആവിഷ്കരിച്ച സാധാരണ ജ്യാമിതിയുടെ അല്ലെങ്കിൽ യൂക്ലിഡിയൻ ജ്യാമിതിയുടെ സാമാന്യ വല്ക്കരണമായ റീമാനിയൻ ജ്യാമിതിയാണ് ഐൻസ്റ്റൈൻ ഇതിൽ ഉപയോഗിച്ചത്. ഫസ്സി ലോജിക്ക് - അലക്കുയന്ത്രങ്ങൾക്കാധാരമായ ഫസ്സി ലോജിക്ക് അല്ലെങ്കിൽ അവ്യക്തന്യായസിദ്ധാന്തം, സാദേ എന്ന ഗണിതജ്ഞന്റെ ചിന്തയിൽ വിടർന്നു വികസിച്ച ഫസ്സി സെറ്റ് തിയറിയുടെ അല്ലെങ്കിൽ അവ്യക്തഗണ സിദ്ധാന്തത്തിന്റെ ന്യായഘടന (Logical Structure) തന്നെയാണ്.

സമമായ, അല്ലെങ്കിൽ തുല്യമായ അവസ്ഥയാണ്, സമമിതി (Symmetry) എന്ന പദം സൂചിപ്പിക്കുന്നത്. സമമിതി വിവരിക്കുന്നതിന് ഉപയോഗിക്കുന്ന ഗണിതഭാഷ ഗ്രൂപ്പ് സിദ്ധാന്തത്തിന്റേതാണ്. ശരീരത്തിന്റെ ഇടതും വലതും ഭാഗങ്ങൾ പുറമേ നോക്കിയാൽ തുല്യമാണെന്ന് കാണാം. ഒരു പൂവിന്റെ ഇതളുകൾ വിന്യസിച്ചിരിക്കുന്നതിലെ ക്രമം സ്ഥലീയ (spatial) സമമിതിക്ക് ഉദാഹരണമാണ്. ഊർജ്ജം സംരക്ഷിക്കപ്പെടുന്ന വസ്തുക്കളുടെ ഭൂതവും ഭാവിയും തുല്യമാണ്. ഇത് കാലിക (temporal) സമമിതിയാണ്. സ്ഥലകാലങ്ങളിൽ മാത്രമല്ല, അദൃശ്യമായ അല്ലെങ്കിൽ സംവേദനക്ഷമമല്ലാത്ത, ആന്തരികസ്പേസുകളിലും സമമിതികൾ ഉണ്ടാവാമെന്ന സങ്കല്പം, പോയ നൂറ്റാണ്ടിൽ കണികാഭൗതികത്തിൽ വമ്പിച്ച പുരോഗതിക്ക് നിമിത്തമായി. ഗേജ് സിദ്ധാന്തമെന്ന് വിശേഷിപ്പിക്കുന്ന, ആന്തരിക സമമിതികളുടെ ഒരു സിദ്ധാന്തമെന്ന് പ്രവചനങ്ങളായി ചില പുതിയ കണികകളെ പരീക്ഷണശാലയിൽ ഉല്പാദിപ്പിക്കുകയുണ്ടായി. ശുദ്ധഗണിതത്തിന്റെ ബലിഷ്ഠമായ പ്രവചനീയതയ്ക്ക് ഉദാഹരണം. ഏതാനും മാസങ്ങൾക്കുള്ളിൽ ജനീവയിലെ CERN എന്ന സ്ഥാപനത്തിൽ നടത്താനിരിക്കുന്ന കണികാപരീക്ഷണത്തിൽ ഇമ്മാതിരിയുള്ള, ഗണിതപരമായ സമമിതി സിദ്ധാന്തങ്ങളുടെ സാധുതയാവും സത്യാപനം ചെയ്യപ്പെടുക. കമ്പ്യൂട്ടർ സോഫ്റ്റ് വെയറുകൾ വാസ്തവത്തിൽ ഗണിത സൂത്രങ്ങളാണ്. ഒത്തിരി ഗണിതം പ്രയോജനപ്പെടുത്തുന്ന ഏർപ്പാടാണ് ഇന്റർനെറ്റ്. ഗൂഗിൾ സേർച്ച് എഞ്ചിന്റെ തത്ത്വം തന്നെ ഗണിതപരമാണ്. മാട്രിക്സ് ആൾജിബ്രയും സംഭാവ്യതാസിദ്ധാന്തവും മറ്റുമുപയോഗിച്ച് ആവിഷ്കരിച്ച അത്ഭുതം. കോഡിങ്, സിഗ്നൽ പ്രോസസിങ് തുടങ്ങിയ ടെക്നോളജികൾ ഉദാത്തമായ ഗണിതാവിഷ്കാരങ്ങളാണ്. ഇവയുടെ സഹായമില്ലായിരുന്നെങ്കിൽ, സങ്കീർണ്ണമായ, ആധുനിക വാർത്താവിനിമയ രീതികൾ അസാദ്ധ്യമായേനെ. ടെലിഫോണും റേഡിയോയും ടെലിവിഷനും സ്പേസ് കമ്യൂണിക്കേഷനുമൊക്കെ യാഥാർത്ഥ്യമല്ലാതിരിക്കുന്ന അവസ്ഥ ഒന്നു സങ്കല്പിച്ചു നോക്കൂ! എണ്ണമറ്റ പ്രയോഗമേഖലകളുണ്ട് കണക്കിന്. ആർക്കും കണക്കിനെ തഴഞ്ഞ് ആധുനിക വിഷയങ്ങളിൽ പ്രാവീണ്യം നേടാനാവില്ല. പുതിയ കോഴ്സുകൾ വിദ്യാഭ്യാസ വിപണിയിൽ പ്രത്യക്ഷപ്പെടുന്ന

കാലമാണിത്. ഹൈടെക്ക്, ലോടെക്ക് എന്ന് രണ്ടായി ഇവയെ വിഭജിക്കാം. കഠിന പ്രയത്നം ആവശ്യമുള്ള പല ഹൈടെക്ക് കോഴ്സുകളിലും ഗണിതത്തിന്റെ ഘോഷയാത്ര ദർശിക്കാം. മാനേജ്മെന്റ്, ധനതത്ത്വശാസ്ത്രം, ധനവിനിമയശാസ്ത്രം തുടങ്ങിയവ ലീനിയർ പ്രോഗ്രാമിങ്, ട്രാൻസ്പോർട്ടേഷൻ സിദ്ധാന്തം, ക്യൂയിങ് സിദ്ധാന്തം, ഗെയിം സിദ്ധാന്തം തുടങ്ങിയ ഗണിതശാഖകളുമായി അഭേദ്യബന്ധം പുലർത്തുന്നു. ശുദ്ധ ഗണിതത്തിന്റെ അതീവ സാന്ദ്ര മേഖലകളെയെല്ലാം കൈപ്പിടിയിലൊതുക്കി വേണം ഒരു പ്രവർത്തനരംഗം തെരഞ്ഞെടുക്കാനെന്ന് ശുപാർശ ചെയ്യുകയല്ല, അതാര്യമെന്ന് പലരും കരുതുന്ന ഗണിതത്തിന് പേലവമായ വശങ്ങളുണ്ടെന്ന് ചൂണ്ടിക്കാണിക്കുക മാത്രമണ് ചെയ്യുന്നത്. ഉപയോഗമുണ്ടെങ്കിലും ഇല്ലെങ്കിലും ഒരു പ്രത്യേക ഗണിതശാഖയെ ഇഷ്ടപ്പെടുന്നത്, കവിതയെ സ്നേഹിക്കുന്നതുപോലുള്ള ഒരു കാല്പനിക പ്രവൃത്തിയാണ്.

കേരളത്തിന് അഭിമാനകരമായ ഒരു ഗണിത പാരമ്പര്യമുണ്ട്. മാധവനും മറ്റും എക്കാലത്തെയും മഹത്തരമായ, മൗലികസംഭാവനകൾ ചെയ്തു. ഇൻഫിനിറ്റെസിമൽ അനാലിസിസ് എന്ന അതിപ്രധാനമായ ഗണിതശാഖ ഉദ്ഘാടനം ചെയ്തത് 14-ാം നൂറ്റാണ്ടിൽ ജീവിച്ച മാധവനാണ്. ഇൻഫിനിറ്റ് സീരീസ്, കാൽക്കുലസ് തുടങ്ങിയവയാണ് ഇതിന്റെ ഉള്ളടക്കം. ഗ്രിഗറിയും ന്യൂട്ടണും ലെയ്ബ്നിറ്റ്സും മൂന്നു ശതകങ്ങൾക്കു ശേഷമാണ് ഇതേ കണ്ടെത്തലുകളെ യൂറോപ്പിൽ പുനരാവിഷ്കരിച്ചത്. ഉജ്ജ്വലമായ ഈ ഗണിതപാരമ്പര്യം മറന്ന മട്ടാണ് നമുക്കിപ്പോൾ. വിദേശാധിപത്യത്തിൻകീഴിൽ നമ്മുടെ സ്വതന്ത്രചിന്ത വികലമായി എന്നൊക്കെ പരാതി പറയുന്നതിൽ കഴമ്പില്ല! സ്വാതന്ത്ര്യപ്രാപ്തിക്കു ശേഷമുള്ള നമ്മുടെ പ്രവർത്തനം അവലോകനം ചെയ്താൽ മനസ്സിലാവും പിഴ നമ്മുടെ ഭാഗത്തു തന്നെയെന്ന്. സ്കൂളുകളിൽ കണക്ക് പഠിപ്പിക്കുന്നതിൽ അടിസ്ഥാനപരമായ തകരാറുകളുണ്ട്. ആശയങ്ങളെ സ്ഫുടമായി പകർന്നു കൊടുക്കാൻ പല അദ്ധ്യാപകരും കൂട്ടാക്കുന്നില്ല. ഉദാഹരണങ്ങളിലൂടെ മാത്രം കണക്ക് പഠിപ്പിക്കുന്ന രീതിക്കാണ് പ്രചാരം. എന്നാൽ ദൃഷ്ടാന്തങ്ങളിൽ നിന്ന് പൊതു ആശയങ്ങളിലേക്ക് പോയേ തീരൂ. ഇവിടെയാണ് കുഴപ്പം. മന്ത്രങ്ങൾ ചൊല്ലിക്കൊടുക്കുന്ന മട്ടിലാണ് ചില അദ്ധ്യാപകർ കുട്ടികളെ ഗണിതം പഠിപ്പിക്കുന്നത്. ഒമ്പതാം ക്ലാസിൽ കുറച്ചുകാലം ഞങ്ങളെ കണക്ക് പഠിപ്പിച്ച ഒരദ്ധ്യാപകനെ ഓർമ്മ വരുന്നു. “ഈ കണക്കിൽ ഉത്തരം കിട്ടണമെങ്കിൽ, മറിച്ചിട്ട് ഗുണിക്കണം; മുമ്പത്തെ ചോദ്യത്തിന് നമ്മൾ ഗുണിച്ചിട്ട് മറിക്കുകയാണ് ചെയ്തത്....” തെറ്റായ ഗണിതാദ്ധ്യാപനശൈലിക്ക് മകുടോദാഹരണം. ഏതാണ്ടീ രീതിതന്നെ പ്രവേശനപരീക്ഷാ പരിശീലകരും അവലംബിക്കുന്നു എന്നതാണ് ദയനീയ സത്യം. അടിസ്ഥാനതത്ത്വങ്ങൾക്ക് ഊന്നൽ നല്കാതെ, മാതൃകാചോദ്യങ്ങൾക്ക് ഉത്തരം കണ്ടുപിടിക്കാൻ സഹായിക്കുന്ന ചുളുവിദ്യകൾ മാത്രം ഇവർ ഉപദേശിക്കുന്നു. എട്ടാം ക്ലാസി

ലെത്തുമ്പോഴേ കുട്ടികൾക്ക് പ്രവേശനജ്വരം പിടിപെടുന്നു. സ്വനിശ്ചിയ ത്താലോ, രക്ഷാകർത്താക്കളുടെ പ്രേരണമൂലമോ ഇവർ ലക്ഷ്യ പ്രാപ്തിക്കായുള്ള തപസ്യ ആരംഭിക്കുന്നു. കണക്കു പോയിട്ട്, ഒരു വിഷ യത്തിന്റെയും ശരിയായ സ്വാദ് അനുഭവിക്കാനുള്ള യോഗമില്ലാതെ പോകുന്നു ഇക്കൂട്ടർക്ക്. ഗണിതത്തിലോ മൗലിക ശാസ്ത്രത്തിലോ ദൃഢമായ അടിത്തറ ഇല്ലാത്തവർ സ്വന്തം തൊഴിൽ രംഗങ്ങളിൽ ആത്മ വിശ്വാസക്കുറവ് പ്രദർശിപ്പിക്കും. വൻവെല്ലുവിളികളെ അഭിമുഖീകരി ക്കാനുള്ള ചങ്കുറപ്പ് ഇവരിൽ എത്ര പേർക്കുണ്ട്?

എന്താണ് ഗണിതം എന്നതിനെപ്പറ്റി സാമാന്യം തൃപ്തികരമായ ദർശനം ഇല്ലാത്തതാണ് അതിനെ ഇത്രയധികം വെറുക്കാൻ മനുഷ്യരെ പ്രേരിപ്പിക്കുന്നത്. ഗണിതവ്യവഹാരത്തിൽ ഉപയോഗിക്കുന്ന ആശയങ്ങൾ (ഉദാ: സംഖ്യ, ബിന്ദു, രേഖ) അധിവസിക്കുന്ന വേറൊരു ലോകം ഉണ്ടെന്ന് പ്ലേറ്റോണിസ്റ്റുകൾ വിശ്വസിക്കുന്നു. ബെർട്രന്റ് റസ്സലിനെപ്പോലുള്ളവർ ഗണിതത്തെ ന്യായ(logic)മായി വ്യാഖ്യാനിച്ചു. പ്രതീകങ്ങൾ ഉപയോ ഗിച്ചുള്ള കളിയാണ് ഗണിതമെന്ന് അഭിപ്രായപ്പെടുന്നവരുണ്ട്. ഗണിതം അന്തർജ്ഞാന(intuition)മാണെന്ന് നാലാമതൊരു കൂട്ടർ പ്രഖ്യാപി ക്കുന്നു. ഇതൊന്നുമല്ല, ഘടന (structure) കളുടെ വിശകലനമാണ് ഗണിതമെന്ന് ഘടനാവാദികൾ പറയുന്നു. അല്പം ആലോചിച്ചാൽ, ഈ ഉപദർശനങ്ങളൊക്കെ പരസ്പരബന്ധിതമാണെന്ന് കാണാം. പ്രായോഗി കാർത്ഥത്തിൽ പറഞ്ഞാൽ, ഒരു പ്രക്രിയ (process) യാണ് ഗണിതം. വ്യവഹരിക്കപ്പെടുന്ന വസ്തുക്കളുടെ നിർവ്വചനങ്ങൾ, സങ്കല്പങ്ങൾ, അനുമാനങ്ങൾ — ഇത്രയുമാണ് ഏതു ഗണിതസിദ്ധാന്തത്തിന്റെയും ഉള്ളടക്കം. നിർവ്വചനങ്ങളുടെയും സങ്കല്പങ്ങളുടെയും തെരഞ്ഞെടുപ്പ് സ്വേച്ഛാപരമാണ്. സങ്കല്പനങ്ങൾ പരസ്പരവിരുദ്ധമാകരുതെന്ന നിബ ന്ധന വയ്ക്കണം. അവരുടെ സമ്പൂർണ്ണ സിദ്ധാന്തത്തെ വിരചിക്കുമോ യെന്ന കാര്യം തല്ക്കാലം വിട്ടേക്കുക. നിർവ്വചനങ്ങൾ, സങ്കല്പനങ്ങൾ എന്നിവയിൽ നിന്ന് അനുമാനങ്ങളെ വ്യുല്പാദിപ്പിക്കുന്ന പ്രക്രിയയാണ് ഗണിതം. ഒരു കെട്ടിടം പണിയുമ്പോൾ, അതിന് ഉപയോഗിക്കുന്ന സാമഗ്രി കൾക്കു പുറമേ, നിർമ്മാണ പ്രക്രിയയും നിരീക്ഷണ വിധേയമാക്കുന്നു. എത്ര കമ്പി, എത്ര സിമന്റ് തുടങ്ങിയ വിവരങ്ങൾ കൂടാതെ, വാർക്കപ്പ ണിയിൽ ശരിക്കു നന നടത്തിയോ, നിർമ്മിതിക്ക് നല്ല തടിയാണോ ഉപ യോഗിച്ചത് എന്നിങ്ങനെയുള്ള സംഗതികളും പ്രധാനമാണ്. ഇതുപോലെ, ഗണിതവും ഒരു നിർമ്മിക്കപ്പെടലാണ്. അതിനാൽ ഗണിതപ്രക്രിയയുടെ മേന്മയും പരിശോധനാർഹമാണ്. ഒരു ഗണിതപ്രമേയ (theorem)-ത്തിന് ഉപപത്തി (proof) ആവിഷ്കരിക്കുമ്പോൾ ഉപയോഗിക്കുന്ന ഓരോ കൊച്ചുയുക്തിയെയും നിഷ്കൃഷ്ടമായി വിലയിരുത്തണം. ശരിയെന്ന് ബോദ്ധ്യപ്പെടും വരെ അതിനെ നുള്ളിക്കീറി നോക്കണം. വിമർശനാത്മക സമീപനമാണിത്. ഭരണകക്ഷിയും പ്രതിപക്ഷവും ഉള്ള സംവിധാന ത്തിലേ ജനാധിപത്യം വിജയകരമായി പ്രവർത്തിക്കൂ. വക്കീൽ കേസ്

വാദിക്കുമ്പോൾ സ്വന്തം കക്ഷിയെ ന്യായീകരിക്കാൻ ശ്രമിക്കുന്നു. അയാളുടെ വാദത്തിൽ പൊരുത്തക്കേടോ, അപൂർണ്ണതയോ ഉണ്ടോയെന്ന് തീർപ്പു കല്പിക്കേണ്ട ഉത്തരവാദിത്വം ന്യായാധിപനാണ്. ഇതൊരു ഗണിതക്രിയ തന്നെയാണ്. പൊരുത്തവും പൂർണ്ണതയും ആവശ്യമായി പാലിക്കപ്പെടുന്ന തരത്തിലുള്ള അവതരണങ്ങൾക്കും അനുമാനങ്ങൾക്കുമേ ഗണിതത്തിൽ ഇടമുള്ളൂ. വിഭിന്ന ദർശനങ്ങളുടെ സമവായമാണ് ഗണിതക്രിയ. നിർവ്വചനങ്ങളിലൂടെ ആവിഷ്കരിക്കുന്ന ഒരു പ്ലേറ്റോണിക് ലോകവും. സങ്കല്പനങ്ങൾ അതിന്റെ പ്രാഥമിക (അന്തർജ്ഞാനപരമായ) വിവരണവുമാണ്. അനുമാനങ്ങളിലേക്കുള്ള സഞ്ചാരം ന്യായപ്രകാശനമാണ്. നിർവ്വചനങ്ങളും സങ്കല്പനങ്ങളും അനുമാനങ്ങളും ഉള്ളടങ്ങിയ സമഗ്രത ഒരു ഘടനയാണ്.

നമ്മളെല്ലാം ഒരർത്ഥത്തിൽ ഗണിതജ്ഞരും നമ്മുടെ ആലോചനയും അനുമാനങ്ങളും ഗണിതവ്യവഹാരവും ആകുന്നു. സത്യത്തിൽ ഗണിതമല്ലാതൊന്നും ചിന്തിക്കാനോ, അവതരിപ്പിക്കാനോ മനുഷ്യന് കഴിയില്ല. ഏതു വിഷയത്തിന്റെയും പ്രച്ഛന്നതയിൽ നടത്തുന്ന വിചാരം ഗണിതപരമാണ്. ഭാഷ തന്നെ ഒരു പ്രതീകവ്യവസ്ഥയായതിനാൽ, അതൊരു ഗണിത സിദ്ധാന്തമല്ലേ? ഗണിതത്തെ ധിക്കരിക്കുക എന്നുവച്ചാൽ, അർത്ഥശൂന്യവും വികലവുമായി ചിന്തിക്കുകയും സംസാരിക്കുകയും ചെയ്യുക എന്നർത്ഥം. ബുദ്ധിഭ്രമമുള്ളവർക്കേ ഗണിതത്തെ തള്ളിപ്പറയാൻ കഴിയൂ. യുക്തിയുടെ മിന്നലാട്ടം ഉള്ളിടത്തൊക്കെ ഗണിതം കടന്നു വരുന്നു.

ഗണിതത്തിന്റെ സാധാരണത്വത്തെയും അപാരതയെയും ഒരു പോലെ ഉൾക്കൊള്ളാനായാൽ ഗണിതപ്പേടി പമ്പകടക്കും. ചിന്തയിൽ, ഭാഷണത്തിൽ, തർക്കങ്ങളിൽ, ദൈനംദിന ജീവിതത്തിൽ — ഇതിലെല്ലാം അന്തര്യാമിയായി ഗണിതമുണ്ടെന്ന തിരിച്ചറിവ്, ഗണിതത്തോടുള്ള അപരിചിതത്വം അവസാനിപ്പിക്കുന്നു. ഗണിതത്തെ സ്നേഹിച്ചു തുടങ്ങാൻ പിന്നെ വിളംബം ഉണ്ടാവില്ല. സാഹിത്യത്തെയും കലയെയും എന്നപോലെ, താല്പര്യത്തോടും ജിജ്ഞാസയോടെയും വേണം കണക്കിനെ സമീപിക്കാനെന്ന സന്ദേശമാണ് അദ്ധ്യാപകർ വിദ്യാർത്ഥികൾക്ക് നല്കേണ്ടത്. പ്രശസ്ത ഗണിതജ്ഞൻ ഗ്രിഗറി ചെയ്റ്റിൻ ഗണിതത്തെ കലയോട് ഉപമിക്കുന്നു: "ഏറ്റവും യുക്തിഭദ്രമായ വിഷയമാണെങ്കിലും ഗണിതപരമായ സർഗ്ഗാത്മകതയിൽ വികാരവും ഭാവനയും പ്രചോദനവും ഉണ്ട്, കലാസൃഷ്ടിയിലെന്ന പോലെ."

ഗണിതത്തെപ്പറ്റിയുള്ള ദാർശനികധാരണ എന്തായാലും ഇപ്പോൾ അത് പഠിപ്പിക്കുന്ന രീതിയിൽ അപകടം ഒളിഞ്ഞിരിപ്പുണ്ടെന്ന് പറയാൻ ശങ്ക വേണ്ട. എത്ര അറിവുണ്ടെങ്കിലും, വിദ്യാർത്ഥിയുടെ സ്ഥാനത്തു നിന്ന് ചിന്തിക്കാത്ത അദ്ധ്യാപകൻ വൻ പരാജയമായിരിക്കും. ഗണിതത്തിൽ രഹസ്യമില്ല. എന്നാൽ ചിലരെങ്കിലും ഈ വസ്തുത മറച്ചു വച്ചാണ് അദ്ധ്യാപനം നിർവ്വഹിക്കുക. പ്രയോഗിക്കുന്ന യുക്തിയുടെ ഒരു

'കുനിഷ്ടും' മറച്ചുവയ്ക്കാതെ, ലളിതമായ ഭാഷയിൽ വിശദീകരിച്ചു വേണം ഗണിതം പഠിപ്പിക്കാൻ. അസംസ്കൃത സാധനങ്ങൾ സൈറ്റിൽ കൊണ്ടുപോയി വെറുതെ ചാമ്പിയാൽ കെട്ടിടം ഉണ്ടാവില്ലല്ലോ. അതു പോലെ ആശയങ്ങളെ യുക്തി ഉപയോഗിച്ച് കോർത്തെടുത്ത് അനുമാനത്തിൽ എത്തിക്കുന്ന വിദ്യയാണ് കുട്ടികളെ പരിശീലിപ്പിക്കേണ്ടത്. പ്രസിദ്ധ ഗണിതജ്ഞനും എഴുത്തുകാരനുമായ അയൻസ്റ്റ്യുവർട്ട് KISS എന്ന തത്ത്വം ആവിഷ്കരിക്കുന്നു. "Keep It Simple Stupid" എന്നാണ് ഇതിന്റെ പൂർണ്ണരൂപം. വിശദീകരണങ്ങൾ അതിലളിതമായിരിക്കണമെന്ന് വിവക്ഷ. അദ്ധ്യാപകൻ ഒരിക്കലും തന്റെ വിജ്ഞാന ഭണ്ഡാഗാരം വിദ്യാർത്ഥികളുടെ മുമ്പിൽ തുറക്കരുതെന്നും സ്റ്റുവർട്ട് ഉപദേശിക്കുന്നു. ഗണിതം കല ആയതിനാൽ അത് സൃഷ്ടിയുടെ വിളനിലമാണ്. വരച്ചു, വരച്ചുവേണം നല്ലൊരു വരകാരനാവാൻ എന്നതുപോലെ, പ്രശ്നങ്ങളെ നിർദ്ധാരണം ചെയ്തു, ചെയ്തു വേണം ഗണിതജ്ഞനാവാൻ. ഈ കൃത്യത്തിലേർപ്പെടുമ്പോൾ സ്വാഭാവികമായും സംശയങ്ങൾ തല പൊക്കുന്നു. സംശയനിവാരണത്തിന് ശ്രമിക്കാത്ത കുട്ടികൾ പാഠം സ്വാംശീകരിക്കുന്നില്ല. നല്ല അദ്ധ്യാപകൻ കുട്ടികളെ ചോദ്യങ്ങൾ ഉന്നയിക്കാൻ പരിശീലിപ്പിക്കുകയും പ്രോത്സാഹിപ്പിക്കുകയും ചെയ്യണം. സംശയങ്ങളില്ലാത്ത കുട്ടിയിൽ സർഗ്ഗഭാവന വിരിഞ്ഞിട്ടില്ലെന്ന് മനസ്സിലാക്കാം. അദ്ധ്യാപകനും കുട്ടികളും ചേർന്നുള്ള സംവാദത്തിലൂടെ പഠിപ്പിക്കുന്ന രീതിയാണ് അത്യുത്തമം. ഇതിന് സമയക്കൂടുതലാവശ്യമാണെന്ന് ചിലർ വിമർശിച്ചേക്കാം. എന്നാൽ അനുഭവസമ്പന്നരായ അദ്ധ്യാപകർക്ക് ഇത്തരം പരിമിതികളെ മറികടക്കാൻ കഴിയും. സംശയങ്ങൾക്കിടനല്കാതെ വിശദീകരിക്കുന്നതിലാണ് അദ്ധ്യാപനത്തിന്റെ മിടുക്കെന്ന് പറയുന്നത്, ഈ പ്രക്രിയയുടെ അന്ത്യഘട്ടത്തെയാണ് സൂചിപ്പിക്കുന്നത്. അതിനു മുമ്പുള്ള ഘട്ടത്തിലാണ് അദ്ധ്യാപകൻ വിദ്യാർത്ഥികളോടും വിദ്യാർത്ഥികൾ അദ്ധ്യാപകനോടും ചോദ്യങ്ങൾ ചോദിക്കുന്നത്.

ചോദ്യങ്ങൾ ചോദിക്കാനുള്ള സിദ്ധിയാണ് ഗണിതമഹാസൗധത്തിലേക്കുള്ള താക്കോൽ.

(2009)

ജാതിയുടെ ജാതകം

അഖിലേന്ത്യാതലത്തിൽ ജാതികളുടെ കണക്കെടുപ്പ് നടത്താനുള്ള ഒരുക്കങ്ങൾ ആരംഭിച്ചിരിക്കയാണല്ലോ. സംവരണനയം ദളിത്-പിന്നാക്ക വിഭാഗങ്ങൾക്ക് പ്രതീക്ഷിച്ചത്ര ഗുണം ചെയ്തിട്ടില്ലെന്നും അത് നടപ്പാക്കിയതിൽ പ്രമാദങ്ങൾ വന്നിട്ടുണ്ടെന്നുമുള്ള പരാതിയാണ് ഇതിന് പ്രേരകം. പ്രഖ്യാപിത ഉദ്ദേശ്യം, ഓരോരുത്തരുടെയും ജാതിയോ സദൃശമായ സാമൂഹിക വിഭാഗമോ രേഖപ്പെടുത്തുകയാണ്. ഹിന്ദു സമുദായത്തിൽ നിലവിലുള്ള തട്ടുകളെ (strata)ക്കുറിച്ച് വ്യവഹരിക്കാനാണല്ലോ ജാതിയെന്ന പദം ഉപയോഗിക്കുക. മുസ്ലീങ്ങൾ, ക്രിസ്ത്യാനികൾ തുടങ്ങിയ മതന്യൂനപക്ഷങ്ങളുടെ ഇടയിലും ഉച്ചനീചത്വങ്ങൾ വിളംബരം ചെയ്യുന്ന, കൃത്രിമ വിഭജനങ്ങളുണ്ട്. ജാതിപോലെ ഇവ അത്ര കർശനമായി പാലിക്കപ്പെടുന്നില്ല. ഈ ചർച്ച പ്രധാനമായും ജാതിയെ പുരസ്കരിച്ചാണെങ്കിലും അവതരിപ്പിക്കുന്ന കാര്യങ്ങൾ എല്ലാത്തരം സ്വത്വ/വർഗ്ഗീകരണങ്ങൾക്കും പ്രസക്തമാണ്.

അടുത്തകാലം വരെ, ഇന്ത്യൻ സമൂഹത്തിന്റെ ശാപമായി ജാതിയെ കണക്കാക്കിയിരുന്നു. സ്വതന്ത്ര ചിന്തകർ ഇപ്പോഴും ഇതേ അഭിപ്രായക്കാരാണ്. എന്നാൽ, അതിശക്തമായ ഒരു സമ്മർദ്ദോപകരണമാണ് ജാതിയെന്ന് തെളിഞ്ഞിരിക്കയാണ്. ഒരു വിലപേശൽ തന്ത്രമാണ് ജാതിച്ചീട്ടുകളി. ഉദ്യോഗസംവരണം മാത്രമല്ല, അധികാരസോപാനങ്ങളിലേക്കുള്ള അഭിവൃദ്ധിയും പലപ്പോഴും ജാതി അടിസ്ഥാനത്തിൽ സംഭവിക്കുന്നു. മതങ്ങളെയും ജാതികളെയും പ്രീണിപ്പിച്ചുനിർത്തിയാൽ പൊതുരംഗത്ത് ശാന്തിയും സമാധാനവും കളിയാടുമെന്ന് ചില 'പ്രായോഗിക' രാഷ്ട്രീയക്കാർ വിശ്വസിക്കുന്നു. അടുത്ത വർഷത്തെ ജാതി സെൻസസ്, ജാതിയെ ശാശ്വതവല്ക്കരിച്ചേക്കുമെന്ന ആശങ്ക പ്രകടിപ്പിക്കപ്പെട്ടിട്ടുണ്ട്. 2010-ലെ സെൻസസ് ഡാറ്റയിൽ നിന്ന് ജാതിയെക്കുറിച്ചുള്ള

സ്ഥിതിവിവരക്കണക്കുകൾ ചോർത്തി എടുക്കാവുന്നതേയുള്ളൂ എന്ന് യു ജി സി ചെയർമാൻ, ഒരു മുൻ സെൻസസ് കമ്മീഷണർ, കർണ്ണാടക പിന്നാക്ക വർഗ്ഗകമ്മീഷന്റെ ഒരു മുൻ ചെയർമാൻ, തലയെടുപ്പുള്ള ഏതാനും അക്കാദമിക്കുകൾ എന്നിവരടക്കം ഒമ്പത് പ്രമുഖർ ഈയിടെ പറഞ്ഞത്, ബധിരകർണ്ണങ്ങളിലാണോ പതിഞ്ഞത്? പൊതു സെൻസസിന് മൊത്തം ചെലവ് 2240 കോടി രൂപ. ജാതി സെൻസസിന് മാത്രം നീക്കിവെച്ചിട്ടുള്ളത് 2000 കോടി രൂപ!

മതവും ജാതിയും കൂടിക്കുഴഞ്ഞ് ഒരഴകുഴപ്രശ്നമായിരിക്കയാണ്. മതപരിവർത്തനത്തിൽ ജാതിമാറ്റവും അന്തർഭവിച്ചിട്ടുണ്ടോ എന്ന ചോദ്യത്തിന് സമകാലിക പ്രസക്തി ഉണ്ട്. നിരുപദ്രവമായ തൊഴിൽ വിഭജനമല്ലിപ്പോൾ ജാതിഘടനയിൽ ഒളിഞ്ഞിരിക്കുന്നത്. സ്വതന്ത്ര ഇന്ത്യയിൽ ആർക്കും ഏത് തൊഴിലും ചെയ്യാമെന്നതിനാൽ ജാതിയും തൊഴിലുമായുള്ള നാളീബന്ധത്തിന് ചരിത്രപരമായ പ്രാധാന്യമേയുള്ളൂ. എങ്കിലും ജാതികളുടെ ഐഡന്റിറ്റി സംരക്ഷിക്കുന്നതിൽ ജാതി-തൊഴിൽ ബന്ധത്തിന് നിർണ്ണായകസ്ഥാനമുണ്ട്. ഒരപ്രിയസത്യമാണ് ജാതികളുടെ ശ്രേണിവല്ക്കരണം. വരൾച്ചയെപ്പോലെ. എല്ലാവരും ഇഷ്ടപ്പെടുന്നു ജാതിയെ! അവർണ്ണന് സംവരണം നിലനിർത്താൻ; സവർണ്ണന് ഇല്ലാത്ത പൊങ്ങച്ചം നടിക്കാൻ. വെള്ളം കടക്കാത്ത അറകളായി ജാതികളെ പരിരക്ഷിക്കണമെന്നാണ് ജാതിക്കളിക്കാരുടെ ആവശ്യം. ഉത്തരേന്ത്യയിലെ മാനം കാക്കൽ കൊലപാതകങ്ങളും ജാതിശുദ്ധിയെന്ന മിഥ്യയെ പ്രതീകവല്ക്കരിക്കുന്ന ആചാരങ്ങളും ജാതിവാദത്തിന് പിന്നിൽ നിഗൂഢതകളുണ്ടെന്ന അനുമാനത്തെ ബലപ്പെടുത്തുന്നു. എല്ലാറ്റിനും പുറമേ, ജാതി സമ്പ്രദായത്തിന്റെ ഭാവിയെപ്പറ്റി പര്യാലോചിക്കേണ്ട സമയവും സമാഗതമായി.

ജാതിയുടെ ആവിർഭാവം

വർണ്ണവും ജാതിയും വിഭിന്ന ആശയങ്ങളാണെന്നത് അവഗണിച്ചാണ് പതിവ് ചർച്ചകൾ നീങ്ങുക. 'ആർഷജ്ഞാന'ത്തിൽ നാലപ്പാട്ട് നാരായണമേനോൻ പറയുന്നതുപോലെ, 'വർണ്ണ'ശബ്ദത്തിന് സമുദായത്തിലുള്ള സ്ഥാനം, പ്രവൃത്തി, ഉപജീവനമാർഗ്ഗം എന്നും, ആവരണം ചെയ്യപ്പെടുന്നത് (നിറം) എന്നും പല അർത്ഥഭേദങ്ങളുണ്ട്. *ഹിന്ദുധർമ്മം* എന്ന പുസ്തകത്തിന്റെ കർത്താവായ ഭഗവൻദാസിന്റെ അഭിപ്രായത്തിൽ വർണ്ണത്തിന് ഇന്ന് നിലവിലുള്ള ജാതി എന്ന അർത്ഥം ഒരുതരത്തിലുമില്ല. Caste എന്ന ഇംഗ്ലീഷ്പദം പോർച്ചുഗീസിലുള്ള casta യിൽ നിന്നുത്ഭവിച്ചതാണ്. Breed അല്ലെങ്കിൽ വംശം എന്നാണ് casta യുടെ അർത്ഥം. തൊഴിലിനെ ആസ്പദാക്കി പ്രാദേശികതലത്തിൽ നടന്ന സാമൂഹിക വിഭജനത്തെയാണ് ജാതി സൂചിപ്പിക്കുക. ഇന്ത്യൻ സമൂഹത്തിന്റെ പരിണാമത്തിലെ ഒരു ഘട്ടം. എല്ലാ ജാതികളും ഒരേ കാലത്ത്, ഒരേ സ്ഥലത്ത് നിശ്ചയിക്കപ്പെട്ടെന്നല്ല വിവക്ഷ. വിദഗ്ദ്ധ സേവനം ചെയ്യുന്ന തൊഴിലാളി

കളും അവരുടെ കുടുംബങ്ങളുമാണ് വിവിധ ജാതികളായി ആദ്യം ചാപ്പ കുത്തപ്പെട്ടത്.

ജാതി ഒരു ആര്യൻ ഇറക്കുമതിയാണെന്ന ധാരണ ശരിയല്ലെന്ന് 2006 ൽ ഹൈദരാബാദിലുള്ള സെന്റർ ഫോർ സെല്ലുലർ ആന്റ് മോളിക്കുളർ ബയോളജിയിലെ ഗവേഷകർ കാണിച്ചു. 2009 ൽ ഹാവാഡ് മെഡിക്കൽ സ്കൂൾ, എം ഐ ടി തുടങ്ങിയ അമേരിക്കൻ സ്ഥാപനങ്ങളുമായി സഹകരിച്ച് ഈ സ്ഥാപനം നടത്തിയ പഠനം തെളിയിക്കുന്നത്, ആര്യപൂർവ്വകാലഘട്ടത്തിൽ ഇന്ത്യയിലുണ്ടായിരുന്ന ഗോത്രവംശങ്ങളിൽ നിന്നത്രെ ജാതിയുടെ ഉല്പത്തി എന്നാണ്. 13 സംസ്ഥാനങ്ങളിൽ നിന്ന് ശേഖരിച്ച 25 വ്യത്യസ്തവംശങ്ങളിൽപ്പെട്ട 132 പേരുടെ ജീനോമുകളിൽ നിന്നുരിത്തിരിഞ്ഞ വിവരം. തുണ്ടലും (ഇര) തേടവും നടത്തി, ചെറിയതോതിൽ വൈദഗ്ദ്ധ്യം ആവശ്യമുള്ള തൊഴിലുകളും ചെയ്ത് ജീവിച്ചിരുന്ന ഗോത്രസംഘങ്ങൾ കൃഷിയിലേക്ക് തിരിഞ്ഞ് ഒരു സ്ഥലത്ത് സ്ഥിരപാർപ്പ് തുടങ്ങിയ വേളയിലാവാം, അവരുടെ പരമ്പരാഗത തൊഴിലുകൾ ജാതിസൂചകങ്ങളായി മാറുന്നത്.

സാമ്പത്തിക കാരണങ്ങളാലാണ് ജാതിവ്യവസ്ഥയിൽ ശ്രേണീവല്ക്കരണം സംഭവിച്ചത്. വിദഗ്ദ്ധ പരിശീലനം കൂടുതലാവശ്യമുള്ള ജോലികൾ ചെയ്യുന്നവർക്ക് കൂടുതൽ കൂലി ലഭിക്കുന്നു. എണ്ണത്തിൽ കുറവുള്ള ഇക്കൂട്ടർ മേൽ ജാതി ആയും, മറ്റു തൊഴിലാളികൾ കീഴ്ജാതി ആയും അംഗീകരിക്കപ്പെടുന്നു. അന്തസ്സ് ആപേക്ഷികമായതിനാൽ ഏത് രണ്ട് ജാതികളെയും പരസ്പരം താരതമ്യപ്പെടുത്തി, ഒന്ന് മറ്റേതിനേക്കാൾ ഉയർന്നത് എന്ന് വിശേഷിപ്പിക്കപ്പെട്ടിരുന്നു. ആര്യന്മാർ തങ്ങളുടെ വർണ്ണവ്യവസ്ഥയെ നാട്ടുകാരുടെ ജാതിവ്യവസ്ഥയായി ഇണക്കിയെടുത്തു. മികച്ച യുദ്ധതന്ത്രം ഉപയോഗിച്ച ആര്യന്മാരോട് ദ്രാവിഡർ തോറ്റു. ആര്യന്മാരുടെ വർണ്ണവ്യവസ്ഥ ദ്രാവിഡരുടെ ജാതിവ്യവസ്ഥയ്ക്ക് മുകളിൽ പ്രത്യക്ഷപ്പെട്ടു. ആര്യ-ദ്രാവിഡ സങ്കരസന്തതികൾ വൈശ്യ, അല്ലെങ്കിൽ ശൂദ്രവിഭാഗത്തിൽ ചേർക്കപ്പെട്ടിരിക്കും. ഈ കനിവ് ലഭിക്കാത്ത നാട്ടുകാർ ചാതുർവർണ്ണ്യത്തിന് വെളിയിലുമായി. സംഭാവ്യതയെ ആസ്പദമാക്കിയുള്ള ഒരു വിശദീകരണമാണിത്. വർണ്ണ-ജാതിവ്യവസ്ഥകളുടെ അന്യോന്യ സ്വാധീനത്തിലാവാം, വർണ്ണവ്യവസ്ഥയിലും പ്രാദേശികതലത്തിൽ ഉപവിഭാഗങ്ങൾ പ്രത്യക്ഷപ്പെട്ടത്. ഇവർക്കിടയിലും 'അന്തസ്സ്' സംബന്ധിച്ചുള്ള തർക്കങ്ങൾ ഉണ്ട്. ഉദാഹരണമായി, കൈമൾ, പണിക്കർ, കുറുപ്പ്, മേനോൻ, പിള്ള, നായർ തുടങ്ങിയ നിരവധി ഉപവിഭാഗങ്ങൾ ഒരേ വർണ്ണത്തിൽപ്പെട്ടവരാണെങ്കിലും ഇവരിൽ ആരാണ് അന്തസ്സിൽ മുന്തിയതെന്നതിനെച്ചൊല്ലി വിവാദങ്ങൾ ഉയർന്നിട്ടുണ്ട്. ഉച്ചനീചത്വങ്ങൾ ദളിത്-പിന്നാക്കക്കാരുടെ ഇടയിലും പുലരുന്നുണ്ട്.

ജാതിയും ശരീരവർണ്ണവുമായി ബന്ധമുണ്ടോ? എന്തുകൊണ്ട് ഭൂരിപക്ഷം കീഴാളർ കറുത്തതും ഭൂരിപക്ഷം മേലാളർ വെളുത്തതും ആയി? കറുപ്പിനെ അപേക്ഷിച്ച് വെളുപ്പിന് ഒരു മഹത്ത്വവും ഇല്ലെന്നു തന്നെയല്ല,

ഉഷ്ണമേഖലകളിൽ കറുപ്പാണ് അതിജീവനത്തിന് കൂടുതൽ സഹായകമായ നിറം. മനുഷ്യർ ആദ്യം പ്രത്യക്ഷപ്പെട്ടത് ആഫ്രിക്കയിലാണെന്ന് നരവംശശാസ്ത്രജ്ഞർ പറയുന്നു. അവിടെനിന്ന് മറ്റു ഭൂഖണ്ഡങ്ങളിലേക്ക് നിരവധി കുടിയേറ്റങ്ങൾ നടന്നിട്ടുണ്ട്. ഉഷ്ണമേഖലയിൽ താമസിച്ചവരുടെ ശരീരത്തിന് സൂര്യരശ്മികളെ ആഗിരണം ചെയ്യുന്ന മെലാനിൻ എന്ന പിഗ്മെന്റ് കൂടുതലായി ഉല്പാദിപ്പിക്കപ്പെട്ടു. ഒരു ജീൻ ആണ് ഈ പ്രവർത്തനത്തിനുത്തരവാദി. എല്ലാ മനുഷ്യരിലും ഈ ജീൻ ഉണ്ടെങ്കിലും തണുപ്പ് രാജ്യങ്ങളിൽ പാർക്കുന്നവരിൽ ഇത് സ്വിച്ച്-ഓഫ് ചെയ്തിരിക്കുകയാണ്. തങ്ങളുടെ ശരീരവെണ്മയെ ഇഷ്ടപ്പെടാത്ത വെള്ളക്കാർ അർദ്ധനഗ്നരായി, വെയിൽ കൊള്ളാറുണ്ട്. സൂര്യപ്രകാശമേല്ക്കുമ്പോൾ പ്രസ്തുത ജീൻ ഉണർന്ന്, അല്പം മെലാനിൻ ഉല്പാദിപ്പിച്ച് ശരീരത്തിന് മങ്ങിയ തവിട്ടുനിറം സമ്മാനിക്കുന്നു. വെയിലേല്ക്കാതാവുമ്പോൾ ജീൻ പ്രവർത്തനരഹിതമാവുകയും ശരീരവർണ്ണം വീണ്ടും വെളുപ്പായിത്തീരുകയും ചെയ്യുന്നു. തൊലിയിൽ വളർന്നുവരുന്ന പുത്തൻ കോശങ്ങളിലെ മെലാനിൻ-ഉല്പാദക ജീൻ നിർജ്ജീവാവസ്ഥയിലായതിനാലാണ് ഇങ്ങനെ സംഭവിക്കുന്നത്. ഡി എൻ എ തന്മാത്രയുടെ ഖണ്ഡങ്ങളാണ് ജീനുകൾ. ജീനുകൾ കോശങ്ങളുടെ എല്ലാ പ്രവർത്തനങ്ങളെയും നിയന്ത്രിക്കുന്നു. ജീനുകളുടെ സംഘാതമാണ് ജീനോം. കറമ്പന്റെയും വെളുമ്പന്റെയും ജിനോമുകൾ തമ്മിൽ പറയത്തക്ക വ്യത്യാസങ്ങളില്ല. കൃത്യമായി പറഞ്ഞാൽ, ഇവ തമ്മിലുള്ള ഘടനാപരമായ അന്തരം രണ്ട് വെളുമ്പരുടെ ജീനോമുകൾ തമ്മിലോ, രണ്ട് കറമ്പരുടെ ജിനോമുകൾ തമ്മിലോ ഉള്ള അന്തരത്തെ അപേക്ഷിച്ച് കുറവാണ്. സാഹചര്യങ്ങളാണ് കറമ്പനെ കമ്പനും, വെളുമ്പനെ വെളുമ്പനും ആക്കുന്നത്. ഇരുവരും ഒരേ ജീനോമിന്റെ അവകാശികൾ. സവർണ്ണനും അവർണ്ണനും വഹിക്കുക, ഹോമോ സാപ്പിയന്മാരുടെ ജിനോമാണ്. ഇന്ന് ഭൂമുഖത്തുള്ള ഏക മനുഷ്യ സ്പീഷീസാണിത്. ഈ യാഥാർത്ഥ്യത്തെ ഉൾക്കൊള്ളാൻ സവർണ്ണർ എന്തേ മടിക്കുന്നു? ശുദ്ധിയുടെയും തീണ്ടലിന്റെയും അശുദ്ധ വിചാരങ്ങൾ ഇരുപത്തിയൊന്നാം നൂറ്റാണ്ടിലും മനസ്സിൽ കൊണ്ടു നടക്കുന്നവർ ശ്രദ്ധിക്കുമോ?

നമ്മുടെ ഇടയിലെ കറുത്തവരുടെ നിറത്തിൽ നിന്ന് ഒരു വാസ്തവം അനുമാനിച്ചെടുക്കാം. വെളുത്ത തൊലിക്കാരായ വിദേശികൾ ഈ വൻകരയിലെത്തുന്നതിന് വളരെ മുമ്പേ ഇവരുടെ പൂർവ്വികർ ഇവിടെ വന്ന് പാർപ്പുറപ്പിച്ചു. ദീർഘകാലത്തെ സൂര്യതാഡനം അവരെ കറമ്പരാക്കി. എന്നാൽ കറമ്പരും പിന്നീടെത്തിയ വെളുമ്പരും തമ്മിൽ നടന്നിരിക്കാനിടയുള്ള ഇണചേരലുകളുടെ ഫലമായി മെലാനിൻ-സജീവ ജീനും, മെലാനിൻ-നിർജ്ജീവ ജീനും തലമുറകളിലൂടെ കൈമാറ്റം ചെയ്യപ്പെടുകയോ, അല്ലെങ്കിൽ ഒരേ ജീനിന്റെ അവസ്ഥയിൽ മാറ്റമുണ്ടാവുകയോ ചെയ്തിരിക്കാം. ഇന്നത്തെ ഇന്ത്യൻ ജനത, ഇത്തരം ജനിതക പ്രക്രിയകളുടെ ഉല്പന്നമാണ്. കറുപ്പ് - ജീനും, വെളുപ്പ് - ജീനും (ഒരേ

ജീനിന്റെ രണ്ടവസ്ഥകൾ) തമ്മിലുള്ള സംയോഗത്തിൽ പിറക്കുന്ന സന്താനത്തിന് കറുപ്പോ, വെളുപ്പോ നിറമാവാം. എന്നാൽ ആർക്കും ഇത് പ്രവചിക്കാനാവില്ല. പറഞ്ഞുവരുന്നത് ഇന്നുള്ള സവർണ്ണരെല്ലാം പണ്ടത്തെ ആര്യൻ കുടിയേറ്റക്കാരുടെ നേർസന്തതികളാണെന്നത് മിഥ്യയാണെന്നാണ്. അതുപോലെ, സമകാലിക ഇന്ത്യയിലെ അവർണ്ണർ ആദിദ്രാവിഡരുടെ നേർഅവകാശികളുമല്ല. ഇരുകൂട്ടരും സങ്കരവർഗ്ഗങ്ങളാണ്.

പൊള്ളയായ അന്തസ്സ് - സങ്കല്പങ്ങളുടെ പേരിൽ, വിവാഹം ഓരോ ജാതിയുടെയും ആഭ്യന്തരകാര്യമായി ചുരുങ്ങി. ജനസംഖ്യ കുറഞ്ഞ ജാതിസമൂഹങ്ങളിൽ അമ്മാവൻ-അനന്തരവൾ, മുറപ്പെണ്ണ് - മുറച്ചെറുക്കൻ തുടങ്ങിയ വാർപ്പ് മാതൃകയിലുള്ള വിവാഹങ്ങൾ ജനപ്രീതി നേടി. ഇപ്രകാരം ഓരോ ജാതിയും ഒരടഞ്ഞ ജീൻ ശേഖരമായി ഒതുങ്ങുന്നു. രഹസ്യബന്ധങ്ങളിലൂടെയെങ്കിലും പുറത്തുനിന്ന് ജീനുകളെ സ്വീകരിക്കുന്നില്ലെങ്കിൽ ഓരോ ജാതിയുടെയും ജീൻ വൈവിദ്ധ്യം വല്ലാതെ കുറഞ്ഞുപോകും. സന്താനോല്പാദനക്ഷമതയെ ബാധിച്ചെന്നും വരാം. ആഫ്രിക്കയിലും ആസ്ത്രേലിയയിലും ഒക്കെ ചില ആദിവാസി സമൂഹങ്ങൾ ഭൂമുഖത്തുനിന്ന് പൂർണ്ണമായും തുടച്ചുനീക്കപ്പെട്ടതിന് ഒരു കാരണം കെട്ടിയടച്ച ജീൻശേഖരങ്ങളായി ദീർഘകാലം തുടർന്നതാവാം.

ജഡീകരണം തുടരണോ?

ജീവശാസ്ത്രപരമായി പരിശോധിച്ചാൽ, ജാതിസമൂഹങ്ങൾ ജഡീകൃതമാണെന്ന് മനസ്സിലാക്കാം. സ്വതന്ത്ര ഇന്ത്യ ഭൗതികപുരോഗതി നേടിയെങ്കിലും മാനസികമായി ഒരിരുണ്ട യുഗത്തിലേക്ക് പ്രവേശിച്ചിരിക്കയാണ്. ജാതി-മതചിന്തകൾ കൊടുകുത്തിവാഴുന്ന ഒരു കാലഘട്ടം. ഇന്ത്യൻ സമൂഹം ചലനാത്മകമല്ല, സനാതന സംസ്കാരത്തിന്റെ സവിശേഷത അതിന്റെ നിശ്ചലാവസ്ഥയാണെന്ന വിമർശനം ശരിയോ? ജീവശാസ്ത്രപരവും സാമൂഹികവുമായ മാറ്റങ്ങളെ സ്വാഗതം ചെയ്യാനുള്ള അധൈര്യമോ, അനാസ്ഥയോ ആണ് ഇത് സൂചിപ്പിക്കുന്നത്. തലങ്ങും വിലങ്ങും ജാതിച്ചരടുകളാൽ വലിഞ്ഞുമുറുക്കിയ ഒരു 'പ്രാകൃത' സമൂഹം.

ജാതിപ്പൊങ്ങച്ചങ്ങൾ പ്രദർശിപ്പിക്കുന്നതിൽ കേരളീയർ ഒട്ടും പിന്നിലല്ല. പുരോഗമനം പ്രസംഗിക്കുമെങ്കിലും യാഥാസ്ഥിതികതയുടെ മൂർത്തീകരണങ്ങളാണ് നമ്മൾ. ശ്രീനാരായണ ഗുരുവിന്റെ

"നരജാതിയിൽനിന്നത്രേ പു(പി)റന്നീടുന്നു വിപ്രനും
പറയൻതാനുമെന്തുള്ളന്തരം നരജാതിയിൽ"

എന്നീ വരികൾക്ക് സമകാലിക കേരളം എന്തെങ്കിലും വില കല്പിച്ചിട്ടുണ്ടോ? തീണ്ടലും തൊടീലും ഒരു പരിധിവരെ അപ്രത്യക്ഷമായെങ്കിലും ഹൃദയത്തിന്റെ അഗാധതകളിൽ ജാതി വൈരം വെന്തുനീറുന്നില്ലേ?

ജാതിസമ്പ്രദായം കേരളത്തിൽ പോലും സാമൂഹിക ജഡീകരണം

സൃഷ്ടിച്ചിരിക്കുന്നു. ഇപ്പോഴത്തെ കോലാഹലങ്ങളേറെയും മതത്തിന്റെയും ജാതിയുടെയും പേരിലാണ്. അന്യജാതിയിൽപ്പെട്ട പുരുഷനെ വേൾക്കുന്ന പെൺകുട്ടി പ്രസവിക്കുന്ന സന്താനങ്ങൾക്ക് പുരുഷന്റെ ജാതി ലഭിക്കുന്നു എന്നാണ് വയ്പ്പ്. സ്ത്രീ-പുരുഷ സമത്വത്തിനെതിരാണീ നിയമം. ദമ്പതിമാർക്ക് കുഞ്ഞുങ്ങളുടെ ജാതി തെരഞ്ഞെടുക്കാനുള്ള അവകാശം കൊടുക്കാവുന്നതാണ്. മതം മാറിയാൽ ജാതിയും മാറുന്നുവെന്ന നിരീക്ഷണം തെറ്റാണ്. എന്തെന്നാൽ ജീൻ ശേഖരമാണ് ജാതിയെ നിർണ്ണയിക്കുക. ഒരു ഹിന്ദു ദളിതൻ മുസ്ലിമോ ക്രിസ്ത്യാനിയോ ആയി മതപരിവർത്തനം ചെയ്താൽ അയാളുടെ ജാതി പരിവർത്തനം നടക്കുന്നില്ല.

ജാതി സമൂഹങ്ങളിൽ പരിണാമം തടസ്സപ്പെടുന്നുവെന്ന നിരീക്ഷണത്തിൽ അതിശയോക്തി ഇല്ല. സങ്കരജാതികളായ സസ്യങ്ങളും മൃഗങ്ങളും മുന്തിയ ഗുണങ്ങൾ പ്രദർശിപ്പിക്കുന്നതായി കാണാം. കൃത്രിമ ബീജസങ്കലനമാണ് ഇതിനായി ഉപയോഗിക്കുന്ന മാർഗ്ഗം. മിശ്രവിവാഹത്തിലൂടെ ജീൻ സമ്പത്ത് മെച്ചപ്പെടുത്താൻ കഴിയും. പരിണാമത്തിന് അനുകൂലമായ നടപടിയാണിത്. ജീൻ സമ്മിശ്രണത്തിന്റെ മേന്മ സ്പഷ്ടമാക്കുന്ന പ്രവണതകൾ കേരള ചരിത്രത്തിൽ ദൃശ്യമാണ്. നമ്പൂതിരി സംബന്ധത്തെ സാംസ്കാരികച്യുതിയായി ചിത്രീകരിക്കാറുണ്ടെങ്കിലും നായർ സമുദായത്തെ സംബന്ധിച്ചിടത്തോളം ജീവശാസ്ത്രപരമായി അത് കുറേ ഗുണം ചെയ്തു. 'സംബന്ധ'ങ്ങളിൽ പിറന്ന എത്രയോ പേർ അന്യാദൃശമായ മികവിന്റെ ഉടമകളായിത്തീർന്നു! എന്നാൽ അന്തർജ്ജനങ്ങൾ പ്രസവിച്ച ശുദ്ധബ്രാഹ്മണരിൽ ചിലരെങ്കിലും നമ്പൂതിരി ഫലിതം, നമ്പൂതിരിവിഡ്ഢിത്തം തുടങ്ങിയ പ്രയോഗങ്ങൾക്ക് നിമിത്തമായി. ആഭ്യന്തരവിവാഹമാതൃക സ്വീകരിച്ച കേരളീയ രാജകുടുംബങ്ങൾ കാര്യമായ അഭിവൃദ്ധി പ്രാപിച്ചില്ലെന്നതു പ്രസ്താവ്യമാണ്. കേരളത്തിലെ മതന്യൂനപക്ഷങ്ങൾ വിവിധ രംഗങ്ങളിൽ മുന്നേറിയതിന്റെ ഒരു രഹസ്യം മതപരിവർത്തനമാണോ?

സൈലന്റ് വാലി പോലുള്ള മഴക്കാടുകളിൽ തിങ്ങിവളരുന്ന ചെടികളും വൃക്ഷങ്ങളും, അവിടെ വിഹരിക്കുന്ന മൃഗങ്ങളും അമൂല്യമായ ജീൻ സമ്പത്താണല്ലോ. അവിടെ നൂറുകണക്കിന് ഇടങ്ങളിൽ, ഉയരത്തിൽ ഭിത്തി കെട്ടി തിരിച്ചാൽ, ഒറ്റപ്പെട്ടുപോകുന്ന ജീവജാലങ്ങൾക്ക് അചിരേണ വംശനാശം ഫലം. ജാതിയുടെ അദൃശ്യകരങ്ങൾ ജനങ്ങളെ കള്ളികളിലാക്കി പീഡിപ്പിക്കുന്നു. ജാതിമതിലുകൾ ഇതേപടി തുടരുന്നത് ജീവശാസ്ത്രപരമായും സാംസ്കാരികമായും ഒട്ടും അഭിലഷണീയമല്ലെന്ന് ജാതിസ്വത്വക്കാർ മനസ്സിലാക്കട്ടെ. അണുകുടുംബ മാതൃകയും കുടിയേറ്റവും, ചില വിഭാഗങ്ങളുടെ ജനസംഖ്യയിൽ സാരമായ കുറവ് വരുത്തുന്നു. കൂടുതൽ കുഞ്ഞുങ്ങളെ ജനിപ്പിച്ച് ഇതിന് പരിഹാരം കാണാമെന്ന് പറയുമെങ്കിലും ഉല്പാദനക്ഷമത ഉൾപ്പെടെയുള്ള വിത്തുഗുണങ്ങളെ എങ്ങനെ ഉറപ്പാക്കും? സങ്കീർണ്ണ പ്രശ്നത്തിന്റെ പരിഹാരത്തിന്,

മിശ്രവിവാഹം പ്രോത്സാഹിപ്പിക്കുന്നതരത്തിലുള്ള, ഒരു സ്വതന്ത്രനയം ആവിഷ്കരിക്കണം. സംവരണ വിഭാഗത്തിൽപ്പെട്ട ഒരു വ്യക്തി, തന്റെ ജാതിക്ക് പുറത്തുനിന്ന് വിവാഹം ചെയ്താൽ സംവരണാനുകൂല്യങ്ങൾ ദമ്പതിമാർ ഇരുവർക്കും ഒരുപോലെ ലഭിക്കുമെന്ന് വ്യവസ്ഥ ചെയ്യണം. മിശ്രവിവാഹം കഴിക്കുന്ന സർക്കാർ ഉദ്യോഗസ്ഥർക്ക് രണ്ടോ മൂന്നോ ഇൻക്രിമെന്റ് അനുവദിക്കുകയുമാവാം.

മനുഷ്യരുടെ പെരുമാറ്റത്തെ നിർണ്ണയിക്കുന്നതിൽ ജീനുകളെ കൂടാതെ, പരിസ്ഥിതിക്കും സാരമായ പങ്കുണ്ട്. ഇവിടെ 'പരിസ്ഥിതി' എന്ന പ്രയോഗം വിവക്ഷിക്കുക പ്രകൃതി മാത്രമല്ല, സാമൂഹിക-സാമ്പത്തിക-സാംസ്കാരിക പരിസരവും കൂടിയാണ്. ജാതിഘടനയുടെ സമ്മർദ്ദത്തിൽ വിങ്ങിക്കഴിയുന്ന ധാരാളം പേരുണ്ട് കേരളത്തിൽ. ജന്മനായുള്ള സിദ്ധികൾക്ക് വർണ്ണവികാസം ലഭിക്കാൻ ജാതിവിലക്കുകൾ അവരെ അനുവദിക്കുന്നില്ല. വിദ്യാഭ്യാസം മുഴുവനും സ്വസമുദായം നടത്തുന്ന സ്ഥാപനങ്ങളിൽ നിർവ്വഹിക്കുന്നവർക്ക് പക്വതയുള്ള ലോകവീക്ഷണം കൈമുതലാകുന്നില്ല. പാരമ്പര്യവും (ജീനുകൾ) പരിലാളനവും (Nature and nurture) ഒത്തൊരുമിച്ചാണ് ഒരു പൂർണ്ണ വ്യക്തിയെ നിർമ്മിക്കുക. മിശ്രവിവാഹം ശാസ്ത്രീയാർത്ഥത്തിൽ നല്ലതാണെന്ന് മനസ്സിലാക്കുന്ന പക്ഷം, ജാതിവെറിക്കും സമുദായസ്പർദ്ധയ്ക്കും അല്പമെങ്കിലും ശമനം കിട്ടും. സംവരണവിഭാഗങ്ങളുടെ ആനുകൂല്യങ്ങൾ വെട്ടിക്കുറയ്ക്കാതെ വേണം പരിഷ്കാരങ്ങൾ നടപ്പാക്കാൻ. ഓപ്പൺ മെറിറ്റിൽ നിന്നൊരു വിഹിതം മിശ്രവിവാഹിതർക്കായി നീക്കിവെച്ചാൽ മതി. എന്നാൽ ഒരാൾക്ക് രണ്ടുതരം സംവരണാനുകൂല്യങ്ങൾ അനുവദിക്കുകയുമരുത്.

പ്രായോഗിക ജീവിതത്തിൽ ശാസ്ത്രീയ ചിന്ത സ്വീകരിക്കാത്ത സവർണ്ണനെയും അവർണ്ണനെയും ഇരുളടഞ്ഞ ഭാവിയാണ് കാത്തിരിക്കുന്നത്. ഓർക്കുക: 'ജാതിയുടെ ജാതകം ഇന്ത്യയുടെ ജാതകമാണ്.'

(2010)

പുസ്തകമല്ലാതാകുന്ന പുസ്തകം

ഇക്കുറി അമേരിക്കയിൽ ചെന്നപ്പോൾ, മുമ്പു സുപരിചിതമായിരുന്ന മിക്ക പുസ്തകക്കടകളും അപ്രത്യക്ഷമായിക്കൊണ്ടിരിക്കുന്നുവെന്ന സത്യം എന്നെ വേദനിപ്പിച്ചു. പ്രിയപ്പെട്ട സങ്കേതങ്ങളായിരുന്ന സെക്കന്റ് ഹാൻഡ് പുസ്തകക്കടകൾ പോലും അടച്ചുപൂട്ടപ്പെട്ടിരിക്കുന്നു. സന്ദർശനത്തിൽ കൂടുതൽ ദിനങ്ങൾ ചെലവഴിച്ച ഇന്ത്യാനയിലെ ഫോർട്ട് വെയ്ൻ പട്ടണത്തിൽ ഇപ്പോഴുള്ളത് ഒരേയൊരു ബുക്ക്ഷോപ്പ് മാത്രം. ഒരു 'ബാൺസ് ആന്റ് നോബിൾ' കട. കച്ചവടം മോശമായതിനാൽ, പുസ്തകക്കട തുറന്നുവച്ചുള്ള കച്ചവടം അവരും ക്രമേണ നിർത്തിയേക്കുമെന്നു കേട്ടു. ഓൺലൈൻ പുസ്തകവ്യാപാരത്തിൽ പൂർണ്ണമായി മുഴുകാനാണ് അവരുടെ ആലോചന. പഴയരീതിയിലുള്ള കച്ചവടത്തെ അപേക്ഷിച്ച് ഓൺലൈൻ ശൈലിക്ക് പല മെച്ചങ്ങളുമുണ്ട്, കട നിലനിർത്തിക്കൊണ്ടുപോകുന്നതിനാവശ്യമായ ചെലവുകൾ പുസ്തകങ്ങളുടെ വിലയിൽ പ്രതിഫലിക്കുന്നു. പൊതുവിൽ പറഞ്ഞാൽ 'ഓൺലൈൻ ഷോപ്പിങ്ങിൽ' ഉപഭോക്താവിന് ആദായവിലയ്ക്ക് സാധനങ്ങൾ കിട്ടുന്നു. കുറച്ചു കാലത്തേക്കെങ്കിലും ബാൺസ് ആന്റ് നോബിളിന്റെ ഷോപ്പ് പൂട്ടില്ലെന്നു പ്രത്യാശിക്കാം. പുസ്തകപ്രേമികൾക്ക് ബുക്ക്ഷോപ്പ് സന്ദർശിക്കുന്നതും, 'ബ്രൗസിങ്' എന്ന് വിശേഷിപ്പിക്കുന്ന, അലമാരകളിൽ നിരത്തിവച്ചിട്ടുള്ള വാല്യങ്ങൾ പരിശോധിക്കുന്നതും അത്യന്തം ആഹ്ലാദകരമായ അനുഭവമാണ്. പുസ്തകക്കടകൾ അടച്ചുപൂട്ടുന്നത് ഇക്കൂട്ടരെ നിരാശപ്പെടുത്തുകയും ദുഃഖിപ്പിക്കുകയും ചെയ്യുന്നു. ഇഷ്ടജനങ്ങളുടെ വിയോഗം പോലെ.

ഇന്റർനെറ്റിൽനിന്ന് ഏതു പുസ്തകത്തെ സംബന്ധിച്ചും അത്യാവശ്യവിവരം ലഭിക്കുന്നതിനാൽ, കടയിൽ പോയി ബ്രൗസ് ചെയ്യേണ്ട കാര്യമില്ലെന്ന വാദം ശരിയല്ല. ഗ്രന്ഥങ്ങളുടെ പുറംചട്ട, ഉള്ളടക്കം,

ആദ്യത്തെ ഏതാനും പേജുകൾ, അല്ലെങ്കിൽ മാതൃകയായി ചേർത്തിട്ടുള്ള ഒരദ്ധ്യായം—ഇതൊക്കെ ഇന്റർനെറ്റിൽ സന്നിഹിതമാണെങ്കിലും, തൊട്ടും തലോടിയും, അലക്ഷ്യമായി പേജുകൾ മറിച്ചും അല്പം വായിച്ചും പുസ്തകമെന്ന സുന്ദരവസ്തു ആസ്വദിക്കാനുള്ള അവസരമാണ് നഷ്ടമാകുന്നത്. ബാഹ്യമോടിക്കു പുറമേ, ഗന്ധവുമുണ്ട് പുസ്തകങ്ങൾക്ക്. പണ്ട് സോവിയറ്റ് യൂണിയനിൽ നിന്നു തുച്ഛമായ വിലയ്ക്ക് ഇറക്കുമതി ചെയ്തിരുന്ന പുസ്തകങ്ങൾക്ക് ഒരു പ്രത്യേക മണമുണ്ടായിരുന്നതായി ഓർക്കുന്നു. വിശ്വാസികൾ മതഗ്രന്ഥങ്ങളോടെന്നതുപോലെയാണ് പുസ്തകഭ്രാന്തന്മാർ പ്രിയപ്പെട്ട എഴുത്തുകാരുടെ അല്ലെങ്കിൽ എഴുത്തുകാരിയുടെ കൃതികളോട് പെരുമാറുക. ആരാധ്യവ്യക്തിയുടെ ഒരു പുതിയ പുസ്തകം പ്രസിദ്ധീകരിക്കുമ്പോൾ, കടയിൽച്ചെന്ന് അതെടുത്തു പരിശോധിച്ച്, ചുംബിച്ച്, ഷെൽഫിൽ തിരികെ വയ്ക്കുകയോ, വാങ്ങാനായി മാറ്റിവയ്ക്കുകയോ ചെയ്യുന്ന ധാരാളം പേരുണ്ട്. ഹാരിപോട്ടർ സീരീസിൽപ്പെട്ട പുസ്തകങ്ങൾ വാങ്ങാനായി, കടകളുടെ മുമ്പിൽ കുട്ടികളുടെ നീണ്ട 'ക്യൂ'കൾ മേലിൽ സാദ്ധ്യമല്ലാതെവരുന്നത് സഹിക്കുമോ? പുസ്തകശാലകൾ അപ്രത്യക്ഷമാകുമ്പോൾ, പുസ്തകങ്ങൾ കച്ചവടക്കാരന്റെ ഗോഡൗണിൽ, ഓൺലൈൻ ഓർഡർ പ്രതീക്ഷിച്ച്, കുംഭകർണ്ണസേവയിൽ മുഴുകുന്ന സ്ഥിതിവിശേഷമാണ് ഉരുത്തിയിരുന്നത്.

ഗ്രന്ഥമില്ലാഗ്രന്ഥാലയം

21-ാം നൂറ്റാണ്ട് പുസ്തകമില്ലാ-പുസ്തകാലയങ്ങളുടെ കാലഘട്ടമാണ്. സാമ്പ്രദായികഗ്രന്ഥങ്ങളുടെ വ്യാപാരശാലയിൽ സംഭവിച്ചുകൊണ്ടിരിക്കുന്ന മാറ്റത്തെപ്പറ്റി സൂചിപ്പിച്ചുവല്ലോ. എന്നാൽ ഗൗരവതരമായ ഫലങ്ങളുളവാക്കുന്ന സംഭവമാണ് ഇലക്ട്രോണിക് അഥവാ ഡിജിറ്റൽ ലൈബ്രറികളുടെ ആവിർഭാവം. സാങ്കേതികമികവിന്റെ കാര്യത്തിൽ അച്ചടിപ്പുസ്തകങ്ങൾ അപ്രത്യക്ഷമാകുന്നു. ഇ-ബുക്ക്, കിൻഡിൽ, ഐ-ഫോൺ തുടങ്ങിയ ഉപകരണങ്ങൾ കടലാസിലല്ലാതെ വിവരം ശേഖരിച്ചുവയ്ക്കാനും വേണ്ടപ്പോൾ വീണ്ടെടുത്തു (retrieve) വായിക്കാനും ഉപയോഗിക്കപ്പെടുന്നു. ആമസോൺ എന്ന ഓൺലൈൻ വ്യാപാരക്കമ്പനിയാണ് കിൻഡിലിന്റെ ഉപജ്ഞാതാക്കൾ. മിക്ക അച്ചടിപ്പുസ്തകങ്ങളുടെയും കിൻഡിൽ പതിപ്പ് ഓൺലൈനായി വാങ്ങാവുന്നതാണ്. അച്ചടിപ്പതിപ്പിനേക്കാൾ വിലക്കുറവ് തീർച്ച. നൂറുകണക്കിനു കൃതികൾ കിൻഡിലിൽ സ്റ്റോർ ചെയ്യാം. ഒരു കൊച്ചു ഗ്രന്ഥപ്പുര. ഗ്രന്ഥമില്ലാഗ്രന്ഥാലയം. നെറ്റ്വർക്ക് ചെയ്ത പി സി കളിലും ഇത്തരം സേവനം ലഭ്യമാണ്.

ദശലക്ഷക്കണക്കിനു പുസ്തകങ്ങളെ ഡിജിറ്റൈസ് ചെയ്ത രൂപത്തിൽ ഇലക്ട്രോണിക് ആർക്കൈവ്സിൽ സൂക്ഷിക്കാൻ കഴിയും. ഇത്തരം സംവിധാനമാണ് ഡിജിറ്റൽ ലൈബ്രറി എന്നപേരിൽ അറിയപ്പെടുന്നത്. സർവ്വകലാശാലകൾ, കോളെജുകൾ തുടങ്ങിയ സ്ഥാപന

ങ്ങളുടെ ലൈബ്രറികളിൽ ഡിജിറ്റൽ സ്റ്റോറേജിനു സൗകര്യം ഒരുക്കാറുണ്ട്. കുട്ടികൾ തയ്യാറാക്കുന്ന തീസീസുകൾ, ഡിസർട്ടേഷനുകൾ, റിപ്പോർട്ടുകൾ എന്നിവ ഇങ്ങനെ പരിരക്ഷിക്കപ്പെടുന്നു. ഒന്നിലധികം പേർക്ക് ഒരേസമയം ഇത്തരം രേഖകൾ വായിക്കാൻ കഴിയും. എന്നാൽ പകർപ്പവകാശമുള്ള കൃതികളുടെ കാര്യത്തിൽ പബ്ലിഷറുടെ പ്രത്യേക അനുവാദമുണ്ടെങ്കിലേ ഇതു സാദ്ധ്യമാവൂ. സാമ്പ്രദായിക ലൈബ്രറികളെ അപേക്ഷിച്ച് പല മേന്മകളും അവകാശപ്പെടാം, ഡിജിറ്റൽ ലൈബ്രറികൾക്ക്. ഇത്തരമൊരു ലൈബ്രറിയിൽനിന്ന് ഒരു സാധനം എടുത്തു വായിക്കുന്നതിന് ലൈബ്രറിയിൽ പോകണമെന്നില്ല. ലൈബ്രറിയുമായി നെറ്റ്വർക്കു ചെയ്തിട്ടുള്ള ഏതൊരു കമ്പ്യൂട്ടറിൽ നിന്നും അതിന്റെ ശേഖരത്തിലേക്കു പ്രവേശിക്കാമത്രേ. ലൈബ്രറികൾ തമ്മിലും നെറ്റ്വർക്ക് ബന്ധം ഇപ്പോൾ സ്ഥാപിക്കാറുണ്ട്. വിവരവ്യാപനത്തിന് ഈ സംവിധാനം പ്രയോജനപ്പെടുന്നു.

ചില പ്രൊഫഷണൽ ജേർണലുകൾക്ക് ഓൺലൈൻ പതിപ്പു മാത്രമേയുള്ളൂ എന്നത് ശ്രദ്ധേയമാണ്. സ്കൂൾതലത്തിൽപ്പോലും ഇ-ലൈബ്രറികൾ ആരംഭിച്ചുകഴിഞ്ഞു. 2010 ൽ മസാച്ചുസെറ്റ്സിലെ കുഷിങ് അക്കാദമിയെന്ന പ്രൈമറി സ്കൂൾ ലൈബ്രറിയിൽനിന്ന് എല്ലാ പുസ്തകങ്ങളെയും ഒഴിവാക്കി പകരം കമ്പ്യൂട്ടറുകൾ സ്ഥാപിച്ചു. ഈ നൂറ്റാണ്ടിലെ സാങ്കേതികവിദ്യ സ്വാംശീകരിച്ചുവേണം കുഞ്ഞുങ്ങൾ പഠിച്ചുവളരേണ്ടതെന്ന് സാമ്പ്രദായിക പുസ്തകങ്ങളുടെ ശത്രുവായ ഹെഡ്മാസ്റ്റർ ജെയിംസ് ട്രേസി തീരുമാനിച്ചു. ഇതൊരു ശരിയായ നടപടിയല്ലായിരുന്നുവെന്ന് നിക്കോളാസ് കാർ എന്ന വിദഗ്ദ്ധൻ പറയുന്നു. ഇന്റർനെറ്റ് ഉപയോഗം മസ്തിഷ്കത്തെ എങ്ങനെ ബാധിക്കുന്നുവെന്നതിനെക്കുറിച്ച് ഒരു ഗവേഷണഗ്രന്ഥം രചിച്ചയാളാണ് അദ്ദേഹം. സാമ്പ്രദായിക പുസ്തകം അനുവാചകന്റെ ശ്രദ്ധയെ കേന്ദ്രീകരിക്കുകയും ഇലക്ട്രോണിക് പുസ്തകം വികേന്ദ്രീകരിക്കുകയും ചെയ്യുന്നുവെന്ന് കാർ കണ്ടെത്തി. ഒരു വിവരസ്രോതസ്സിൽ നിന്ന് മറ്റൊരു സ്രോതസ്സിലേക്ക് എളുപ്പം കടക്കാവുന്ന പാലങ്ങൾ ഇന്റർനെറ്റിലുള്ളതാണ് കാരണം. അതുപോലെ, അതിൽ ലഭ്യമാകുന്ന പല ലേഖനങ്ങളും ആധികാരികതയോ, പൂർണ്ണതയോ ഇല്ലാത്ത, വെറും കുറിപ്പുകളാണ്. കിൻഡിലിൽ പല പുസ്തകങ്ങൾ ഒരേസമയം മുന്നിൽ ലഭ്യമായതിനാൽ ഒരു പരിധിവരെ, ഒരു പുസ്തകക്കടയിൽ കയറി ബ്രൗസ് ചെയ്യുന്ന അനുഭവം. ഏറ്റവും വലിയ പ്രശ്നമായിത്തോന്നിയത്, സ്ക്രീനിൽ പതുക്കെ തൊട്ടാലും കിൻഡിലിലെ പേജ് മറിയുന്നു എന്നതാണ്. ഇമ്മാതിരിയുള്ള അസ്ഥിരതയെ മറികടക്കാൻ അല്പം സാമർത്ഥ്യം കൂടിയേ തീരൂ.

ഇലക്ട്രോണിക് ഡേറ്റാ സ്റ്റോറേജിന്റെ ഗുണവും ദോഷവും ഒന്നുതന്നെ: മനസ്സിൽ ഒട്ടേറെ കാര്യങ്ങൾ വഹിച്ചുകൊണ്ട് നടക്കേണ്ടതില്ല. ഒരുപരിധി വരെ ഓർമ്മയെ അതിന്റെ പാട്ടിനു വിടാമെന്നു സാരം. പുസ്തകങ്ങൾ വിലകൊടുത്തോ, അല്ലാതെയോ ഇ-ഉപകരണത്തിൽ

ശേഖരിച്ചാലും വായിക്കാനുള്ള ആന്തരികപ്രേരണ ഉണ്ടാവണമെന്നില്ല. അച്ചടിപ്പുസ്തകമാണെങ്കിൽ, അതിന്റെ കെട്ടുംമട്ടും ഗ്രന്ഥകർത്താവിന്റെ ഊരും പേരും ഒക്കെ കണ്ട് നമ്മൾ ആകൃഷ്ടരാവാം. ഇത്തരം ആകർഷ ണമൊന്നും കമ്പ്യൂട്ടറിൽനിന്നോ, കിൻഡിലിൽ നിന്നോ പ്രതീക്ഷിക്കേണ്ട. പ്രഫഷണലുകൾക്കിടയിൽ കമ്പ്യൂട്ടർ ഉപയോഗം പരമകാഷ്ഠയിലാണെ ങ്കിലും അതിൽ ഒരു മുഴുനീള കൃതി ഡൗൺലോഡ് ചെയ്ത് വായിക്കു ന്നവരുടെ സംഖ്യ ചുരുങ്ങും. ഓർമ്മയ്ക്ക് അവധികൊടുക്കവേ, എല്ലാം കമ്പ്യൂട്ടർ മെമ്മറിയിലുണ്ട് എന്നു സൂചിപ്പിച്ച്, തടിതപ്പാനുള്ള പ്രവണത വർദ്ധിക്കുന്നു. കാൽക്കുലേറ്റർ വന്നതോടെ, 2-ഉം 2-ഉം എത്രയെന്നറി യാൻപോലും അതിനെ ആശ്രയിക്കുന്നതായി നമ്മൾ നിത്യേന കാണുന്നു. പുസ്തകശേഖരം കമ്പ്യൂട്ടറിൽ കിടപ്പുണ്ട്; ആവശ്യമുള്ള പ്പോൾ അതു തുറന്നു വായിക്കാമല്ലോ എന്ന മനോഭാവം പ്രചരിക്കു ന്നില്ലേ? പുസ്തകങ്ങൾ കരസ്ഥമാക്കുന്നതിന് പുസ്തസ്നേഹികൾ തമ്മിലും മത്സരിക്കാറുണ്ട്. എന്നാൽ ഏത്, എപ്പോൾ വായിക്കണമെന്ന് നിശ്ചയമില്ലാത്ത അവസ്ഥയിലാണ് പലരും. ഇതിനേക്കാൾ കഷ്ടമാണ് കിൻഡിൽ വായനക്കാരുടെ കഥ. കുറേനാളത്തെ പരിചയം കൊണ്ടേ കിൻഡിൽ വഴങ്ങൂ. സൈക്കിൾ ബാലൻസു പോലെയാണ് അതിലെ വായനാനുഭവമെന്നു തോന്നുന്നു.

പുസ്തകം സമം വായന

വായിക്കപ്പെടുന്നതിലാണ് പുസ്തകത്തിന്റെ സ്വത്വവും അനന്യ തയും നിലകൊള്ളുന്നത്. അതിനാൽ പുസ്തകത്തെ വായനയായി നിർവ്വചിക്കുന്നതിൽ അപാകതയില്ല. പുസ്തകമില്ലാപുസ്തകാലയങ്ങ ളിൽ അനായാസം കയറിയിറങ്ങുന്നവർ ഗൗരവവായനയിൽ മുഴുകാ റുണ്ടോ എന്ന് സന്ദേഹമുണ്ട്. അച്ചടി പ്രചാരത്തിലാകുന്നതിനുമുമ്പ് പുസ്തകം പകർത്തൽ ഒരു കലയായി വളർന്നിരുന്നു. പണ്ടുപണ്ട് ജന ങ്ങൾ പുസ്തകങ്ങളെ കാവ്യരൂപത്തിൽ മനസ്സിൽ സൂക്ഷിച്ചിരുന്നു. ഒരു ജനപ്രിയ സാഹിത്യരൂപമായി കവിത ആവിർഭവിച്ചത്, എളുപ്പത്തിൽ മനസ്സിൽ സ്റ്റോർ ചെയ്യാനും, അനർഗ്ഗളപ്രവാഹമായി ആലപിക്കാനും ആയിരുന്നിരിക്കണം. *രാമായണം*, *മഹാഭാരതം* തുടങ്ങിയ ഇതിഹാ സങ്ങൾ തലമുറകളിലൂടെ കൈമാറ്റം ചെയ്യപ്പെട്ടത് വാമൊഴികളിലൂടെ, അതായത് കാവ്യരൂപത്തിൽ ആണ്. *രാമായണ*ത്തിന് ഇന്ത്യയിലും വിദേശത്തുമായി നൂറുകണക്കിന് ആഖ്യാനങ്ങൾ ഉണ്ടായത് അതുമൂല മാണ്. സെയിന്റ് അഗസ്റ്റിന് ചില പുസ്തകങ്ങൾ മനഃപാഠമായിരുന്നു വത്രെ. ഒരു പിഴവും കൂടാതെ അവയിൽനിന്ന് ഉദ്ധരിക്കാൻ അദ്ദേഹ ത്തിനു വിഷമമില്ലായിരുന്നു. ശിലാഫലകങ്ങൾ, കളിമൺഫലകങ്ങൾ, മരപ്പലകകൾ, തോൽച്ചുരുളുകൾ, പാപ്പിറസ് ഷീറ്റുകൾ തുടങ്ങിയവയെ കാലാകാലങ്ങളിൽ, വ്യത്യസ്ത സംസ്കൃതികളിൽ എഴുത്തിന് ഉപ യോഗിച്ചിരുന്നു. അക്ഷരങ്ങൾ ആവിഷ്കരിക്കുന്നതിനുമുമ്പ് ചിത്രങ്ങളി

ലൂടെയാണ് പുസ്തകരചന നിർവ്വഹിക്കപ്പെട്ടത്. ഹീറോഗ്ലിഫിക്സ് പോലുള്ള ചിത്രാക്ഷരങ്ങൾ ഉപയോഗിച്ചുള്ള രചനയുടെ മാതൃകകൾ ഈജിപ്റ്റിലും മറ്റും കണ്ടെത്തിയിട്ടുണ്ടല്ലോ. ആദ്യത്തെ അക്ഷരമാല നിർമ്മിച്ചത് സുമേറിയന്മാരായിരുന്നുവത്രേ.

പ്രശസ്തമായ ധാരാളം പുസ്തകപ്രേമികളെ നമ്മൾ ചരിത്രത്തിൽ കണ്ടുമുട്ടുന്നു. ഏണസ്റ്റ് ഹെമിങ്വേ വിവിധ രാജ്യങ്ങളിൽ പോയി താമസിച്ച് എഴുത്തിനുവേണ്ട ഊർജ്ജവും അന്തരീക്ഷവും ഒരുക്കിയിരുന്നു. അവിടെയൊക്കെ സാമാന്യം ഭേദപ്പെട്ട രീതിയിലുള്ള പുസ്തകശേഖരങ്ങളും അദ്ദേഹത്തിനുണ്ടായിരുന്നു. ക്യൂബയിലെ അദ്ദേഹത്തിന്റെ വീട്ടിൽ 7200 ഓളം പുസ്തകങ്ങൾ സൂക്ഷിച്ചിരുന്നു. യാത്ര പോകുമ്പോൾ ഒപ്പം പത്തും അമ്പതും പുസ്തകങ്ങൾ അടങ്ങിയ പെട്ടിയും കാണും. അദ്ദേഹം വായിച്ചിരുന്നവരിൽ പ്രധാനികൾ സ്റ്റെൻഡാൾ, ഫ്ളോബെർ, ബൽസാക്ക്, മോപ്പസാങ്, സോള, ടോൾസ്റ്റോയ്, തുർഗനീവ്, ദെസ്റ്റോവ്സ്കി, ഹെൻറി ജെയിംസ്, മാർക്ക് ട്വയ്ൻ, സ്റ്റീഫൻ ക്രേയ്ൻ, കോൺറാഡ്, എലിയറ്റ്, ജെർട്രൂഡ് സ്റ്റെയ്ൻ, എസ്രാപൗണ്ട്, ഡി എച്ച് ലോറൻസ്, മാക്സ്വെൽ, ആൻഡേഴ്സൺ, ജയിംസ് ജോയ്സ് എന്നിവരാണെന്ന് പോൾ ജോൺസൺ രേഖപ്പെടുത്തുന്നു. ഇവരുടെ കൃതികൾ ഒരാവൃത്തിയെങ്കിലും വായിക്കണമെങ്കിൽ, ഹെമിങ്വേ പ്രതിമാസം എത്രയെണ്ണം വീതം വായിച്ചിരുന്നുവെന്ന് ഊഹിക്കാൻപോലും വയ്യ! ഴാങ്പോൾ സാർത്ര്, ബകൻ ആഹാരത്തെയെന്നപോലെ, പുസ്തകങ്ങൾ വായിച്ചുതള്ളി, യുവാവായിരുന്നപ്പോൾ. നോവൽ, കഥ, കവിത, നാടകം, ഗാനം എന്നീ വ്യത്യസ്ത മേഖലകളിൽ സർഗ്ഗാത്മക പ്രവർത്തനത്തിൽ വ്യാപൃതനാകുമ്പോൾത്തന്നെ, മാർട്ടിൻ ഹൈഡഗ്ഗറുടെ എക്സിസ്റ്റൻഷ്യലിസമെന്ന ദാർശനികചിന്തയ്ക്ക് തന്റേതായ ആഖ്യാനം രചിച്ചു. വളരെക്കാലം പ്രതിവർഷം 300 പുസ്തകങ്ങളെന്ന നിരക്കിൽ സാർത്ര് പുസ്തകങ്ങൾ വായിച്ചിരുന്നു.

സർഗ്ഗാത്മകസാഹിത്യത്തിൽ അത്രയൊന്നും ശോഭിച്ചില്ലെങ്കിലും എഡ്മണ്ട് വിൽസൺ എന്ന അമേരിക്കൻ എഴുത്തുകാരൻ ശ്രദ്ധേയമായ നിരൂപണങ്ങളും പഠനങ്ങളും എഴുതി പ്രശസ്തി നേടി. 1917-18 വർഷത്തിൽ 200 ൽപ്പരം ഗ്രന്ഥങ്ങളാണ് അദ്ദേഹം വായിച്ചത്.

ഗൗരവവായന നടത്തുന്ന കേരളീയർ നൂറുകണക്കിനുണ്ടെങ്കിലും എടുത്തുപറയേണ്ട സഹൃദയരാണ് എം ടി. ആനന്ദ്, സച്ചിദാനന്ദൻ, വീരേന്ദ്രകുമാർ, ജയചന്ദ്രൻനായർ, തോമസ് മാത്യു, വൈക്കം മുരളി, അജയ് പി മങ്ങാട്ട്, പി കൃഷ്ണനുണ്ണി, എം കെ ഹരികുമാർ, പോൾ തേലക്കാട്ട് എന്നിവർ. എന്റെ സുഹൃത്തും അയൽക്കാരനുമായ വൈക്കം മുരളി ആറോ, ഏഴോ പുസ്തകങ്ങൾ ഒരു മാസത്തിൽ വായിച്ചുതീർക്കും. അപൂർവ്വകൃതികളോ, ഗ്രന്ഥങ്ങളോ, ആദ്യപതിപ്പുകളോ ഒക്കെ തേടി തീർത്ഥയാത്ര പോകുന്നവരും ഇവരുടെ കൂട്ടത്തിലുണ്ട്. പരേതരായ വായനക്കാരിൽ നിന്ന് ഓർമ്മയിലെത്തുന്നത്, ഇ എം എസ്, വിലാസിനി,

എം കൃഷ്ണൻ നായർ, സുകുമാർ അഴീക്കോട്, കെ പി അപ്പൻ, പി ഗോവിന്ദപ്പിള്ള, പ്രൊഫ. പി റ്റി ചാക്കോ തുടങ്ങിയ പ്രഗത്ഭരുടെ പേരുകളാണ്. മിക്കവരും ആയിരക്കണക്കിനു പുസ്തകങ്ങൾ സ്വന്തമായി ശേഖരിച്ചിട്ടുണ്ട്. പി ഗോവിന്ദപ്പിള്ളയുടെ ഗ്രന്ഥശേഖരത്തിൽ 30000-ത്തോളം പുസ്തകങ്ങളുണ്ടത്രെ. എക്കാലത്തേയും പുസ്തകഭ്രാന്തന്മാരിൽ പ്രമുഖൻ പത്താം നൂറ്റാണ്ടിൽ പേർഷ്യ ഭരിച്ചിരുന്ന അബ്ദുൾ കാസിം ഇസ്മയിലാണെന്ന് എഡ്‌വേഡോ ഗലിയാനോ സൂചിപ്പിക്കുന്നു. മനുഷ്യർ മാത്രമല്ല സഞ്ചാരങ്ങളിൽ അദ്ദേഹത്തെ അനുയാത്ര ചെയ്തിരുന്നത്, 400 ഒട്ടകങ്ങളും ഉണ്ടായിരുന്നു. ആ പാവം മൃഗങ്ങളുടെ ചുമലിലാണ് തന്റെ 1,17,000 പുസ്തകങ്ങളുടെ ശേഖരം കെട്ടിവച്ചിരുന്നത്! പുസ്തകസ്നേഹികളെപ്പറ്റി പരാമർശിക്കുമ്പോൾ പുസ്തകവിരോധികളെപ്പറ്റിയും സൂചിപ്പിക്കുന്നത് തെറ്റല്ലെന്നു കരുതുന്നു. അലക്സാൻഡ്രിയായിലെ ലൈബ്രറി നശിപ്പിച്ച റോമൻ പടയാളികൾ, നളന്ദാ സർവ്വകലാശാലയും ലൈബ്രറിയും നിലംപരിശാക്കിയ വിദേശീയ അക്രമികൾ, ഇറാക്ക് യുദ്ധത്തിൽ ബാഗ്ദാദിലെ നൂറ്റാണ്ടുകൾ പഴക്കമുള്ള വൻഗ്രന്ഥശേഖരം നശിപ്പച്ച അമേരിക്കൻ പടയാളികൾ — ഇവരെല്ലാം ആർത്തിയുടെയും അക്രമത്തിന്റെയും അജ്ഞതയുടെയും സേവകരാണ്. നളന്ദാ സർവ്വകലാശാലയ്ക്ക് തീയിട്ടത് അഫ്ഗാൻ വംശജനായ ഇക്തിയാർ ഉദ്ദീൻ മുഹമ്മദ് ബിൻ ബഖ്തിയാർ ഖിൽജിയുടെ നേതൃത്വത്തിൽ വന്ന സൈനികരായിരുന്നു. മൂന്നുമാസം ആ തീ അണയാതെ എരിഞ്ഞുവത്രേ!

പുസ്തകത്തിന്റെ ഭാവി

വായനയെന്ന അമൂർത്ത നിർവ്വചനം പുസ്തകത്തിനു നല്കിയ നമുക്ക് പുസ്തകത്തിന്റെ രൂപപരിണാമങ്ങൾ മനസ്സിലാക്കാൻ പ്രയാസമില്ല. ശാസ്ത്ര സാങ്കേതിക പുരോഗതിയുടെ നേർഫലങ്ങളാണിവ. അതതുകാലത്തെ സാമൂഹികവും സാംസ്കാരികവും രാഷ്ട്രീയപരങ്ങളുമായ ബലങ്ങളുടെ സ്വാധീനവും ഈ രൂപഭേദങ്ങളുടെ പ്രചാരത്തിനു ഹേതുവായി. ഏറ്റവും കൂടുതൽ കോപ്പികൾ അച്ചടിച്ചിട്ടുള്ളത് *ബൈബിളി*നാണെന്നാണറിവ്. ക്രിസ്തുമതത്തിന്റെ സാമൂഹികവും രാഷ്ട്രീയവുമായ ഇടപെടലുകൾ *ബൈബിളി*ന്റെ പ്രചാരത്തെ സഹായിച്ചു. മുസ്ലീം രാജ്യങ്ങളിൽ *ഖുറാനു* ലഭിക്കുന്ന പ്രചാരം ഒരു പുസ്തകമെന്ന അതിന്റെ നിലനില്പിനു പ്രയോജനപ്പെടുന്നു. മതഗ്രന്ഥങ്ങൾക്ക് അതിജീവനം ഒരു പ്രശ്നമല്ല. ഇതു സൂചിപ്പിക്കുന്നത്, ബാഹ്യാവിഷ്കരണത്തിൽ മാറ്റം സംഭവിക്കുന്നത് ചില ഗ്രന്ഥങ്ങളുടെ പ്രാധാന്യം ഒട്ടും കുറയ്ക്കുന്നില്ല എന്നാണ്. എന്നാൽ സാങ്കേതികവിദ്യയിലുണ്ടാകുന്ന മാറ്റംമൂലം നാനാഭാഷകളിലായി ലക്ഷക്കണക്കിനു കൃതികൾ വിസ്മൃതമാവുകയും ചെയ്യുന്നു. കേരളത്തിൽ തന്നെ എത്ര താളിയോലഗ്രന്ഥങ്ങളും ചെമ്പുതകിടിൽ എഴുതിയ പുസ്തകങ്ങളും ഇങ്ങനെ നഷ്ടപ്പെട്ടു!

സാങ്കേതികമായി പറഞ്ഞാൽ, പുസ്തകമെന്നത് ഒരു വിവര

ശേഖരണ ഉപകരണ (Information Storage Device) മാണ്. സാധാരണ കമ്പ്യൂട്ടറിന്റെ ഡേറ്റാശേഖരണതത്ത്വമാണ് ഇ-ബുക്കുകളിലും മറ്റും ഉപയോഗിക്കുക. ഇതിൽ ഒരു ട്രാൻസിസ്റ്റർ 'ഓൺ' ആണെങ്കിൽ 'I' എന്നും 'ഓഫ്' ആണെങ്കിൽ 'O' എന്നും കോഡ് ചെയ്യാം. എന്നാൽ അതിന് ഒരേസമയം ഓണും ഓഫും ആയ സങ്കരാവസ്ഥയെ പ്രാപിക്കുക സാദ്ധ്യമല്ല. ക്വാണ്ടം ബലതന്ത്ര(Quantum Mechanics) മെന്ന ഭൗതികശാസ്ത്രസിദ്ധാന്തത്തെ ആധാരമാക്കി ഒരേസമയം 'O' യും 'I'യും പ്രതിനിധാനം ചെയ്യുന്ന അവസ്ഥകളിൽ നിലനില്ക്കാൻ കഴിയും. ക്വാണ്ടം കമ്പ്യൂട്ടർ എന്നാണ് ഈ സംവിധാനത്തിനു പറയുക. ഇത്തരമൊരു കമ്പ്യൂട്ടർ ആദ്യമായി ഉണ്ടാക്കിയെന്ന അവകാശവാദവുമായി ഡി-വേവ് എന്ന അമേരിക്കൻ കമ്പനി 2007 ൽ മുന്നോട്ടുവന്നു. കൂടുതൽ കമ്പ്യൂട്ടിങ് പവറുള്ള പരിഷ്കൃത പതിപ്പുകൾ തുടർന്ന് ഡി-വേവ് നിർമ്മിച്ചു. അവരുടെ പക്കൽ നിന്ന് ഏറ്റവും പുതിയ ഒരു യൂണിറ്റ് ഗൂഗിൾ വാങ്ങിയത് ഈ വർഷമാണ് (2013). ഡി-വേവിന്റെ കമ്പ്യൂട്ടർ ഒരു സൂപ്പർ കമ്പ്യൂട്ടർ മാത്രമാണ്, ക്വാണ്ടം കമ്പ്യൂട്ടറല്ല എന്ന് തർക്കിക്കുന്നവരും ഉണ്ട്. എന്തായാലും, ഇന്നല്ലെങ്കിൽ നാളെ ക്വാണ്ടം കമ്പ്യൂട്ടർ യാഥാർത്ഥ്യമാകുന്നുവെന്നുതന്നെയാണ് ഒരു വലിയ വിഭാഗം ശാസ്ത്രജ്ഞർ പ്രതീക്ഷിക്കുന്നത്. ഡേറ്റാ ശേഖരത്തിന്റെ കാര്യത്തിൽ സാധാരണ കമ്പ്യൂട്ടറിനെ അപേക്ഷിച്ച് എക്സ്പോണൻഷിയ (Exponential) മടങ്ങ് ക്ഷമത (Capacity) ഉണ്ടാവും ക്വാണ്ടം കമ്പ്യൂട്ടറുകൾക്ക്. ഒരുപക്ഷേ, ലോകത്തുള്ള സകല ലൈബ്രറികളിലെയും പുസ്തകങ്ങൾ ഒരു ക്വാണ്ടം കമ്പ്യൂട്ടറിന്റെ മെമ്മറിയിൽ സ്റ്റോർ ചെയ്തു വയ്ക്കുന്നതരം ടെക്നോളജി ഭാവിയിൽ വികസിപ്പിക്കപ്പെട്ടേക്കാം.

മിച്ചിയോ കാക്കു എന്ന ഭൗതികശാസ്ത്രജ്ഞൻ വിഭാവന ചെയ്യുന്നത്, അല്പം വ്യത്യസ്തമായ ഭാവിയാണ്. പേഴ്സണൽ കമ്പ്യൂട്ടർ അഥവാ പി സി യാഥാർത്ഥ്യമായത് ചിപ്പു(Chip)കളുടെ നിർമ്മാണത്തോടെയാണ്. വളരെ ചെറിയ ഒരു ഉപകരണമാണ് ചിപ്പ്. ഒരു ചിപ്പിനുള്ളിൽ കോടിക്കണക്കിൽ ട്രാൻസിസ്റ്ററുകളുണ്ട്. ചിപ്പുകളാണ് ഒരു പിസിയുടെ ഉള്ളടക്കം. ചിപ്പ് ടെക്നോളജിയിൽ ഉണ്ടാകുന്ന മുന്നേറ്റങ്ങൾ കമ്പ്യൂട്ടറിനെത്തന്നെ നിഷ്കാസനം ചെയ്തേക്കാം. കമ്പ്യൂട്ടർ എന്ന പദം പോലും ഇംഗ്ലീഷ് ഡിക്ഷണറിയിൽനിന്ന് ഉപേക്ഷിക്കപ്പെട്ടേക്കാമെന്ന് കാക്കു സ്വപ്നം കാണുന്നു. ഒളിക്യാമറകൾ മാത്രമല്ല, ഒളികമ്പ്യൂട്ടറുകളും ഒഴിവാക്കാനാവാത്ത വസ്തുവായി അംഗീകരിച്ചേ മതിയാവൂ. പിസികൾ ഒരനാവശ്യ ആഡംബരമായിത്തീരും. ഇന്റർനെറ്റ് കണക്ഷനുള്ള ചിപ്പുകൾ പതിച്ചിട്ടുള്ള വേഷം, കണ്ണട, പേന അല്ലെങ്കിൽ അതുപോലുള്ള മറ്റെന്തെങ്കിലും, നമ്മെ എപ്പോഴും വിവരലോകത്തിന്റെ മദ്ധ്യത്തിൽ നിർത്തിയേക്കും. ഇഷ്ടമുള്ള പുസ്തകം വായിക്കുന്നതിന് പിസിയോ, കിൻഡിലോ ഒന്നും ആവശ്യമില്ലാതെ വരും. ചിപ്പ് ലൈബ്രറിയെ മസ്തിഷ്ക ഭാഗങ്ങളുമായി വയർലെസിലൂടെ ബന്ധിച്ച് പുസ്തകങ്ങളുടെ

ഉള്ളടക്കത്തെ അനുവാചകന്റെ തലയ്ക്കുള്ളിലേക്ക് നേരിട്ട് ആനയിക്കാം. കഥയും കവിതയുമൊക്കെ അക്ഷരാർത്ഥത്തിൽ ലഹരിയായി അനുഭവപ്പെടും. പിന്നത്തെ പുകില് പറയാനില്ല! പുസ്തകവൈരികളെ ബലമായി പുസ്തകപ്രേമികളാക്കി രൂപാന്തരപ്പെടുത്തുന്ന ചികിത്സയും വികസിപ്പിച്ചെടുക്കാം.

ഇപ്പോൾ നിർമ്മിച്ചിട്ടുള്ള ക്വാണ്ടം കമ്പ്യൂട്ടറുകൾ താരതമ്യേന ഒരു വലിയ സംഭവമാണ്. ഇത്തരത്തിലുള്ള ഏതാനും മാസ്റ്റർ കമ്പ്യൂട്ടറുകളിൽ പുസ്തകങ്ങൾ സ്റ്റോർ ചെയ്തുവച്ചാൽ, വ്യക്തികൾക്കു ചിപ്പുകളുടെ സഹായത്തോടെ, ഇഷ്ടമുള്ള കൃതികൾ തിരഞ്ഞെടുത്തു വായിക്കാം. ബാലാരിഷ്ടതകളെ മറികടന്ന, പുതിയ രൂപത്തിലുള്ള ക്വാണ്ടം കമ്പ്യൂട്ടറുകൾ മാർക്കറ്റിലിറങ്ങാൻ അഞ്ചോ പത്തോ കൊല്ലമേ വേണ്ടിവരൂ.

പുതിയ രൂപാവിഷ്കാരങ്ങളിൽ പുസ്തകം പ്രത്യക്ഷമാവുകയോ, അപ്രത്യക്ഷമാവുകയോ ചെയ്യുമ്പോഴും അച്ചടിപ്പുസ്തകത്തെ പ്രതിയുള്ള ഗൃഹാതുരത്വം നുരച്ചു പൊന്തിക്കൊണ്ടേയിരിക്കും.

(2013)

തങ്കക്കിനാക്കൾ തകരുന്നത്: സാമ്പത്തികത്തകർച്ചകൾ ആവർത്തിക്കുന്നു

മിഡാസിനിപ്പെറ്റി കേട്ടിട്ടില്ലേ? പണ്ടുപണ്ട് ജീവിച്ചിരുന്ന ഒരു രാജാവ്. തൊടുന്നതെല്ലാം പൊന്നാകുമെന്ന വരം ലഭിച്ചവൻ. കൈവച്ചതൊക്കെ സ്വർണ്ണമായതോടെ, അയാൾക്ക് തന്റെ അമളി ബോദ്ധ്യമായി. ആധുനിക ലോകത്തിലും മിഡാസിന്റെ പ്രതിനിധികൾ വിലസുന്നു. പണം ഉണ്ടാക്കുക, കഴിയുന്നിടത്തോളം – എങ്ങനെയും. സമ്പത്തിക ഭീമന്മാർ മാത്ര മല്ല, സാധാരണക്കാർ പോലും മൂലധനത്തിന്റെ മാസ്മരികതയുടെ പിടിയിലാണ്. പണം കൊണ്ടെറിഞ്ഞാലേ പണം ഉണ്ടാകൂ എന്ന നാടൻ തത്ത്വം ആണെല്ലാവരും പ്രയോഗിക്കുന്നത്. ഉല്പാദനം വർദ്ധിപ്പിച്ച് കാശ് സമ്പാദിക്കുന്നത് പഴഞ്ചൻ തന്ത്രം. കൃഷി. വ്യവസായം എന്നീ മേഖലകളിൽ ഉല്പാദനം നടക്കുന്നത് നേരിട്ട് ദൃശ്യമാണ്. മനുഷ്യവിഭവ വികസനത്തെയും ഇത്തരത്തിലുള്ള ഒരു പ്രക്രിയായി കണക്കാക്കാം. എന്നാൽ പണവ്യാപാര മേഖലയിൽ എന്താണ് ഉല്പാദിപ്പിക്കപ്പെടുന്നതെന്ന ചോദ്യം പ്രസക്തമാണ്. വാദത്തിനുവേണ്ടി പറയാം. ഉല്പാദിപ്പിക്കപ്പെടുന്ന വസ്തുക്കളുടെ മൂല്യവല്ക്കരണം നടക്കുന്നത് ഈ മേഖലയിലാണ്. എന്നാൽ പണത്തെത്തന്നെയും ഒരു ഉല്പന്നമായി സങ്കല്പിച്ചുള്ള കളിയാണ് ഇവിടെ നമ്മൾ കാണുന്നത്. സാധനങ്ങളുടെ വാങ്ങലും വില്പനയും പോലെ ലാഭനഷ്ടങ്ങൾ സംഭവിക്കുന്ന ഒരു പ്രവൃത്തി രംഗമാണ് മൂലധനവിപണിയും. സമ്പത്ത് കുമിഞ്ഞുകൂടുന്നതിന്റെ തെളിവ് ബാങ്കിങ് മേഖലയിൽ നിന്ന് ലഭിക്കുന്നു. പലിശ നിരക്ക് വർദ്ധിക്കുമ്പോൾ ഉല്പാദക രംഗത്ത് വളർച്ച അനുഭവപ്പെടും. വിലക്കയറ്റത്തെ നിയന്ത്രിക്കാനുള്ള ഒരു സ്ഥിരം ഉപായമാണിത്. പണലഭ്യത കുറയുമ്പോൾ വ്യാപാരം തണുക്കുന്നു. വിപണിയിൽ ഉശിരുണ്ടാകണമെങ്കിൽ പലിശ നിരക്ക് കുറയ്ക്കണമെന്ന് സാരം.

മൂലധനത്തിന്റെയോ ഉല്പാദനത്തിന്റെയോ രംഗങ്ങളിൽ സക്രിയരായിട്ടുള്ളവരുടെ രീതികളെപ്പറ്റി അല്പം ആലോചിക്കാം. 2008 ൽ ആരംഭിച്ച, ആഗോള സാമ്പത്തിക മാന്ദ്യത്തിന്റെ നിഴലിൽ നിന്നുകൊണ്ടാണീ വിചിന്തനം. നിരങ്കുശമായ ഇടപാടുകളാണ് പ്രതിസന്ധിക്ക് നിമിത്തമായതെന്ന കാര്യത്തിൽ പൊതുവെ യോജിപ്പുണ്ട്. സുസ്ഥിര വികസനത്തിനല്ല അമേരിക്കൻ ബാങ്കുകൾ ശ്രമിച്ചത്. കടം വാങ്ങിയവർക്ക് അത് വീട്ടാനുള്ള കഴിവുണ്ടോ എന്ന് നിർണ്ണയിച്ചത് കുറ്റമറ്റ രീതിയിലല്ലായിരുന്നു. ബാങ്കിന്റെ ഉദ്യോഗസ്ഥരല്ല, കമ്മീഷൻ ഏജന്റുമാരാണ് പലപ്പോഴും ഈ ജോലി ചെയ്തത്. കടം തിരിച്ചു പിടിക്കാനുള്ള ഉത്തരവാദിത്വം, ഇതര സ്ഥാപനങ്ങൾക്ക് കൈമാറിയതും കൺഫ്യൂഷൻ വിതച്ചു. ഈ രീതിയിൽ നിന്ന് വിട്ടുമാറാൻ അമേരിക്കയ്ക്ക് ഏറെ പണിപ്പെടേണ്ടിവരും. കൈയിൽ വരുന്ന പണം ചെലവാക്കി സുഖിച്ചില്ലെങ്കിൽ സാധാരണ അമേരിക്കന് ഉറക്കം വരില്ല! ഫെഡറൽ ഗവൺമെന്റ് കടാശ്വാസമായി പ്രോത്സാഹനപ്പൊതി (Stimulus package) വിതരണം ചെയ്തപ്പോൾ, അമേരിക്കയിലെ മുന്തിയ സ്ഥാപനങ്ങളിലെ സീനിയർ ഉദ്യോഗസ്ഥർ, കൂറ്റൻ ബോണസ് തുകകൾ എഴുതിയെടുത്ത് അവധിക്കാലം ആസ്വദിക്കാനായി മുങ്ങിയത് പ്രസിഡന്റ് ഒബാമയെ ചൊടിപ്പിച്ചല്ലോ. സ്ഥാപനത്തെ കടക്കെണിയിൽ നിന്ന് കരകയറ്റുന്നതിനേക്കാൾ പ്രധാനം ബോണസാണെന്ന ചിന്തയാണ് ഉദ്യോഗസ്ഥരെ പ്രചോദിപ്പിച്ചത്. സർക്കാരിൽ നിന്ന് ലഭിക്കുന്ന പണം, ഭാവിയിൽ തവണകളായി തിരിച്ചടയ്ക്കേണ്ടതാണെന്ന വിചാരം അവർക്കില്ലാതെ പോയി. അന്നന്നത്തെപ്പറ്റി മാത്രം ചിന്തിക്കുന്ന സാത്വികരൊന്നുമല്ലവർ. വരുമാനമനുസരിച്ച് ജീവിക്കുന്ന ശീലക്കാർ അവിടെ കുറവാണ്. അഞ്ചും ആറും ക്രെഡിറ്റ് കാർഡുകളുമായി ഞാണിന്മേൽ കളിനടത്തുന്നവർ ധാരാളം. വഴിവിട്ട് ചെലവ് ചെയ്യുമ്പോൾ കൈയിലുള്ള കാശ് തീരില്ലേ? തീരും. കടത്തിന് ബാങ്കുകളെ സമീപിക്കുക. ഒരു ബാങ്കിനുള്ള കടം വീട്ടാനായി വേറൊരു ബാങ്കിനെ സമീപിക്കുക! ആവശ്യക്കാർക്ക് പണം കടം കൊടുക്കാൻ ബാങ്കുകൾ തമ്മിൽ മത്സരിച്ചു. ആകർഷകമായ തവണ വ്യവസ്ഥകളും പലിശ നിരക്കുകളും വാഗ്ദാനം ചെയ്ത് കക്ഷികളെ വ്യാമോഹങ്ങളുടെ മായാവലയങ്ങളിൽ കുരുക്കി. സാമ്പത്തിക രംഗത്തെ അതിമോഹങ്ങളും അച്ചടക്കരാഹിത്യവുമാണ് തകർച്ചകൾക്ക് വഴിമരുന്നിടുന്നത്.

ഉല്പാദനമില്ലാതെ ഉപഭോഗം

ശീതയുദ്ധം അവസാനിച്ചതോടെ അമേരിക്ക-ചൈന ബന്ധത്തിൽ അയവ് വരികയും വർദ്ധിച്ചതോതിൽ കച്ചവടം ആരംഭിക്കുകയും ചെയ്തു. അമേരിക്കർ മടിയന്മാരും ചൈനക്കാർ അദ്ധ്വാനികളും ആയിരുന്നു. അമേരിക്കർക്ക് വേണ്ടാത്തതായി ഒരു സാധനമോ ഉപകരണമോ ഇല്ല. സങ്കീർണ്ണമായ ഗൃഹോപകരണങ്ങളിൽ അവർക്കുള്ള കമ്പംതന്നെ തെളിവ്. വീട്ടിലെ ബേസ്മെന്റ് നിറയെ പലതരം വസ്തുക്കൾ നിറ

ച്ചിരിക്കും. ഫ്രിഡ്ജുകളിലും ഫ്രീസറുകളിലും മത്സ്യമാംസങ്ങളും പാൽ ഉല്പന്നങ്ങളും മറ്റും ശേഖരിച്ചുവച്ചിരിക്കുന്നതു കണ്ടാൽ കണ്ണ് തള്ളിപ്പോകും! കുടുംബാംഗങ്ങൾക്ക് രണ്ടോ മൂന്നോ വർഷം കൊണ്ടുപോലും ആഹരിച്ചു തീർക്കാൻ പറ്റാത്ത അളവിലാണ് ഇവയെല്ലാം വാങ്ങി വച്ചിരിക്കുക. 'കുടിസാധനങ്ങൾ' വേറെ. ലഹരിയുള്ളതും ഇല്ലാത്തതും. കോക്കും പെപ്സിയും ഗ്യാലൺ കണക്കിൽ. നൂറുകണക്കിൽ വൈൻ തരങ്ങൾ, മറ്റു ലഹരി പാനീയങ്ങൾ. വീട്ടിനുള്ളിൽ സ്ഥലം തികയാത്തതിനാൽ ചില ഉപകരണങ്ങളുടെ സ്ഥാനം ഗ്യാരേജിലാണ്. അവയിൽ പലതും അനാവശ്യ ഇനങ്ങളാവും. അമേരിക്കൻ സമൂഹത്തിൽ വലിയ പണക്കാർ, ചെറിയ പണക്കാർ, ഇടത്തരക്കാർ, പാവങ്ങൾ എന്നിങ്ങനെയുള്ള വിഭജനങ്ങൾ അദൃശ്യമായി പ്രവർത്തിക്കുന്നുണ്ട്. 2008 ൽ മഹാമാന്ദ്യം ആരംഭിക്കുന്നതിനു മുമ്പുവരെ ഷോപ്പിങ്ങിന് ഇവർ പോയിരുന്നത് പ്രത്യേകം പ്രത്യേകം കടകളിലായിരുന്നു. റോമാസാമ്രാജ്യത്തിന്റെ അവസാനകാലത്ത് ദൃശ്യമായിരുന്ന വൻധൂർത്തും ധാരാളിത്തവുമാണ് അമേരിക്കൻ മുതലാളിമാർ പ്രദർശിപ്പിച്ചത്. സ്വകാര്യ ഹെലികോപ്ടറുകൾ, ജെറ്റുകൾ തുടങ്ങിയവ ധാരാളം പേർക്കുണ്ടായിരുന്നു. മാൻഹാട്ടനിലെ അൽഗോങ്ക്വിൻ ഹോട്ടലിൽ പതിനായിരം ഡോളർ മുടക്കി ഒരു ഗ്ലാസ്സ് മാർട്ടിനി വാങ്ങി കുടിക്കുന്നവർ. ഒരു വലിയ മുതലാളി നടത്തിയ ജന്മദിന വിരുന്നിൽ വോഡ്ക്ക വിതരണത്തിനായി *ബൈബിളി*ലെ ദാവീദ് രാജാവിന്റെ ഒരു നഗ്നപ്രതിമ ഐസിൽ ഉണ്ടാക്കി വച്ചു. പ്രതിമയുടെ ലിംഗം ഒരു ടാപ്പാണ്. അതിൽനിന്ന് നിങ്ങൾക്ക് വോഡ്ക്ക എടുത്ത് കുടിക്കാം! നുണയല്ലിത്. പ്രശസ്ത എഴുത്തുകാരി ബാർബറ എറെൻ റെയ്ച്ച് *This Land is Their Land* എന്ന പുസ്തകത്തിൽ വിവരിച്ചിട്ടുള്ള കാര്യങ്ങളാണ്.

Hot, Flat and Crowded എന്ന കൃതിയിൽ പ്രഖ്യാത കൊളമിസ്റ്റ് തോമസ് ഫ്രീഡ്മാൻ കുറ്റപ്പെടുത്തുന്നതുപോലെ, ചൈനക്കാർ (സമർത്ഥരായ) ഉല്പാദകരും, അമേരിക്കക്കാർ (കറതീർന്ന) ഉപഭോഗികളുമായി മാറി. അധിക-ഉപഭോഗം, അധിക-നിർമ്മാണം, അധിക-അധമർണ്ണനം, അധിക-ഉത്തമർണ്ണനം ഇവയൊക്കെയാണ് തകർച്ച നേരിട്ട മൂലധന കുമിളയെ സൃഷ്ടിച്ചത്. അമേരിക്കർ എത്രത്തോളം മടിയന്മാരായോ, അത്രത്തോളം ഉത്സാഹികളായി ചൈനക്കാർ അദ്ധ്വാന രംഗത്തേക്കിറങ്ങി. ഡോളറല്ല, യു എസ് ട്രഷറി ബില്ലുകളാണ് വിദേശവ്യാപാരത്തിന് അമേരിക്ക ഉപയോഗിക്കുക. നിയമദൃഷ്ട്യാ ഡോളറിന് തുല്യമാണെങ്കിലും ഫലത്തിൽ ഇതൊരുതരം പ്രോമസറിനോട്ടാണ്. അമേരിക്കയിൽ നിന്ന് ചൈനയിലേക്ക് ബില്ലുകളുടെ രൂപത്തിലുള്ള ക്രെഡിറ്റ് പ്രവാഹമുണ്ടായി. ദീർഘകാലാടിസ്ഥാനത്തിലുള്ള ഈ കടപ്പത്രങ്ങൾ കൈമാറാം, വില്ക്കാം, പണയപ്പെടുത്താം... ഇത് ആശാസ്യമായ ഏർപ്പാടാണെന്ന് തോന്നുന്നില്ല. കടപ്പത്രങ്ങളുടെ ഉടമസ്ഥരിൽ നല്ലൊരു വിഭാഗം, 'ഞങ്ങൾക്ക് ഡോളർ തരൂ, അല്ലെങ്കിൽ സ്വർണ്ണം തരൂ' എന്നാക്രോശിച്ചാൽ രാജ്യം പണയത്തിലാവും. ജപ്പാനിലെ പുതിയ പ്രധാനമന്ത്രി

നവോട്ടോകാൻ ഈയിടെ സ്വന്തം രാജ്യക്കാർക്ക് നല്കിയ മുന്നറിയിപ്പ് അർത്ഥവത്താവണം. അദ്ദേഹം പറയുന്നു: "വർഷങ്ങളായി വായ്പ എടുത്തതിന്റെ ഫലമായി മൊത്ത ആഭ്യന്തര ഉല്പാദനത്തിന്റെ ഇരട്ടിയാണ് ജപ്പാന്റെ കടം. സർക്കാർ ബോണ്ടുകളിറക്കി തടിതപ്പുന്ന സാമ്പത്തിക നയം ഇനി മുന്നോട്ടു കൊണ്ടുപോകാനാവില്ല." അമേരിക്കയുടെ സ്ഥിതി ഇതിൽ നിന്ന് മെച്ചമായിരുന്നോ 2008 ൽ എന്നറിയില്ല.

ഉപഭോഗികളുടെ നാടായി രൂപാന്തരപ്പെട്ടുകൊണ്ടിരിക്കവേ, അമേരിക്കയിലെ പരമ്പരാഗത വ്യവസായങ്ങൾ പലതും അസ്തമിക്കുകയോ, അധോഗതിയിലാവുകയോ ചെയ്തു. കൂലികൾ മാനംമുട്ടെ ഉയർന്നതിനാൽ, പല സാധനങ്ങളുടെയും ഉല്പാദനം വിദേശത്തേക്ക് മാറ്റി. ഐ ടി രംഗത്ത് നമുക്ക് പരിചിതമായ ഔട്ട്സോഴ്സിങ് പ്രചാരത്തിൽ വന്നത് ഈ കാലഘട്ടത്തിലാണ്. അന്യ രാജ്യങ്ങളിലേക്ക് പറിച്ചുനട്ട വ്യവസായങ്ങളെ സ്വന്തം നാട്ടിലേക്ക് തിരികെ കൊണ്ടുവരാൻ അമേരിക്കർ ഉറ്റു ശ്രമിക്കുന്നുണ്ട്. നികുതി ഇളവുൾപ്പെടെ പല ആനുകൂല്യങ്ങളും മടങ്ങിച്ചെല്ലുന്ന ബിസിനസ്സുകൾക്ക് ലഭ്യമാണ്.

സാമ്പത്തികത്തകർച്ചയുടെ തനിയാവർത്തനങ്ങൾ

1929–31 ലെ മാന്ദ്യത്തിനുശേഷം വളർച്ചയുടെയും തളർച്ചയുടെയും ഹ്രസ്വഘട്ടങ്ങളിലൂടെ അമേരിക്കൻ സാമ്പത്തിക വ്യവസ്ഥ കടന്നുപോയിട്ടുണ്ട്. 1973 ലും 1979 ലും ഉണ്ടായ മാന്ദ്യങ്ങൾ 1930 കൾക്കുശേഷം സംഭവിച്ച തളർച്ചകളിൽ പ്രധാനപ്പെട്ടവയായിരുന്നു. മാന്ദ്യം ഉണ്ടാവാൻ ഇനി സാദ്ധ്യതയേ ഇല്ലെന്ന് വിചാരിച്ചിരിക്കുമ്പോഴാണ് അടുത്ത മാന്ദ്യത്തിന്റെ വരവ്. 1990 കളിൽ സംഭവിച്ച തകർച്ച ആളുകളുടെ ശുഭാപ്തി വിശ്വാസത്തെ ഹനിച്ചു. ബിസിനസ്സ് ചക്രമെന്നൊരാശയം പണ്ടേ ഉള്ളതാണ്. ഒരുണർവ്വ്, പിന്നെ തളർച്ച; വീണ്ടും ഉണർവ്വ്... ഈ ക്രമത്തിൽ ബിസിനസ്സ് പരിണമിക്കുന്നതിനെയാണ് ബിസിനസ്സ് ചക്രമെന്ന് വ്യവഹരിക്കുക. എന്നാൽ, മാന്ദ്യത്തിന്റെ ആഗമനത്തെ സാമ്പ്രദായിക ധനതത്ത്വശാസ്ത്രത്തിന് വിശദീകരിക്കാൻ പ്രയാസമാണ്. സന്തുലിതാവസ്ഥയിൽ നിന്നുള്ള ചെറിയ ചാഞ്ചാട്ടങ്ങളെ മനസ്സിലാക്കാൻ കഴിയുമെന്നത് വേറൊരു കാര്യം. മാന്ദ്യം എന്നതിനേക്കാൾ തകർച്ച എന്നു പറയുന്നതാണ്, അപ്രതീക്ഷിതമെന്ന വിശേഷിപ്പിക്കപ്പെടുന്ന വിപണി വിപര്യയങ്ങൾക്ക് കൂടുതൽ യോജിക്കുന്നത്. ഇപ്പോഴത്തെ പ്രതിസന്ധിയിൽ നിന്ന് രക്ഷപ്പെട്ടാലും ഏതാനും വർഷത്തിനുള്ളിൽ ഇത് വീണ്ടും ആവർത്തിച്ചേക്കും. തുടരെത്തുടരെ തകർച്ച ആവർത്തിക്കുന്നത് ഏറെ അപകടകരമായിരിക്കും. ലോകസാമ്പത്തിക ഭീമൻ, പല്ല് കൊഴിഞ്ഞ സിംഹത്തെപ്പോലെ, നടുനിവർക്കാൻ വയ്യാതെ, മയങ്ങിക്കിടക്കുന്ന സ്ഥിതി വരില്ലെന്ന് ആർക്ക് പ്രവചിക്കാനാവും? ആഗോളീകരണം, ഉദാരീകരണം, ജീവിതശൈലിമാറ്റം തുടങ്ങിയവ താല്ക്കാലികമായി ഐശ്വര്യത്തിലേക്ക് നയിച്ചാലും ആത്യന്തികമായി വൻ പ്രശ്നങ്ങളാവും സൃഷ്ടിക്കുക.

ഏതൊരു സാമ്പത്തിക ഇടപാടിനെയും, ആവശ്യപ്പെടൽ - കൊടുക്കൽ (Demand - Supply) എന്ന ചട്ടക്കൂടിനുള്ളിൽ ഒതുക്കാവുന്നതാണ്. ആർക്കെങ്കിലും ആവശ്യമുണ്ടെങ്കിലേ ഒരു ഉത്പന്നം നിർമ്മിക്കേണ്ടതുള്ളൂ. ഉല്പന്നങ്ങളുടെ ഉല്പാദനത്തെ നിയന്ത്രിക്കുന്നത്, അവയ്ക്ക് വിപണിയിലുള്ള ആവശ്യമാണ്. ആഗോളതലത്തിൽ വിപണികൾ പരസ്പരാശ്രിതമാണിപ്പോൾ. ആഗോള വിപണിയെന്ന ആശയം തന്നെ ഇതിന് ഉദാഹരണം. ഏറെക്കുറെ, കാലാവസ്ഥയെപ്പോലെ തന്നെ വിപണിയും പെരുമാറുന്നു. പ്രാദേശികമായ ചില്ലറ കമ്പനങ്ങൾപോലും ആഗോള വിപണയിൽ അനുരണനങ്ങൾ ഉണ്ടാക്കുന്നു. കയോസ് സിദ്ധാന്തത്തിൽ ഇതിന് 'പൂമ്പാറ്റ പ്രഭാവം (Butterfly Effect)' എന്നു പറയുന്നു. ദരിദ്രനും ധനവാനും അവരുടേതായ പ്രശ്നങ്ങളുണ്ട്. രാഷ്ട്രങ്ങളുടെ കാര്യവും ഭിന്നമല്ല. കൂടുതൽ പണം കൈവശം വന്നാൽ പ്രശ്നമാകാം. ഐസ്‌ലൻഡിന്റെ സമീപകാല ദുരന്തം തന്നെ ദൃഷ്ടാന്തം. 2003 ൽ മൂന്ന് ലക്ഷം ജനങ്ങളേ അവിടെ ഉണ്ടായിരുന്നുള്ളൂ. ഉദാരവല്ക്കരണ നയങ്ങൾ സർക്കാർ നടപ്പാക്കിയതോടെ അവിടുത്തെ ബാങ്കുകളുടെ ആസ്തി നൂറിരട്ടി വർദ്ധിച്ചു. 2006 ൽ ഒരു ശരാശരി ഐസ്‌ലൻഡ് കുടുംബത്തിന്റെ വരുമാനം 2003 നെ അപേക്ഷിച്ച് മൂന്നിരട്ടിയായി. വസ്തുവിലകൾ മാനം മുട്ടെ ഉയർന്നു. ബുദ്ധിമുട്ട് അധികമുള്ള എഞ്ചിനീയറിങ്, മീൻപിടിത്തം തുടങ്ങിയ പ്രവർത്തന മേഖലകളെ വിട്ട് യുവാക്കൾ മൂലധനമേഖലയിലേക്ക് ചേക്കേറി. 'എളുപ്പത്തിൽ സമ്പാദിക്കുക' എന്നതായിരുന്നു അവരുടെ മുദ്രാവാക്യം. 2008 ൽ അമേരിക്കൻ മൂലധനവിപണി തകർന്നതിനൊപ്പം, ഐസ്‌ലൻഡിലെ ബാങ്കുകളും നിലംപരിശായി. ഓരോ ഐസ്‌ലൻഡറിന്റെയും ഇപ്പോഴത്തെ ദേശീയ കടം മൂന്നുലക്ഷത്തി മുപ്പതിനായിരം ഡോളറാണത്രേ! 'കൊച്ചുപിച്ച'ടക്കമുള്ള കണക്കാണിത്. 1995 ൽ മെക്സിക്കോയിലും അർജന്റീനയിലും സദൃശമായ തകർച്ചകൾ സംഭവിച്ചിട്ടുണ്ട്. പക്ഷേ, ആരും ഒന്നും പഠിക്കുന്നില്ല. മറ്റുള്ളവരുടെ അനുഭവങ്ങൾ തങ്ങൾക്കു പാഠമാകണമെന്ന് ആർക്ക് തോന്നും?

കൃത്രിമമായി ഒരുക്കുന്ന സമൃദ്ധി നിലനില്ക്കുന്നില്ല. ഒന്നാമത്, ഇത്തരത്തിലുള്ള ഐശ്വര്യം വിയർപ്പിന്റേയല്ല, സാഹചര്യത്തിന്റെ ഫലമാണ്. സാഹചര്യങ്ങൾ പ്രതികൂലമാകുമ്പോൾ നേട്ടവും കുറയുന്നു. രണ്ടാമത്, വളരുന്ന മൂലധനത്തിന്റെ ഒരു പങ്ക് സമൂഹത്തിന്റേയാണെന്ന കാഴ്ചപ്പാട് ആന്തരവല്ക്കരിക്കപ്പെടുന്നില്ല. ഇത്തരം ദർശനത്തിന്റെ അഭാവത്തിൽ വിവേകം അശ്രദ്ധയ്ക്ക് വഴി തെളിക്കുന്നു. മൂന്നാമത്, കടിഞ്ഞാണില്ലാത്ത ഉപഭോഗത്വര പല ബിസിനസ്സുകാരുടെയും അടിത്തറ മാന്തുന്നു. ഈ ഘടകങ്ങളൊക്കെ നിരന്തരം പ്രവർത്തിക്കുന്നതിനാൽ ഉയർച്ച-താഴ്ചകളുടെ ഡിങ്-ഡോങ് അഭംഗുരമായി തുടരുന്നു. പക്ഷേ എപ്പോഴാണ് തകർച്ച സംഭവിക്കുകയെന്ന് പ്രവചനം സാദ്ധ്യമല്ല. ഉർണവ്വ്-മാന്ദ്യം, ഉണർവ്വ്-മാന്ദ്യം.... ഈ ക്രമത്തിൽ നിന്ന് പുറത്തു കടക്കാനാവുമോ? പ്രതിസന്ധികൾ ഉണ്ടാവുമ്പോൾ സഹായത്തിനായി സർക്കാരിലേക്ക്

തിരിയുകയും, അല്ലാത്തപ്പോൾ സമൂഹത്തിന് നേരേ കൊഞ്ഞനം കാട്ടുകയും ചെയ്യുന്നവരുണ്ട് സംരംഭകരുടെ ഇടയിൽ. എന്നിട്ടും, കൃഷിക്കാർക്കും പാവപ്പെട്ടവർക്കും ലഭിക്കാത്ത പരിഗണനയാണ് കേന്ദ്രസർക്കാർ ഇന്ത്യയിൽ ഇവർക്ക് കൊടുക്കുന്നത്. ഇവിടെ ഒരു ബാങ്കും നിലംപരിശായില്ലെന്ന് വീമ്പ് പറയുന്നുണ്ട്. റിസർവ്വ് ബാങ്കിന്റെ നിയന്ത്രണങ്ങൾ ഫലപ്രദമായി പ്രവർത്തിച്ചതുകൊണ്ടാണ് അങ്ങനെയൊന്നും സംഭവിക്കാതെ പോയത്. എന്നാൽ ഓഹരി വിപണിയിൽ ഭൂകമ്പം ഉണ്ടായി എന്നത് ശ്രദ്ധാർഹമാണ്. ആഗോളതലത്തിൽ വിപണികൾക്കുള്ള പാരസ്പര്യമാണ് ഇതിന് നിമിത്തമായത്.

സാമ്പത്തിക ഇടപാടുകൾ യുക്തിരഹിതമോ?

യുക്തിബോധമുള്ള മൃഗമാണ് മനുഷ്യനെന്ന് പണ്ട് അരിസ്റ്റോട്ടിൽ പറഞ്ഞിട്ടുണ്ടെങ്കിലും കുറഞ്ഞപക്ഷം സാമ്പത്തിക ഇടപാടുകളിലെങ്കിലും യുക്തിയുടെ പ്രയോഗം കുറവാണ്. സാമ്പ്രദായിക സാമ്പത്തിക ശാസ്ത്രത്തിന്റെ നിലപാടുകൾക്ക് വിരുദ്ധമായ വീക്ഷണമാണ് ആധുനിക ന്യൂറോശാസ്ത്ര പഠനങ്ങൾ അവതരിപ്പിക്കുക. ആവർത്തിച്ചുകൊണ്ടിരിക്കുന്ന സാമ്പത്തിക മാന്ദ്യങ്ങൾ ഇത്തരം വിജ്ഞാനത്തിന്റെ പ്രസക്തിയും പ്രാധാന്യവും വെളിവാക്കുന്നു.

തീരുമാനങ്ങളെടുക്കുന്ന, തലച്ചോറിന്റെ പുരോഭാഗമാണ് പ്രീഫ്രണ്ടൽ കോർടെക്സ്. ധനപരമായ വ്യാമോഹങ്ങളുടെ മൂശയാണിവിടമെന്ന് പുതിയ കണ്ടെത്തൽ. സാധനങ്ങളുടെ വില വർദ്ധിച്ചുകൊണ്ടിരിക്കും എന്നതിനാൽ ഇപ്പോൾ വാങ്ങുന്നത് ലാഭകരമായിരിക്കും — ഈ ചിന്തയുടെ യുക്തി എന്താണ്? കുടുംബജീവിതം ആരംഭിക്കുമ്പോൾത്തന്നെ വീടും കാറുമൊക്കെ സ്വന്തമായി വാങ്ങുന്ന രീതി ഇന്ത്യയിൽ പ്രചാരത്തിലായിട്ടുണ്ടല്ലോ. അമേരിക്കയിൽ ഇതൊരു ഭ്രാന്തായി വളർന്നു. ഇരുപതും ഇരുപത്തഞ്ചും വർഷം കൊണ്ട് അടച്ചു തീർക്കാവുന്ന കടങ്ങൾ ഓരോരുത്തരും തലയിൽ വലിച്ചു കയറ്റുന്നു. ശിഷ്ടജീവിതം മുഴുവൻ കടം വീട്ടുന്നതിനായി സമർപ്പിക്കാൻ ബാദ്ധ്യസ്ഥരാകുന്നു നവദമ്പതികൾ. കാലം കഴിയുന്തോറും വീടുകൾക്കുള്ള ആവശ്യം വർദ്ധിക്കുമെന്നതിനാൽ അവയുടെ വിലയും കണ്ടമാനം വർദ്ധിക്കും എന്നാണ് വീട് വാങ്ങുന്നവരുടെ യുക്തി. എന്നാൽ വിലക്കയറ്റമെന്ന ആഗോളപ്രതിഭാസത്തിന്റെ ഫലമായി എല്ലാ വസ്തുക്കളുടെയും വില വർദ്ധിക്കുന്നതിന്റെ ഭാഗമായേ വീടുകളുടെ മാർക്കറ്റ് മൂല്യവും വർദ്ധിക്കൂ എന്ന വാസ്തവം അവഗണിക്കപ്പെടുന്നു. വിലക്കയറ്റ നിരക്കുകൂടി കണക്കിലെടുത്ത്, ഏത് നിക്ഷേപത്തിന്റെയും ലാഭം കണ്ടുപിടിക്കാൻ ഉദ്യമിച്ചാൽ നമ്മൾ ഞെട്ടും! ഇതൊന്നും വകവയ്ക്കാതെ, അടുത്ത തലമുറയ്ക്കുകൂടി പ്രയോജനപ്പെടട്ടെ എന്ന് കരുതിയാവും നമ്മൾ വീട് വയ്ക്കുകയോ വാങ്ങുകയോ ചെയ്യുന്നത്. സ്വാർത്ഥതയുടെ വിജയമാണീ തീരുമാനം, വിവേകത്തിന്റേതല്ല. ലാഭം മാത്രം നോക്കിയാൽ വാടകയ്ക്ക് പാർക്കുകയാണുത്തമം

എന്ന് അനുമാനിച്ചേക്കാം. പാർപ്പിടം, വാഹനം തുടങ്ങിയവ സ്വന്തമാക്കുന്നത് വിഡ്ഢിത്തമാണെന്നല്ല വാദിക്കുന്നത്. യുക്തിയല്ല, ഇമ്മാതിരി നിശ്ചയങ്ങൾ എടുക്കുന്നതിന് പ്രേരകമാകുന്നതെന്ന് ചൂണ്ടിക്കാട്ടുകയാണ് ഉദ്ദേശ്യം. ഇവയുടെ പ്രയോജനം വൈകാരികമാണ്. എന്നാൽ ഓഹരി ഇടപാടുകളിലും ഇതുപോലെ പെരുമാറുന്നത് മണ്ടത്തരമാണ്. കമ്പനികളുടെ പേര് നോക്കി ഓഹരികൾ വാങ്ങുന്നത് ചിലപ്പോൾ അബദ്ധമാകും. ഓഹരികൾ വില്ക്കുന്നതും യുക്തിയുടെ അടിസ്ഥാനത്തിലാവണമെന്നില്ല. പണത്തിന് അത്യാവശ്യം വരുമ്പോൾ മാത്രം വില്ക്കാവുന്ന ഒരു സെക്യൂരിറ്റി നിക്ഷേപമായി പലരും ഓഹരികളെ കാണുന്നു. വേറെ ചിലർ പണത്തിന്റെ മാദകത്വത്തിൽ മയങ്ങി മുതൽ മുടക്കിന് തയ്യാറാകുന്നു. ജർമ്മനിയിലെ ബോൺ സർവ്വകലാശാല, അമേരിക്കയിലെ കാലിഫോർണിയ ഇൻസ്റ്റിറ്റ്യൂട്ട് ഓഫ് ടെക്നോളജി എന്നിവിടങ്ങളിൽ നടത്തിയ പരീക്ഷണങ്ങളിൽ നിന്ന് തെളിയുന്നത്, പണം ഉണ്ടാക്കാനുള്ള സാദ്ധ്യതകളെപ്പറ്റി ചിന്തിക്കുമ്പോൾത്തന്നെ അമിഗ്ദാല, ന്യൂക്ലിയസ് അക്കുംബെൻ എന്നീ മസ്തിഷ്കാവയവങ്ങളുടെ പ്രവർത്തനം ശക്തമാകുന്നു എന്നാണ്. ഇവ സൃഷ്ടിക്കുന്ന ആർത്തിയുടെ തള്ളലിൽ ദുർബ്ബലമനസ്കരുടെ യുക്തിബോധം ഒലിച്ചുപോകുന്നു.

ഫ്ളോട്ടിങ് നിരക്കിൽ കടമെടുക്കുമ്പോൾ മനസ്സിലാക്കേണ്ടത്, നിരക്ക് വർദ്ധിക്കുമ്പോൾ അവരുടെ മൊത്തം ബാദ്ധ്യതയും വർദ്ധിക്കുന്നു എന്നാണ്. വിലക്കയറ്റം നിയന്ത്രിക്കാനുള്ള നടപടികളിൽ പ്രധാനപ്പെട്ട ഒരിനമാണ് പലിശനിരക്ക് വർദ്ധനവ് എന്നോർക്കുക. ചാഞ്ചാടിക്കൊണ്ടിരിക്കുന്ന ഓഹരിവിപണി ഒരു പാഠം നല്കുന്നു: ഓഹരി വിലകൾ സത്യസ്ഥിതി വ്യക്തമാക്കുന്നില്ല. വിപണിയിലെ ആഭ്യന്തര സവിശേഷതകളുടെ പ്രതിഫലനമാണ് സാധനങ്ങളുടെ വിലകളെന്ന അഭ്യൂഹം തെറ്റാണ്. ഓഹരികളുടെ കാര്യത്തിൽ കൃത്രിമമായി ഡിമാൻന്റ് ഉണ്ടാക്കാനും ഇല്ലാതാക്കാനും ഒക്കെ സാധിക്കും. വ്യാപാരമെന്നാൽ കച്ചവടമല്ല, കച്ചകപടമാണെന്ന് ഞങ്ങളുടെ നാട്ടിലൊരു കാരണവര് പറയുമായിരുന്നു. കാപട്യങ്ങളുടെ ഘോഷയാത്രയായി വ്യാപാരം രൂപാന്തരപ്പെടുമ്പോൾ പ്രതിസന്ധികൾ ആവർത്തിച്ചുകൊണ്ടിരിക്കും.

സാമ്പത്തികത്തകർച്ചയുടെ വക്കിലാണ് യൂറോപ്പ് ഇപ്പോൾ. ഗ്രീസ്, സ്പെയിൻ, പോർട്ടുഗൽ തുടങ്ങിയ രാജ്യങ്ങളിലാണ് തുടക്കം. സർക്കാരുകളുടെ ധൂർത്തും ലോൺ തിരിച്ചടവിൽ ഉണ്ടായിട്ടുള്ള വൻവീഴ്ചകൾ മൂലം ബാങ്കുകളുടെ പ്രവർത്തനത്തിൽ സംഭവിച്ച മാന്ദ്യവുമാണ് കാരണങ്ങൾ. യൂറോപ്യൻ കറൻസിയായ യൂറോ പിടിച്ചു നില്ക്കാൻ പാടുപെടുന്നു. സാമ്പത്തിക വിഷമങ്ങൾ ചൈനയെ അലട്ടിത്തുടങ്ങിയിട്ടുണ്ടത്രേ. ഇന്ത്യയിൽ പ്രതിസന്ധി ഇല്ലെന്നും എല്ലാം ഭദ്രമാണെന്നും അവകാശപ്പെടുന്നുണ്ടെങ്കിലും വിദേശത്തെ ചലനങ്ങൾ നമ്മുടെ സാമ്പത്തിക വ്യവസ്ഥയെയും ബാധിച്ചുകൊണ്ടിരിക്കുന്നു. ഹൗസിങ് വാഹന ലോണുകളുടെ തിരിച്ചടവ് പ്രശ്നമാകുന്നുണ്ടെന്ന് കേരളത്തിൽ പ്രവർത്തിക്കുന്ന

ബാങ്കുകാർ സ്വകാര്യമായി സമ്മതിക്കുന്നു.

ഒരു വസ്തുവിന് അധികതാപമേറ്റാൽ എന്ത് സംഭവിക്കും? അത് ഉരുകുകയോ കരിയുകയോ കത്തിപ്പോവുകയോ ചെയ്യും. സാമ്പത്തിക വ്യവസ്ഥയുടെ കാര്യവും വ്യത്യസ്തമല്ല. ഭൗതിക സമ്പത്താണ് അടിസ്ഥാനമൂലധനം. അതിന്റെ അഭാവത്തിൽ കടം കുമിഞ്ഞുകൂടുന്നത് അധികതാപന(Overheating) ത്തിന് തുല്യമാണ്. വിലക്കയറ്റം ഈ പ്രതിഭാസത്തിന്റെ സൂചകമാണ്. സാമ്പത്തിക ഉരുകൽ (Economic Meltdown) എന്ന പ്രയോഗം തന്നെ അധികതാപന സിദ്ധാന്തത്തെ സാധൂകരിക്കുന്നു. കരിയുംമുമ്പെ രക്ഷപ്പെടാൻ കഴിഞ്ഞു അമേരിക്കൻ സാമ്പത്തിക വ്യവസ്ഥയ്ക്ക് എന്നത് വലിയ നേട്ടം തന്നെയാണ്. ജപ്പാന്റെ ഗതി എന്താകുമോ? ആഗോളതലത്തിൽ സാമ്പത്തിക സ്ഥിരത ഒരു മരീചികയായി തുടരും. കുഴപ്പത്തിലായിരുന്ന ബ്രസീലിയൻ സാമ്പത്തിക വ്യവസ്ഥ ഇപ്പോൾ നേരെ ആയിട്ടുണ്ട്. ലാറ്റിൻ അമേരിക്കയ്ക്ക് അവരാവും നേതൃത്വം നല്കുക. പക്ഷേ എത്രകാലം?

(2010)

9 789384 445867

Printed by Libri Plureos GmbH in Hamburg,
Germany